महानुभावांची आख्यानकाव्ये

दिलीपराज प्रकाशन प्रा.लि.™

२५१ क, शनिवार पेठ, पुणे - ४११०३०.

दिलीपराज प्रकाशनाची सर्व पुस्तके आता आपण **Online** खरेदी करू शकता.

आमच्या **Website** ला कृपया एकदा अवश्य भेट द्या. अथवा **Email** करा.

Email - diliprajprakashan@yahoo.in ।

www.diliprajprakashan.in

महानुभावांची आख्यानकाव्ये

डॉ. हंसराज जाधव

 **दिलीपराज प्रकाशन प्रा. लि.**™
२५१ क, शनिवार पेठ, पुणे - ४११ ०३०.

महानुभवांची आख्यानकाव्ये
Mahanubhavanchi Akhyankawye

प्रकाशक ।
राजीव दत्तात्रय बर्वे ।
मॅनेजिंग डायरेक्टर ।
दिलीपराज प्रकाशन प्रा. लि.।
२५१ क, शनिवार पेठ ।
पुणे ४११०३०.
दूरध्वनी क्रमांक (फॅक्ससहित)
२४४७१७२३।
२४४८३९९५ । २४४९५३१४

© प्रकाशकाधीन

लेखक
डॉ. हंसराज जाधव
पैठण (जिल्हा औरंगाबाद)
मो. नं. ७५८८४२९२२८

मुद्रक ।
Repro India Ltd, Mumbai.

प्रथमावृत्ती ।
१० एप्रिल २०१५

प्रकाशन क्रमांक ।
२१९५

ISBN : 978 - 93 - 5117 - 031 - 0

अक्षरजुळणी ।
सौ. मधुमिता राजीव बर्वे
पितृछाया मुद्रणालय ।
९०९, रविवार पेठ ।
पुणे ४११००२

मुद्रितशोधन ।
एस. एम. जोशी

मुखपृष्ठ ।
सरदार जाधव

"माझ्या माघारी या पोथ्यांचं काय होणार?"
असं म्हणून स्वतःचा ऊर बडवून घेणारी माझी आजी...
जिच्या हस्तलिखित पोथ्यांवरच या ग्रंथाचा डोलारा उभा आहे;
त्या माझ्या आजीच्या पवित्र स्मृतीस समर्पित...

मनोगत

'महानुभावांची आख्यानकाव्ये' हा ग्रंथ वाचकांच्या हाती देताना मला मनस्वी आनंद होत आहे. प्रस्तुत ग्रंथ म्हणजे डॉ. बाबासाहेब आंबेडकर मराठवाडा विद्यापीठात पीएच. डी. पदवीसाठी सादर केलेल्या प्रबंधाचे सुधारित रूप होय. महानुभावांचे साहित्यभांडार अनेकविध रत्नांनी काठोकाठ भरलेले आहे. विषयवैचित्र्य आणि रचनाप्रकारातील वैविध्यता यात महानुभाव ग्रंथकारांचा विशेष हातखंडा! या भांडारात महाराष्ट्राच्या भौगोलिक परिस्थितीबरोबरच सामाजिक-राजकीय पार्श्वभूमी मांडणारा लीळाचरित्रासारखा बृहद् ग्रंथ आहेच; शिवाय त्याचबरोबर आरती, चेंडूफळीसारखी स्फुट रचनाही आहे. लक्षणस्थळासारखा तात्त्विक मांडणी करणारा ग्रंथ तर आहेच, त्याबरोबर रुक्मिणीस्वयंवरासारखी भावकविताही आहे.

महानुभवांच्या अशा विविधतेने नटलेल्या ग्रंथसागराचा निम्मा-अधिक भाग आख्यानकवितेने व्यापला आहे, असे म्हटल्यास अतिशयोक्त ठरणार नाही. त्यातही मराठीतली आद्यकविता असणारे धवळे; रुक्मिणीस्वयंवर, शिशुपालवध, वछाहरण यांसारखे सातीग्रंथांतील पवित्र ग्रंथ; पंथीय अनुयायांच्या नित्यपारायणासाठी वापरात असणाऱ्या श्रीकृष्ण बाळक्रीडा ह्या सर्व रचना आख्यानकविताच! महानुभवांच्या या महत्त्वपूर्ण काव्य विभागावरचा एक स्वतंत्र ग्रंथ अभ्यासकांना-संशोधकांना निश्चितच उपयोगी पडेल, अशी आशा आहे.

घरात पंथीय वातावरण असल्यामुळे महानुभाव साहित्याविषयी जवळिकता वाटणे स्वाभाविक आहे. पण प्रस्तुत विषयाकडे माझे लक्ष वेधले ते अखिल भारतीय महानुभाव परिषदेचे उपाध्यक्ष पूजनीय श्री. धाराशिवकरबाबा यांनी. त्यांचा महानुभाव साहित्याचा सर्वांगीण अभ्यास, भाषेवरचे प्रभुत्व आणि व्यासंग याचा मला पुरेपूर फायदा झाला. पीएच. डी.च्या वेळेस केलेली प्रकरणांची मांडणी, संदर्भ ग्रंथांचा आधार, प्रत्यक्ष शुद्धलेखनाच्या दुरुस्त्या याबाबत बाबांनी केलेले मार्गदर्शन प्रस्तुत ग्रंथाच्या सिद्धतेसाठीही मोलाचे ठरले आहे. त्यांचे ऋण शब्दातीत आहेत.

कोलते-पठाण नागपुरे या विद्वत्त्रयीनंतर सध्या महानुभाव साहित्याचा अभ्यास करणारे जे चार-दोन अभ्यासक आहेत, त्यांत डॉ. सुशीला सोलापुरे यांचं नाव आवर्जून घ्यावं लागेल. विभागप्रमुख यापेक्षाही एक पंथीय ऋणानुबंध सांभाळत त्यांनी केलेल्या अभ्यासपूर्ण दुरुस्त्या या पुस्तकाचा दर्जा उंचावण्यास पूरकच ठरल्या आहेत.

माझे मार्गदर्शक डॉ. भारत हंडीबाग (अधिष्ठाता, कला विद्याशाखा, डॉ. बा. आं. म. वि. औरंगाबाद) यांचा 'प्रबंध ग्रंथरूपात आला पाहिजे' हा आदेश मला याकामी

प्रेरणादायी ठरला, असेच मी म्हणेन.

प्राध्यापकांच्या पाठीशी तत्परतेने उभे राहून त्यांच्या कामाचं कौतुक करणारे प्रतिष्ठान शिक्षण प्रसारक मंडळाचे सन्माननीय अध्यक्ष मा. श्री. रवींद्र पा. शिसोदे, सन्माननीय सचिव मा. श्री. राजेंद्र पा. शिसोदे यांचं मार्गदर्शनही मोलाचं ठरलेलं आहे. महाविद्यालयाचे सन्माननीय प्राचार्य, उपप्रायार्च, प्रबंधक यांची सहकार्याची भूमिका लेखनासाठी बळ देणारी आहे.

माझ्या लेखनास वैचारिक दिशा देणारे महाराष्ट्रातील प्रसिद्ध विचारवंत डॉ. आ. ह. साळुंखे, मा. उत्तम कांबळे, मा. इंद्रजित भालेराव यांचं मार्गदर्शनही प्रेरणादायी आहे.

महाविद्यालयातील माझे ज्येष्ठ सहकारी डॉ. सर्जेराव जिगे, प्रा.मधुकर बैकरे, प्रा. अर्जुन मोरे यांच्यासह महाविद्यालयातील सर्व प्राध्यापक मित्र, कर्मचारी यांचे सहकार्यही महत्त्वपूर्ण आहे.

डॉ. राजेश करपे (समन्वयक, एन. एस. एस. विभाग, डॉ. बा. आं. म. वि., औरंगाबाद), साहित्य चळवळीतील माझे लेखक मित्र श्री. अनिल शेवाळकर (सचिव, महदंबा साहित्य संघ), डॉ. संजय जगताप (उपाध्यक्ष, महदंबा साहित्य संघ), प्रा. संतोष तांबे (अध्यक्ष, म. सा. प., पैठण) डॉ. राजेश शिरसाठ, कवी विनायक पवार, डॉ. मारोती घुगे, प्रा. कैलाश खानसोळे यांच्यासारखे असंख्य मित्र माझ्या लेखनव्यवहारातील खटपटींना पाठबळच देत असतात. या पुस्तकाची आवर्जून वाट बघणारे पंथीय परंपरेतील आदरणीय म. बाभुळगावकरबाबा, म. संतोष शास्त्री, म. कळमकरबाबा, म. मोहनदादा अमृते या विद्वत्‌जनांचाही उल्लेख या ठिकाणी केला पाहिजे.

माझ्या क्षमतेवर आणि लेखनकौशल्यावर माझ्यापेक्षाही अधिक विश्वास असणारा माझा जिवलग मित्र प्रा. संजय झुंबाडे याच्या हट्टापायीच हे पुस्तक एवढ्या लवकर आपल्यासमोर येत आहे.

दिलीपराज प्रकाशनाचे श्री. राजीव बर्वे आणि त्यांचे सर्व सहकारी यांनी अपुऱ्या वेळेत पुस्तकाच्या सुबकतेसाठी घेतलेले कष्ट नजरेआड करता येणार नाहीत. त्याबद्दल त्यांना धन्यवादच दिले पाहिजेत.

माझ्या प्रयत्नाला कष्टाची जोड देणारे माझे बापुजी शाहीर दामोदर वजीरगावकर, माय सौ. राधाबाई यांना माझ्या साहित्यिकपणाची मोठी हौस! या प्रवासातलं माझं हे पहिलं पाऊल त्यांना निश्चितच आनंदित करणारं आहे. माझी पत्नी सौ. जया, मुलगा चि. अधिराज, भाऊ-बहीण यांचा कौटुंबिक जिव्हाळा लेखनास पोषकच ठरला आहे.

उपरोक्त सर्वांच्या पाठिंब्यावर सिद्ध झालेला हा ग्रंथ आपणा सर्वांना आवडेल, एवढीच माफक अपेक्षा...!

०-०-०

अणुक्रमणिका

प्रकरण पहिले

आख्यानकाव्य : स्वरूप आणि परंपरा

महाराष्ट्र आणि मराठी या विषयी जाज्ज्वल्य अभिमान बाळगून खऱ्या अर्थाने मराठी भाषेचे झेंडे अटकेपार लावणाऱ्या महानुभाव पंथाचे ग्रंथभांडार विपुल आणि वैविध्यपूर्ण ग्रंथांनी अगदी खचाखच भरले आहे. त्यात चरित्र आहे, व्याकरण आहे, गीताटीका आहे आणि आख्यानकाव्यही आहे. म्हणजे एकाच धाटणीची रचना न करता रचनेचे विविध वाङ्मय प्रकार हाताळले आहेत. लीळाचरित्रासारख्या चरित्रग्रंथापासून ते चौपद्या, आरत्या यासारख्या अगदीच स्फुट रचनाही महानुभावांनी केल्या. पैकी महानुभावांनी रचलेली आख्यानकाव्ये हा प्रस्तुत ग्रंथाचा अभ्यास विषय आहे.

मराठीत आख्यानकाव्याची परंपरा मोठी जुनी आणि उज्ज्वल अशी राहिली आहे. वेगवेगळ्या शतकात तिने घेतलेली वेगवेगळी वळणे तिच्या रूपसौंदर्यावर प्रकाश टाकतात आणि म्हणूनच महानुभावांच्या आख्यानकाव्याचा प्रत्यक्ष अभ्यास करण्यापूर्वी आख्यानकाव्याचे स्वरूप आणि मराठीतील आख्यानकाव्याची एकूणच परंपरा पाहणे आपल्यासाठी क्रमप्राप्त ठरते.

शब्द व्युत्पत्ती :

'आख्यान' हा शब्द 'ख्या' धातूला 'आ' हा उपसर्ग आणि 'अन्' हा प्रत्यय लागून सिद्ध झाला आहे. 'ख्या' - प्रकथने, निवेदन करणे, सांगणे.

'आ' - पूर्ण, पर्यंत

'अन्' - ल्यूट.

'आख्यान' या शब्दाची व्युत्पत्ती 'आख्यायतेयत्तदाख्यानम्' (भावअर्थ) आणि 'आख्यायते अन्नेती आख्यानम्' (करण अर्थ) अशा दोन व्युत्पत्तीद्वारे साधता येते. पहिल्या व्युत्पत्तीप्रमाणे 'आख्यान' या शब्दाचा अर्थ प्रतिवचन, उत्तर असा सामान्य अर्थ होतो, तर दुसऱ्या व्युत्पत्तीप्रमाणे कथ्य तद्वारा कथन केले जाते. म्हणून आख्यान हा विशेष अर्थ होतो.

साहित्यदर्पणकार विश्वनाथ यांनी 'आख्यानम् पूर्ववृत्तोक्ती' अशी व्याख्या केली आहे. ही व्याख्या विशेषार्थानुसारी असून त्याप्रमाणे 'आख्या' या शब्दाचा अर्थ 'पुरावृत्त' असाच होतो. हेमचंद्राने केलेली व्याख्या ही विश्वनाथ यांनी केलेल्या व्याख्येच्या अगदी जवळची आहे. हेमचंद्राने 'प्रबंधामध्ये परप्रबोधनार्थ नलादुपाख्यानमिवोपाख्यानमृभिनयन पठण गायन यदैको ग्रंथिक : कथयति तदगोविंदवत् आख्यानम।' असे म्हटले आहे. यातून पुरावृत्ताचे हे कथन किती प्रकारे करता येऊ शकते, याचा निर्देश केला आहे. शिवाय परप्रबोधनार्थ या शब्दप्रयोगाने आख्यानाची हेतूपूर्वकताही स्पष्ट केली आहे.

विश्वनाथ, दण्डी, हेमचंद्र या पंडितांच्या संस्कृत व्याख्यांचा परामर्श घेऊन आख्यान शब्दव्युत्पत्तीच्या संदर्भात डॉ. शिवाजी गऊळकर यांनी विस्तृत विवेचन केले आहे.[१] आख्यान म्हणजे पुरावृत्तकथन. हे वृत्त ऐतिहासिक, पौराणिक अथवा कल्पितही असू शकते. त्याचे निवेदन दृश्य अथवा श्राव्य असू शकते. आर्ष महाकाव्य, पुराणिक, महाकाव्य, काव्य, खंडकाव्य, कथा, आख्यायिका, चम्पू, नाटक या सर्वच वाङ्मय प्रकारांचे स्वरूप आख्यानात्मक आहे, कथात्मक आहे.

'आख्यान' या शब्दाला 'क' हा प्रत्यय लागून 'आख्यानक काव्य' हा शब्द बनला. 'आख्यान' म्हणजे पौराणिक इतिवृत्त आणि आख्यान काव्य म्हणजे या पौराणिक इतिवृत्ताच्या आधारे लिहिलेले काव्य. 'क' हा प्रत्यय विशेषण प्रत्यय आहे. तसाच तो स्वार्थी प्रत्ययही आहे. या प्रत्ययाला विशेषण प्रत्यय मानल्यास 'आख्यानक' हे पद 'काव्य' या विशेषाचे विशेषण ठरते व आख्यानक काव्याचा 'ज्यात आख्यान आहे असे काव्य म्हणजेच आख्यान काव्य' असा अर्थ होतो.

'आख्यान' या शब्दाला लावलेला 'क' हा प्रत्यय स्वार्थे प्रत्यय मानला, तर अल्प विस्तृत आख्यानात्मक काव्याला आख्यान काव्य म्हणता येईल. कोणते आख्यान लहान व कोणते मोठे हे ठरवण्याचे, आख्यानाची लांबी मोजण्याचे एखादे निश्चित परिमाण साहित्यशास्त्राजवळ नाही. त्यामुळे स्रोतग्रंथांतर्गत बृहदाकार आख्यानवस्तूचा एखादा अंश घेऊन त्यावर केलेली काव्यरचना म्हणजेच 'आख्यान कविता' होय.

'आख्यान' शब्दाचा इतिहास :

आख्यान काव्याची परंपरा जेवढी प्राचीन आहे तेवढीच 'आख्यान' या शब्दाच्या वापरासंबंधीची परंपरा ही अगदी प्राचीन आहे. अनेक प्राचीन ग्रंथांत

---

१ प्राचीन मराठीतील प्रणयाख्याने व रूपकाख्याने प्रस्ता. पृष्ठ ३,४

'आख्यान' हा शब्द आढळतो. वैदिक वाङ्मयानंतरच 'आख्यायिका' रूढ झाली असावी, कारण 'आख्यायिका' हा शब्द वैदिक वाङ्मयात सापडत नाही. नंतरच्या काळात प्रत्यक्ष आख्यायिका हा शब्द अग्निपुराणात आलेला दिसतो. 'राजवंशाची गद्यरूप प्रशंसा; तसेच कन्याहरण, रणसंग्राम इत्यादी प्रसंग उच्छ्वास-परिच्छेद यांनी विभागून सांगणे म्हणजेच आख्यायिका होय' असा उल्लेख 'अग्निपुराणा'त असल्याचा संदर्भ डॉ.अनुराधा कुलकर्णी यांनी दिला आहे.[२] महाभारतापासून मात्र हा शब्द 'कथा' या अर्थी रूढ झालेला दिसतो.

प्राचीन वाङ्मयात वेगवेगळ्या नावाने का होईना पण 'आख्यान' शब्द आलेलाच आहे. याचे प्रत्यंतर आपणास ब्राह्मण वाङ्मयाच्या अवलोकनातून येते. आख्यान हा शब्द ब्राह्मण वाङ्मयात 'धार्मिक, कथात्मक गीत' या अर्थी आला आहे. ऐतरेय ब्राह्मणात शुनःशेपाख्यान आढळते; तसेच तेथे 'आख्यानविद' असा शब्द असून तो 'सौपर्णकथा' सांगत होता, असा उल्लेख आढळतो.

महाभारतात आख्यान, उपाख्यान, कथा, पुराण, इतिहास हे समानार्थी शब्द आले आहेत. पतंजलीनेही असेच शब्द वापरल्याचे आपल्या लक्षात येते. त्याने 'आख्यान' व 'आख्यायिका' असे दोन शब्द कथासाहित्यासाठी वापरले असून पुराण व पूज्यकथांना तो आख्यान म्हणतो. पतंजलीच्या मते आख्यान म्हणजे अतिपुराण व पूज्यकथा, आख्यायिका म्हणजे लौकिक कथा. विशेषतः ऐतिहासिक दंतकथा. त्या काल्पनिक असतात. यावरून आख्यान व आख्यायिका यात त्याने सूक्ष्म भेद केला आहे असे दिसते.[३]

'कात्यायन' हा आख्यायिकेवर लिहिणारा सर्वांत प्राचीन लेखक मानला जातो. 'आख्यानाख्यायिकेतिहास पुराणेभ्यश्च।' असे तो म्हणतो. त्याच्या या म्हणण्यानुसार आख्यायिका या महाभारतासारख्या महाकाव्यातून येतात. पण त्या स्वतंत्र असून प्रसंगोपात्त त्यांचे आगमन होते. भरतमुनीने मात्र आख्यानातील दोष नेमकेपणाने टिपला आहे. त्याने 'बव्हनृता स्तोकसत्वा म्हणजे पुष्कळशी खोटी, अल्प सत्य असलेली कथा म्हणजे आख्यायिका' असे म्हटले आहे.

प्राचीन वाङ्मयाचा विचार करता काही ठिकाणी कथा आणि आख्यान अगदी जवळचे सांगितले आहे, तर काही ठिकाणी दोन्हीत भेद सांगितला आहे. अग्निपुराणात कथेचे पाच प्रकार सांगितले आहेत. त्यापैकी आख्यायिका हाही एक प्रकार आहे.

---

२ प्राचीन मराठीतील स्फुट आख्यानकाव्याचा अभ्यास, पृष्ठ ८
३ तत्रैव, पृष्ठ ९

'आख्यायिका कथाखंड कथा परिकथा तथा ।
कथा निकेति मन्यन्ते गद्यकाव्य पंचधा ॥'

राज्यकर्त्यांच्या वंशाची विस्तारपूर्वक प्रशंसा जी गद्यपद्यमिश्रित असते, असे आख्यायिकेच्या स्वरूपाविषयीचे स्पष्टीकरण अग्निपुराणात आले आहे.

दण्डीने कथा आणि आख्यायिका यातील भेद स्पष्ट करून दोन्ही गद्य-पद्य रूपांविषयी वेगवेगळी नावे असल्याचे काव्यादर्शात म्हटले आहे.

भामह कथेला आख्यायिकेहून भिन्न मानतो. रूद्रट, आनंदवर्धन, अभिनवगुप्त यांनीदेखील त्यात फरक केला आहे.

अमरसिंहाने अमरकोशात कथा व आख्यायिका या दोन्हीतील फरक सांगताना कथा या काल्पनिक व आख्यायिका ऐतिहासिक घटनांचे वहन करीत असतात, असे म्हटले आहे.

आख्यान शब्दाचा इतिहास आपणास आणखी मागे नेता येईल. जैन, बुद्धाच्या साहित्यातही त्याचे मूळ शोधता येईल. जैन, बुद्धाच्या साहित्यात कथा, उपकथा, अंतर्कथा, आख्यान, आख्यायिका, वार्ता, उदाहरण, दृष्टान्त आदी शब्द आढळतात. जैनांनी उदात्त व पवित्र धार्मिक कथांकरताच आख्यान शब्द वापरलेला आहे. विशिष्ट मूल्यांच्या प्रतिपादनाकरता ही आख्याने निर्माण झाली असून ती अधिक जीवनस्पर्शी व वास्तवदर्शी उतरलेली आहेत. इथे इतिहास-चरित्र-कथा असे आख्यानाचे संमिश्र स्वरूप दिसते. परंपरेचा आधार असलेले कथात्मक निरूपण म्हणजेच आख्यान असे आख्यानाचे स्वरूप जैन वाङ्मयात दिसते.

बौद्धाच्या जातककथा पाहता वैदिक कथांचे एक वेगळे वळण आपणास दिसून येते. महावीर, बुद्ध यांच्यासारख्या प्रवर्तकांचे सांप्रदायिक पर्व सुरू होऊन या नव्या युगात अद्‌भुतरम्य अशा दैवत कथांपेक्षा आध्यात्मिक तत्त्वचिंतनास महत्त्व आले.

अश्वमेध यज्ञाच्या प्रसंगी परिप्लव आख्यान होत असे, असा उल्लेख शतपथ ब्राह्मणात आला आहे आणि त्याच ब्राह्मणात सुपर्णाख्यानाचे निवेदन करणाऱ्याला 'आख्यानविद्' म्हटले आहे.[४] मनुस्मृतिकाराने आख्यानाचा इतिहास, पुराण व खिल यांच्याबरोबर उल्लेख केला आहे. स्मृतिकारांनी दिलेल्या वचनांचा अर्थ स्पष्ट करताना कुल्लुकभट्ट-'आख्यानांनी सौपर्णमैत्रावरूणादीनि' अशी आख्यानांची उदाहरणे देतो. या उल्लेखात आलेल्या आख्यान या शब्दाचा अर्थ 'पुरावृत्त' असाच होतो.

---

४. तत्रैव, पृष्ठ १३

डॉ.अनुराधा कुलकर्णी यांनी वैदिक वाङ्मयात 'आख्यायिका' हा शब्द आढळत नाही, असे म्हटले आहे.[५] परंतु डॉ.शिवाजी गऊळकर यांनी मात्र ऋग्वेदातील प्रसिद्ध 'संवादसूक्तां'चा दाखला देत आख्यान शब्दाचा उल्लेख केला आहे. ते म्हणतात, 'ऋग्वेदातील सुमारे वीस सूक्ते 'संवादसूक्ते' म्हणून प्रसिद्ध आहेत. यास्काचार्यांनी या सूक्तांपैकी पुरूरवोर्वशी कथेला 'संवाद' आणि सरमापणीस कथेला 'आख्यान' म्हटले आहे. यास्काचार्यांनी आख्यान व संवाद यात फरक केलेला दिसतो. पण संवाद या शब्दाचा आख्यान असाही अर्थ होतो, कारण भावार्थाने आख्यान या शब्दाचा अर्थ प्रतिवचन, संवाद असाच होतो. यास्काचार्यांनी ऋचांच्या व्याख्यात्यांना 'आख्यानविद्' म्हटले आहे. त्यांच्या या मतानुसार सर्व ऋचा आख्याने ठरतात.[६]

अगदी याचप्रमाणे दुर्गा भागवत यांनी पतंजलीचा दाखला देत आख्यान व आख्यायिका यात फरक केला आहे. त्या म्हणतात, 'आख्याने म्हणजे अतिपुरातन व पूज्यकथा, आख्यायिका म्हणजे लौकिक कथा विशेषत: ऐतिहासिक दंतकथा. या कथांत दिव्यांश नाही'[७] यावरून दिव्यांशविरहित आख्यान म्हणजे आख्यायिका होय.

अशा प्रकारे प्राचीन साहित्याचा मागोवा घेता आख्यानांच्या संदर्भात कालसापेक्ष शब्दभिन्नता दिसून येत असली, तरी 'परंपरेच्या आधारे केलेले कथात्मक निरूपण म्हणजे आख्यान' असे म्हणता येईल.

आख्यान शब्दाचे पर्याय :

प्राचीन वाङ्मयातील 'आख्यान' शब्दाचा इतिहास पाहिल्यानंतर आपल्या असे लक्षात येते की, आख्यान शब्दाला अनेक पर्यायी शब्द समानार्थाने वापरण्यात आले आहेत. 'आख्यान' हा शब्द 'कथा' या शब्दाचा व इंग्रजी 'Narrative' या शब्दाचा पर्याय म्हणून वापरता येतो. प्राचीन मराठीत 'कथा' आणि 'आख्यान' हे शब्द समानार्थाने वापरलेले आढळतात. प्राचीन मराठीतील लेखक आपल्या रचना कोणत्या वाङ्मय प्रकारातील आहेत याचाही क्वचितच उल्लेख करतात. नरेंद्राने काव्य, नाटक, कथा, आख्यान, प्रबंध, चित्र व गाथा या वाङ्मय प्रकारांचा नामोल्लेख केला आहे.

---

५. तत्रैव, पृष्ठ ४-१५
६. प्राचीन मराठी आख्यानक कविता: उद्गम आणि विकास, पृष्ठ २१
७. लोकसाहित्याची रूपरेखा, पृष्ठ ७१

विश्वनाथाने या संदर्भात कथन हा शब्द वापरला आहे. पण हेमचंद्राने त्यापुढे जाऊन पुरावृत्ताचे कथन किती प्रकारे करता येऊ शकते, याचाही निर्देश केला आहे.

प्राचीन कवी आख्यान व कथा हे शब्द एकाच अर्थाने वापरताना दिसतात. 'सांघीजती आठै उपाख्याने' असे म्हणणारे महानुभाव कवी एल्हण रुक्मिणी स्वयंवराख्यानाला 'कथा'च म्हणतात.[८] संत एकनाथसुद्धा 'कथा' हाच शब्द वापरत असल्याचा पुरावा डॉ.गऊळकरांनी दिला आहे.[९]

प्राचीन मराठी कवी आख्यान व कथा हे शब्द एकाच अर्थाने वापरत असले, तरी पौराणिक कथा व कल्पित वा ऐतिहासिक कथा या भिन्न प्रकारच्या आहेत असे मानतात. आख्यान ही संज्ञा पुराणाधारित व स्वत:ला पुराणाधारित म्हणवून घेणाऱ्या इतिवृत्तांच्या संदर्भात वापरणे योग्य ठरेल. आख्यानासाठी 'पवाडा', 'चरित्र', 'कथा' हे पर्यायी शब्दही काही ठिकाणी वापरले आहेत. श्रीभास्करभट्ट बोरीकर व दामोदर पंडित यांनीही अनुक्रमे शिशुपालवध[१०] व वच्छाहरण[११] या आख्यानकाव्यात कथा, चरित्र व पवाडा हे शब्द समान अर्थाने वापरलेले आहेत.

प्राचीन मराठीत अल्प-विस्तृत असा आख्याननामक जो काव्यप्रकार आहे त्यात आख्यान, कथा व चरित्र हे शब्द समानार्थाने वापरण्यात येतात. प्रल्हादकथा, प्रल्हादचरित्र व प्रल्हादाख्यान या भिन्न नावांनी एकच अर्थ सूचित होतो.

एखादी गोष्ट, कथा सामान्य लोकांपर्यंत पोहोचवायची असेल, तर ती आख्यानरूपाने पोहोचवली पाहिजे म्हणून कथा व आख्यान यांची घनिष्ठ मैत्री झाली याची झलक आपणास 'पंचतंत्रा'वरून येते. प्राचीन मराठीतील पंचतंत्र स्वत:ला पंचोपाख्यान म्हणवते एवढेच नाही, तर छत्रपती शिवाजी महाराजांनी पन्हाळगड घेतला हे ऐतिहासिक इतिवृत्तही पद्यबद्ध होऊन 'पर्णालपर्वतग्रहणाख्यान' म्हटले जाते.

'आख्यान' आणि 'आख्यानक काव्य' यातही अगदी जवळचा संबंध आहे. आख्यान म्हणजे पौराणिक इतिवृत्त आणि आख्यानक काव्य म्हणजे पौराणिक इतिवृत्ताच्या आधारे लिहिलेले काव्य.

एकंदरीत 'आख्यान' म्हणजे पुरावृत्तकथन. हे वृत्त ऐतिहासिक, पौराणिक

---

८. कवी एल्हण विरचित रुक्मिणी स्वयंवर, ओवी क्र. १२, १३

९. प्राचीन मराठी आख्यान कविता : उद्‌गम आणि विकास, पृष्ठ २३

१०. शिशुपालवध, ओवी क्र. २०,३०

११. वच्छाहरण, ओवी क्र. १२, १४, २२

अथवा कल्पित असू शकते. त्याचे निवेदन दृश्य अथवा श्राव्य असू शकते. आर्ष महाकाव्ये व पुराणे तसेच महाकाव्य, काव्य, खंडकाव्य, कथा, आख्यायिका, चम्पू व नाटक या वाङ्मय प्रकारांचे स्वरूप आख्यानात्मक आहे, कथात्मक आहे.

अशा प्रकारे आख्यानवस्तू विविध विभाग असणारी, संमिश्र आणि विविधांगी आहे. या विविध भागांचे आकलन सुटे सुटे आणि वेगवेगळे करावे लागते. या प्रत्येक भागाला स्वत:ची अशी एक परिपूर्णता असते आणि शिवाय हे सर्व भाग मिळून एक स्वयंपूर्ण, अनेकांगी भव्य अशी आख्यानवस्तू निर्माण होत असते. एखाद्या पुष्पगुच्छासारखी ही रचना असते.

आख्यानकाव्य म्हणजे काय ?

आख्यान शब्दाच्या संस्कृत व्युत्पत्तीवरून व प्राचीन ग्रंथांतील आख्यान शब्दाचा इतिहास पाहून आख्यान काव्य म्हणजे काय याचा अंदाज येतो. 'आख्यायते यत् कदा आख्यानम् (ज्ञात असणाऱ्या कथेवरचे काव्य म्हणजे आख्यानकाव्य होय)'. या संस्कृत व्याख्येवरून आख्यान काव्यातील कथा ही श्रोत्यांना पूर्वपरिचितच असते. कवी स्वत:च्या सामर्थ्याने ती रंगवतो. 'रामायण, महाभारत व पुराणे यांतील एखादा कथाभाग निवडून तोच तेवढा रंगवून, खुलवून सांगितला गेला असेल म्हणजे मूळ ग्रंथातील एखादे आख्यान वेगळे काढून आणि पुर्नक्वचित अन्य पुराणभाव जोडून स्वतंत्रपणे व संपूर्णपणे कवितारूपाने सांगितली गेली असेल, त्याच कवितेला आख्यानकविता म्हणून संबोधता येईल'.[१२] अशी आख्यान शब्दाची सर्वसमावेशक व्याख्या डॉ. गं. ब. ग्रामोपाध्ये यांनी केली आहे. आख्यान काव्याचा विषय असणारी कथा ही लोकांनी परंपरेप्रमाणे अनेकदा ऐकलेली असते. पण तीच कथा तो कवी स्वत:च्या स्वतंत्र लेखनशैलीने, काव्यगुणांनी नटवतो, रंगवतो. उदाहरणार्थ संत एकनाथांच्या रुक्मिणी स्वयंवरापेक्षा नरेंद्राचे 'रुक्मिणीस्वयंवर' हे आख्यानकाव्य कथाभाग एक असूनसुद्धा वेगळे आहे.

प्राचीन मराठी कवितेची निर्मिती दोन दिशांनी झालेली दिसते-एक भक्ती, ज्ञान आणि वैराग्याचे प्रतिपादन करणारे काव्य-संतकाव्य आणि दुसरे रामकृष्णादींची चरित्रे वर्णन करणारे कथाकाव्य. या कथाकाव्यालाच 'आख्यानकाव्य'ही म्हणतात.

आख्यानकाव्याचे वर्गीकरण :

कथेची व्याप्ती आणि कवीचे अंगभूत कौशल्य यामुळे मूळ कथा विस्तृत होत जाते, फुगत जाते. काव्याच्या व्याप्तीवरून प्राचीन मराठीतील आख्यानक कवितेचे

---

१२. मराठी आख्यानकविता : एक अभ्यास, पृष्ठ २

काव्यप्रबंध, महाकाव्य, (कथाकाव्य), खंडकाव्य आणि आख्यानकाव्य असे वर्गीकरण करता येते.

श्रोत्यांच्या मनावर एखादे तत्त्व ठसविण्याचे एक साधन म्हणून एखाद्या आख्यानवस्तूवर करण्यात आलेली सुसंघटित व अल्पविस्तृत काव्यरचना प्राचीन मराठीत आख्यान म्हणून ओळखली जाते.

त्याच आख्यान वस्तूची पंचसंधींनी युक्त अशी मांडणी करून त्या आधारे रचलेल्या चतुर्वर्गाची प्रतिपादक, अनेकार्थक व विविध वर्णनांनी समृद्ध अशा काव्यरचनेचा 'काव्यप्रबंध' (कथाकाव्य) या प्रकारात समावेश होतो.

असे असले तरी या काव्यप्रकारांना एकमेकांपासून विभक्त करणारी सीमारेषा मात्र पुसट आहे. कथाकाव्य, महाकाव्य हे आख्यानकाव्यांना प्रेरकच ठरले आहेत. रामायण, महाभारत, भागवतातील अनेक कथा आख्यानकाव्यांना प्रेरक ठरल्या आहेत. किंबहुना कथांचे जंगल असलेल्या अनेक कथा आख्यानकाव्यांना प्रेरक ठरल्या आहेत.

पौराणिक कथा, पौराणिक भक्त कथा, ऐतिहासिक संत कथा अशा तीन आशयाच्या अंगाने प्राचीन आख्यान कविता विकसित झाली आहे. आख्यान काव्यातील कथेला कोणत्याच विषयाचे वावडे नाही. कोणत्याही कथेला मराठी आख्यान कवितेने सामावूनच घेतले आहे.

विषयाची वैविध्यता लक्षात घेऊन डॉ.यशवंत पाठक यांनी मराठी आख्यान कवितेचे वर्गीकरण खालीलप्रमाणे केले आहे.[१३]

१. उपनिषदे, पुराणे यातील प्रमुख आख्याने...
   उदाहरणार्थ - भस्मासुर वध, मार्कंडेयाख्यान, नरकासुरवध इत्यादी
२. स्तोत्रांवर आधारभूत आख्याने..
   उदाहरणार्थ - श्रियाळ चरित्र (शिवलीलामृत)
३. रामायणावर आधारलेली आख्याने...
   उदाहरणार्थ - श्रावणचरित्र, कुशलवोपाख्यान, रावणवध इत्यादी
४. महाभारतावर आधारित आख्याने...
   उदाहरणार्थ - द्रोणाचार्यांची प्रतिज्ञा, द्रौपदीवस्त्रहरण, विदुरनीती इत्यादी
५. भागवतातील प्रमुख आख्याने
   उदाहरणार्थ - पूतनावध, रासक्रीडा, भक्त प्रल्हाद इत्यादी

---

१३. नाचू कीर्तनाचे रंगी, पृष्ठ १६८

६. जन्माख्याने..

उदाहरणार्थ - समर्थजन्म, हनुमानकथा, श्रीरामजन्म इ.

७. स्वयंवराख्याने

उदाहरणार्थ - द्रौपदी स्वयंवर, रुक्मिणी स्वयंवर, सीता स्वयंवर इत्यादी

८.भक्त वा संत चरित्रपर आख्याने...

उदा. ज्ञानेश्वर चरित्र, सुदामाख्यान, संत भानुदास इत्यादी

९.आधुनिक काळातील राष्ट्रीय आख्याने...

उदा. शिवाजी महाराज जन्माख्यान, संभाजीचे वीरमरण

डॉ.यशवंत पाठक यांनी केलेल्या या वर्गीकरणावरून आपल्या असे लक्षात येते की, रामायणापेक्षा महाभारतातील कथांवर आधारित आख्यानांची संख्या अधिक आहे; तसेच यातील विषय केवळ पुराणप्रधानच आहेत, असे नाही तर वर्तमानातील, इतिहासातील विभूतींनाही आख्यानाचे नायकत्व दिले गेले आहे.

आख्यानकाव्यांचे निर्मितीप्रयोजन-प्रेरणा-हेतू

कोणतीही गोष्ट निर्माण होत असताना काहीतरी हेतू असतो. त्याप्रमाणे कोणतीही साहित्यकृती निर्माण होत असताना त्यापाठीमागे काहीतरी प्रयोजन असते. प्रत्येक कवीच्या मनात काही निश्चित एक प्रेरणा असतेच. संत साहित्याची जी प्रेरणा आहे त्याच प्रेरणेतून आख्यानकाव्यही निर्माण झाले आहे. देवाची भक्ती ही मराठी आख्यानकवितेची मूळ प्रेरणा आहे. यातील बहुतेक आख्यानकर्ते कीर्तन परंपरेतील, संत परंपरेतील असल्यामुळे प्राचीन मराठी आख्यानक कवितेची रचना करणाऱ्या सर्वच कवींचा आख्यान वस्तूकडे पाहण्याचा दृष्टिकोन भक्तिपूर्ण आहे. या कवींनी हरिकथा निवेदली. त्याला कारण हरिकथा ही भवसागर तरून जाण्याचे एक साधन आहे हा त्यांचा विश्वास होय. या प्रयोजनाची स्पष्ट कबुली जवळपास सर्वच आख्यानकर्त्यांनी दिली आहे.

सकळ शास्त्राहून श्रीप्रभूंचे चरित्र गोड आहे असे महाकवी नरेंद्र म्हणतात. श्रीकृष्ण कथेवाचून अन्य कथेत सुख नाही, आपला जीव श्रीकृष्णाच्या गुणामध्ये विनटला असल्यामुळे आपल्या अंत:करणातील आनंदच कवितेच्या रूपाने प्रकट झाला आहे, असेही ते म्हणतात. यावरून कवी नरेंद्राच्या रुक्मिणीस्वयंवर काव्याच्या रचनेमागील मूलभूत प्रेरणा भगवतचरित्र गुणवर्णनाची आहे, हे स्पष्ट होते.

महानुभाव कवी नृसिंह कवित्त्वाविषयी प्रयोजन सांगताना म्हणतात -'

'वच्छा न करिता सोकरडा । जरी धून उभी ठाके पुढा ।
तरी हानावया हंबरडा । काही कारणे ॥

तैसी इतर काव्य रसाळे । जरी श्रवती प्रेमाची फळे ।
तरी का उपजती डोहाळे । कृष्णकथेचे ।'
भक्ती हीच प्रेरणा सांगताना कवी अवचितसूत काशी म्हणतो -'

'श्रीकृष्णे निजरूप दाऊनी मला स्वप्नांत अलिंगिले ।
प्रेमाचा पूर फुटला मग मुखी वक्तृत्व हे लोटले ।।'

एकंदरीत, भगवत चरित्राचे व त्याच्या गुणांचे वर्णन करावे यासाठीच काव्यप्रबंधाची रचना त्यांनी केली आहे.

स्वत:च्या उपास्य दैवताची भक्ती व त्यातून परमसुख प्राप्त करणे, हा हेतू मुख्य असला, तरी देवदेवतांच्या कथांतून कोणते तरी एखादे धार्मिक तत्त्व पटवून देण्यासाठी कीर्तनकारांनी आख्यानांचा उपयोग केला. कर्मकांडांऐवजी श्रेष्ठ न्याय, श्रेष्ठ नीती इत्यादी मूल्यांना महत्त्व दिले जाऊ लागले व ते तत्त्व सामान्य लोकांच्या गळी उतरविण्यासाठी आख्यानकाव्याचा उपयोग केला. भक्ती व वैराग्याची शिकवण देणे व त्यातही भक्तीचे माहात्म्य प्रतिपादन करणे, हे आख्यानाचे प्रयोजन होते.

भक्ती-मुक्तीच्या मुख्य प्रयोजनाबरोबरच काव्य प्रबंधरचनेचा एक पुसटसा हेतूही आख्यानकर्त्यांच्या मनात होताच. या संदर्भात श्रीभास्करभट्ट बोरीकरांचे शिशुपालवधामागचे प्रयोजन लक्षात घेण्यासारखे आहे -

'देखौनि महाकवीचा पंथू । मज होतसे मनोरथू ।।'
मनातील 'प्रबंधरचनेचा मनोरथ' ते बोलून दाखवतात.
'साहित्याचे नि परिमळे : शृंगाराचे नि मेळे :
प्रबंध होती मातावळे : कविजनांचे ।।१५।।'

भक्ती-मुक्तीचे प्रयोजन व परतत्त्वाचा प्रबोध हेतू हा या कृष्णकथा वर्णन करण्यामागे असला, तरी भास्करभट्टांना उघडायचे होते ते रसरंगाचे पाल्हाळ.

मानव्यविषयक जिज्ञासा हे प्रयोजनही तितकेच महत्त्वाचे आहे. वाङ्मय निर्मितीच्या मुळाशी असलेली जिज्ञासा आख्यानक कवितेच्या मुळाशी आहे. मनुष्य हाच मनुष्याच्या जिज्ञासेचा सर्वाधिक आवडता विषय. मनुष्याचे व्यवहार व त्याचे मनोव्यापार जाणून घेण्याची उत्कट इच्छा कवीला असतेच. ही जिज्ञासाही आख्यानकाव्य निर्मितीचे एक प्रयोजनच ठरते.

संसारातील विविध अनुभवांनी गांजलेल्या मानवी मनाला घटकाभर का होईना विश्रांती हवी असते, म्हणून दु:खाचा विसर पडणारे वाङ्मय कवीच्या

कल्पनारम्यतेतून बाहेर पडत असते. वामन पंडितांच्या नावावर मोडणारी शृंगारिक आख्याने, रघुनाथ पंडितांचे 'नलदमयंती स्वयंवर' हे याच वर्गात मोडतात. टीकाकारांनी याला 'सुटकेचे वाङ्मय' म्हटले आहे.

आख्यानकाची प्रचलित लोकाभिरुचीशी प्रतियोगी असण्याची प्रवृत्ती हीसुद्धा आख्यानकाव्याची निर्मिती प्रेरणा होय. जनतेच्या आवडीला अनुलक्षून आख्यानकविता लिहिली जाते. लोकांच्या आवडत्या नैतिक, धार्मिक, सामाजिक व एकंदरीत जीवनविषयक कल्पनांचे पडसाद त्यात उमटतात. एका तऱ्हेने आख्यानकार हा जनतेचा बोलका प्रतिनिधी असतो.

अशा प्रकारे आख्यानकाव्य निर्मितीमागे अनेक प्रेरणा असल्या तरी भक्ती-मुक्तीची प्रेरणा ही मूळ प्रेरणा आहे. परंतु नंतरच्या काळातल्या कवींनी तिच्या वाङ्मयआविष्कारात शृंगाराची रेलचेल करून सोडल्याने मूळ प्रेरणा सर्वथैव गारद झाली आहे. त्यामुळे काही काव्ये आख्यानकाव्य आहेतच की नाही ? असा प्रश्न पडतो. 'संस्कृत महाकाव्यांच्या निर्बुद्ध अनुकरणामुळेच आख्यान कवितेची मूळ प्रेरणा गारद झाली' असे मत डॉ. गं. ब. ग्रामोपाध्ये यांनी मांडले आहे,[१४] ते याच अर्थाने.

आख्यानकाव्याचे स्वरूप :

महदंबेच्या धवळ्यांपासून सुरुवात झालेली आख्यानकविता अठराव्या शतकातील मोरोपंतांचे 'कुशालवोपाख्यान', निरंजन माधवांचे 'सुभद्रा चंपू' यापाशी येऊन थांबते. या सर्व आख्यानकाव्यांवर नजर टाकली, तर आपणास आख्यानकवितेच्या स्वरूपाची कल्पना येते. केवळ भक्ती हा एकच धागा पकडून आख्यानकविता फरफटत गेली असे नाही. आध्यात्मिकता आणि कथात्मकता या दोन बाबी आख्यानकवितेत मुख्य आहेत. एक साध्य, तर दुसरे साधन. परंतु नंतर आलेल्या आख्यानकवितेवर नजर टाकली, तर आख्यानकर्त्यांची ती भूमिका शेवटपर्यंत टिकून राहिली नाही, असे आपल्या लक्षात येते. आख्यान कवितेचे स्वरूप कालखंडपरत्वे बदलत गेले आहे.

आख्यान कवितेच्या स्वरूपाविषयी चर्चा करताना डॉ. सुशीला सोलापुरे यांनी खालील मुद्दे मांडले आहेत.[१५]

१. सर्वांत प्राचीन वाङ्मयप्रकार :

आख्यान कविता हा केवळ कवितेतीलच नव्हे, तर संपूर्ण वाङ्मयातील

---

१४. मराठी आख्यानकविता : एक अभ्यास, पृष्ठ ८-९

१५. दमयंती स्वयंवर प्रस्ता., पृष्ठ १४-१६

सर्वांत जुना प्रकार आहे. अगदी प्राचीनतम संस्कृत ग्रंथांतून अतित, पुराण, आख्यान, इतिहास, गाथा, दिव्य कथा इत्यादी आख्यान कवितांचे निरनिराळे उपप्रकार सांगितले आहेत. हे उपप्रकार सर्वांत जुने आहेत.

२. आद्य वाङ्मयीन करमणूक :

ज्यावेळी छापण्याची कला नव्हती व म्हणून साहजिकच वाचण्याचीही प्रथा नव्हती, त्यावेळी कोणीतरी गोष्ट सांगणे व ती अनेकांनी भोवती बसून ऐकणे हा एकच वाङ्मयीन कवितेचा प्रकार संभवत होता. त्या काळात आख्यान कवितेने समाजाची वाङ्मयीन करमणूक केली. समाजाची गरज भागविणारा, स्वतंत्र सुत-भाट-चारणादिकांचा वर्गही समाजात निर्माण झाला होता.

३. उद्‌बोधक व आकर्षक वाङ्मयप्रकार :

अलीकडील काळात जशी आख्यान कविता विविध हेतूंनी निर्माण झाली त्याप्रमाणेच प्राचीन काळातही आख्यान कविता विविध उद्देशाने लिहिली व सांगितली गेली. त्यापैकी बोध हा एक महत्त्वाचा उद्देश होय. ते लक्षात घेऊनच आख्यान कवितेकडे मोठ्या धर्मप्रवक्त्यांचे, प्रवचनकारांचे आणि समाज सुधारणा करू इच्छिणाऱ्या कलावंतांचे लक्ष जाऊन तिचे सर्व स्वतंत्र, डौलदार तंत्र विकसित झाले व एक स्वतंत्र व आकर्षक मराठी वाङ्मय प्रकार मराठी वाङ्मयाला प्राप्त झाला.

एक वाङ्मयप्रकार म्हणून आख्यान काव्याचे स्वरूप वरील मुद्यांच्या आधारे स्पष्ट करता येते. काही आख्यान काव्यांच्या अंतरंगाचा विचार करता खालील मुद्दे लक्षात येतात :

१) कथानक व कथन कौशल्य :

कथानक हा आख्यानकाव्याचा प्राण आहे. आख्यानकाव्याचे कथानक हे रामायण, महाभारत, पुराणे यातून घेतलेले असते. ते कथानक सर्व परिचित असल्यामुळे ती कथा जास्तीत जास्त फुलविण्यासाठी कथन कौशल्य आवश्यक आहे. आपली कथा रसिकांच्या मनाला जास्तीत जास्त भावली पाहिजे, या दृष्टीने कवीने प्रयत्न केलेला असतो. म्हणजे कथानकाबरोबरच उत्तम प्रकारचे कथन कौशल्य हासुद्धा आख्यानकाव्याचा एक अपरिहार्य घटक आहे.

२) पात्र परिचय :

आख्यानकाव्यातील कथा, व्यक्ती सर्व परिचित असतात आणि अशा परिचित व्यक्तींना रसिकापुढे पुन्हा नव्याने उभे करण्यात कवी किती यशस्वी ठरतो यावर आख्यानकाव्याचे यश अवलंबून असते. आपल्या प्रतिभासामर्थ्याने त्यांच्या स्वभावातील चढ-उतार, खाच-खळगे कशा कौशल्याने टिपले आहेत, यावर त्याच्या कवितेचे रहस्य अवलंबून असते.

३) चैतन्यमयता :

सर्वपरिचित अशी कथा व सुपरिचित अशा व्यक्ती यात आपल्या प्रतिभाकौशल्याने चैतन्य निर्माण करून जुनी कथा, पात्रे व नवीन रसिक, वाचक यांच्यामध्ये एक प्रकारचा समन्वय साधण्याचे कसब कवीजवळ असते. म्हणजेच पुराणकथेत चैतन्यमयता निर्माण करणे हे आख्यानकाव्याचे वैशिष्ट्य ठरते.

४) सचित्र वर्णन कौशल्य :

रसिकाला आपल्या प्रतिभेच्या पंखावर आरूढ करून भूतकाळात विहार करायला लावण्याचे सामर्थ्य आख्यानकवीजवळ असते. म्हणूनच काव्यातील प्रसंग वाचताना साक्षात चित्र नजरेसमोर तरळून जाते. काही क्षण का होईना कवी आपल्याला त्या गतकालीन प्रसंगात हरवून टाकण्यात यशस्वी होतो.

५) भाषेतील प्रसन्नता :

आख्यानातील प्रसंग जरी पुराणांतील असले तरी सरल, सुबोध, ओघवते व त्या त्या प्रसंगास अनुरूप अशी भाषा योजून कवी आपली कविता अशा प्रसन्न भाषाशैलीच्या माध्यमातून रसिक मनापर्यंत पोहोचविण्यात यशस्वी होतो.

६) नाट्यमयता :

परिणामकारकता साधण्यासाठी आख्यान कवितेत चित्रात्मकतेबरोबरच नाट्यात्मकतेलाही महत्त्व दिले आहे. प्रसंगातील रसोत्कर्ष साधण्याबरोबरच पात्रांच्या अंतर्मनातील गुंतागुंतीच्या भावभावना आविष्कृत करण्यासाठी नाट्यात्मकतेचा अवलंब योग्य पद्धतीने केला जातो.

७) प्रसंगानुकूल वातावरण निर्मिती :

कथानकास अधिक प्रभावीपणे साकार करण्यासाठी त्यातील प्रसंगास अनुकूल अशी वातावरणनिर्मिती केली जाते. योग्य वातावरणनिर्मितीमुळे प्रसंग तर उठावदारपणे चित्रित होतातच, त्याचबरोबर रसोत्कर्षही साधला जातो.

८) वृत्तयोजना :

आख्यान काव्यात रसानुकूल वृत्तयोजना असते. बहुतेक आख्यान कवितेतून 'ओवी' हे वाकविता येणारे वृत्त मोठ्या प्रमाणात वापरले जाते. वामन पंडिताने अक्षरगणवृत्ताचा वापर केल्याचे पाहावयास मिळते.

९) रसाविष्कार :

कथानकाला अनुरूप अशा रसांचा परिपोष आख्यान काव्यात केला जातो. भक्तिरस हा आख्यान कवितेतून येणारा मुख्य रस आहे. तरीही शृंगार, वीर आणि प्राचीन साहित्यात फारसा न दिसणारा हास्यरससुद्धा आख्यानकाव्यातून वावरताना दिसतो.

१०) अलंकार सौंदर्य :

सर्वपरिचित कथेला श्रोत्यांच्या गळी उतरवयाचे असेल, तर त्या कथेला नटवावे लागेल आणि कथेला नटवायचे असेल, तर वेगवेगळे अलंकार वापरावे लागतील. कथेला कलात्मकतेचा साज चढविण्यासाठी यमकानुप्रासादी शब्दालंकार आणि उपमा, रूपकादी अर्थालंकार या अक्षर सौंदर्याची अपरिहार्यता असते. मराठी आख्यान कवितेत विद्वान, पंडित असणाऱ्या आख्यानकर्त्यांनी अलंकारांची अगदी मुक्तपणे उधळण केली आहे.

अभ्यासकांनी वरील मुद्द्यांच्या आधारे आख्यान कवितेचे स्वरूप स्पष्ट करण्याचा प्रयत्न केला परंतु आख्यानकाव्याचे स्वरूप हे कालौघात बदलत गेलेले दिसते. मराठी आख्यानकाव्याची जन्मदात्री महदंबा हिने धवळ्यांच्या रूपाने आख्यानकाव्याचा मानदंड निर्माण केला, तोही कोणत्याही पूर्वादर्शाशिवाय. धवळे या आख्यानकाव्यात मराठी आख्यान कवितेच्या रूपसिद्धिचा व त्यातील घटकांचा शोध घेताना त्यात आढळणारा, महदंबेच्या ठायी असणारा 'भक्तिभाव' हा धवळ्यांचा मूलाधार दिसून येतो. 'पावीजे परमागती' या ओढीने मराठीतील ही पहिली आख्यान कविता शेवटपर्यंत सहजस्फूर्त, भावनोत्कट उतरली आहे, हे तिचे मूळ रूप होय.

मराठी आख्यान कवितेचे प्रारंभिक रूप आध्यात्मिकता व कथारूपता या दोन धाग्यांनी विणले गेले आहे; परंतु हाच रूपबंध पुढे टिकला नाही. महाराष्ट्राच्या संस्कृतीत अनेक स्थित्यंतरे झाली. त्याचा परिणाम आख्यान कवितेच्या प्रकृती वैशिष्ट्यांवर झाला. महानुभावांचे संस्कृतमधील विदग्ध काव्याचे आदर्श जाऊन त्या जागी भागवतादी पुराणाचे आदर्श आले. परमेश्वरी अवतारांच्या संकीर्तनाला महत्त्व आले. अवतारकथांना व त्यांच्या रसाळ संकीर्तनाला महत्त्व येताच रसपरिपोषाची जागा रसाळपणाने घेतली.

महदंबेच्या 'धवळ्यां'च्या रूपाने सहज, प्रासादिक, सोपी या रूपात अवतरलेली आख्यान कविता नंतरच्या कालखंडात 'विदग्ध' बनत गेली. कवी नरेंद्र, कवी भास्करभट्ट, श्रीदामोदर पंडित या महानुभाव पंडित कवींमुळे आख्यान कवितेचा घाट बदलला. 'रसरंगाचे पहाळ' उघडण्यासाठी या विद्वानांनी कल्पनाविलास, अलंकारप्राचुर्य, शृंगार रस यात नटलेली ही रचना रंगीबेरंगी धाग्यांनी विणली.

पुढच्या काळात मुक्तेश्वरांच्या रचनेमुळे आख्यान कवितेचे बोजड, विदग्ध रूप थोडेसे बाजूला पडले आणि ती कल्पनाविलासाकडे वळली. पण हे वळण तिला फार दिवस मानवले नाही. वेणाबाईच्या 'सीतास्वयंवरा'च्या रूपाने पुन्हा ती 'भक्ती-मुक्ती'च्या मूळ स्वरूपावर आली. पुढे कवी विठ्ठलाने मराठी आख्यानकाला चमत्कृतिपूर्ण,

बेढब, बटबटीत रूप दिले; तर त्याच्या समकालीन विनोद दृष्टी असलेल्या कवी नागेशाने त्यात विनोदनिर्मिती करण्याचा प्रयत्न केला. आख्यान काव्याच्या स्वरूपाविषयी मत व्यक्त करताना डॉ. उषा मा. देशमुख यांनी 'पुराणकथांचा आधार आणि आत्माविष्काराचे स्वातंत्र्य अशा दुहेरी ताण्याबाण्यातून आख्यान कविता रूपवंत झाली' असे म्हटले आहे.

अशा प्रकारे तेराव्या शतकातील महदंबेच्या धवळ्यांपासून ते अठराव्या शतकातील निरंजन माधवांच्या सुभद्रा चंपूपर्यंत मराठी आख्यान कवितेने जी वाटचाल केली त्या वाटचालीने वेगवेगळे वळण घेतल्याचे आपल्या लक्षात येते. कधी संस्कृत विदग्ध काव्याचे आदर्श मिसळले गेले, तर कधी भागवतादी पुराणाचे गुणधर्म मिळाले. त्या साऱ्याच्या कमी-जास्त मिश्रणातून मराठी आख्यान कवितेचे रूप बनत गेले. या स्वरूप परिवर्तनात त्या काळाच्या श्रोत्यांचाही सहभाग होता. पुढेपुढे आख्यान कविता कीर्तनाश्रयी बनली म्हणून कीर्तनसंस्थेनेही मराठी आख्यान कवितेच्या रूपसिद्धीला हातभार लावलेला दिसतो. परंतु काही ठिकाणी मात्र आख्यानकाव्याचे मूळ स्वरूप बदललेले दिसते. कवींच्या विद्वत्ता प्रदर्शनाच्या हव्यासापोटी आख्यान कविता काही ठिकाणी आपले मूळ स्वरूप गमावून बसली, हेही तितकेच खरे.

मराठी आख्यान कवितेची परंपरा :

मराठी आख्यान कवितेला प्रदीर्घ अशी परंपरा लाभली आहे. ही परंपरा 'महदंबा ते मोरोपंत' अशी जवळपास पाचशे वर्षांची आहे, असे आपल्याला म्हणता येईल. असे असले तरी डॉ. ग्रामोपाध्ये यांनी ही परंपरा थेट ऋग्वेदापर्यंत नेली आहे.[१६] ऋग्वेदात जी संवादसूक्ते आहेत ती एक प्रकारची आख्यानकाव्येच होत. ऋग्वेदात अशी आख्यानात्मक वीस संवादसूक्ते आहेत. यातील 'पुरूरवा-उर्वशी संवाद.' हे संवादसूक्त आख्यान कवितेचे उत्तम उदाहरण म्हणून सांगता येईल.

बौद्ध व जैन वाङ्‌मयातही आख्यानाचे अस्तित्व, महत्त्व व त्यांना आलेले रूप याच प्रकारचे आहे. बौद्ध जातके हे त्याचे उत्तम उदाहरण होय. जातककथा म्हणजे बोधिसत्त्वाच्या पूर्वजन्म कथा. त्रिपिटिकामधील रट्ठपालसुत्तकथेचा उल्लेख डॉ. ग्रामोपाध्ये यांनी केला आहे.[१७] जैन वाङ्‌मयातही अशी आख्याने सापडतात.

प्राचीन वाङ्‌मयापासून आख्यान रूढ झालेले असले तरी मराठी आख्यान कवितेची सुरुवात खऱ्या अर्थाने महदंबेच्या धवळ्यापासून झाली. शके १२०८ पूर्व

---

१६. मराठी आख्यानकविता : एक अभ्यास, पृष्ठ ६

१७. तत्रैव, पृष्ठ ७

रचल्या गेलेल्या 'धवळे' या विवक्षित प्रकारच्या गीताने (तेही महदंबेसारख्या एका स्त्रीकडून) आख्यान कवितेची सुरुवात व्हावी ही घटना मराठी आख्यान कवितेच्या रूपसिद्धीसाठी मोठी अर्थपूर्ण वाटते.

रामायणे, महाभारत, पुराणे यांतील कथानके हे या परंपरेचे उगमस्थान असून त्यातील रुक्मिणी विवाहासारखी एखादी कथा, तर अतिशय लोकप्रिय झाल्याचा अनुभव येतो. 'धवळे' ही पहिली', तर 'सुभद्राहरण चंपू' ही शेवटची आख्यान कविता ठरते. तेराव्या-चौदाव्या शतकांतले महानुभाव कवी, त्यानंतर चोंभा व इतर दोन-चार किरकोळ कवी, सोळाव्या शतकातले संत एकनाथ, सतराव्यातले वामन, मुक्तेश्वर आणि अठराव्या शतकातले मोरोपंत असा उणापुरा पाचशे वर्षांचा प्रवास आख्यान कवितेने केला आहे.

महदंबेनंतर मराठी आख्यानकाव्याला एक आदर्श रूप प्राप्त करून देणाऱ्यांमध्ये आपणास महाकवी नरेंद्राची दखल घ्यावी लागते. याबरोबरच महानुभाव कवींपैकी श्रीभास्करभट्ट बोरीकर, श्री दामोदर पंडित यांनीही यात मोलाची भर घातली आहे. उपरोक्त सर्व कवी संस्कृत पंडित असल्यामुळे त्यास विदग्ध काव्याचे रूप आले. या कालखंडातील श्रीदामोदर पंडितांचे 'वच्छाहरण' हे शेवटचे आख्यान. या कालखंडातील आख्यान कविता विदग्ध काव्याचे रूप धारण करते.

मराठी आख्यानकाव्याला आलेले बोजड रूपकथेचे स्वरूप मुक्तेश्वरांच्या 'हरिश्चंद्राख्यान' या रचनेने बदलले गेले. पुराणकथा किंवा देवीदेवतांच्या माहात्म्याने नटलेली आख्यान कविता मुक्तेश्वरांच्या रचनेने कलाविलासाकडे वळली. पण हा बदल फार काळ टिकला नाही. वेणाबाईच्या सीतास्वयंवरामुळे पुन्हा ती भक्तीमाहात्म्याकडे वळली.

पुढे वामन पंडितांची रामायणे आख्याने, भारतीय आख्याने, भागवती आख्याने, श्रीकृष्णचरित्रविषयक आख्याने आढळून येतात. त्यांच्या आख्यान कवितेवर शृंगार-भक्तीचाच प्रभाव पडलेला दिसतो. त्यामुळे गोपीकृष्णाच्या रतिविलासाच्या आधारे शृंगार भक्तीचे समर्थन करण्याकडे कवींचा कल झुकलेला दिसतो. वामन पंडितांनी संस्कृत वृत्ताची योजना करून मराठी आख्यान कवितेत एक परिवर्तन घडवून आणले.

त्याचाच आधार घेत कवी सामराजाने वृत्त योजनाचा अवलंब करून काही रचना लिहिल्या. पुढे कवी विठ्ठलाने मराठी आख्यानकाला चमत्कृतिपूर्ण, बेढब, बटबटीत रूप दिले, तर त्याच्या समकालीन विनोददृष्टी असलेल्या कवी नागेशाने त्यात विनोदनिर्मिती करण्याचा प्रयत्न केला.

या आख्यानकाव्याच्या परंपरेत चुर्णिकांचा उपयोग करून आख्यानकाच्या रचनेत परिवर्तन घडविणारा कवी म्हणून आनंदतनय हा पहिला कवी होय. मार्कंडेयाख्यानात अशा चूर्णिकांचा वापर आढळून येतो. पुढे आनंदतनयाने कथानकात अधूनमधून पदाची रचना करून आख्यानकाला वेगळा साज चढविला. त्यामुळे कीर्तनकारांना या रचना अधिक आधारभूत ठरल्या. पुढच्या काळातील रघुनाथ पंडितांच्या 'दमयंती स्वयंवरा'त मराठी आख्यान कविता ही भक्ती-मुक्तीच्या व अध्यात्माच्या संस्कारापासून थोडी मुक्त झाल्यासारखी वाटते. याप्रमाणे आख्यानकाव्याच्या परंपरेचा धागा मोरोपंतांच्या 'कुशलवोपाख्यान' व निरंजन माधवांचे 'सुभद्रा चंपू' येथपर्यंत वेगवेगळ्या आविष्कारांनी बदलत गेले. अशा प्रकारे मराठी आख्यान कवितेचा तेराव्या शतकापासून ते अठराव्या शतकापर्यंतचा दीर्घ प्रवास आहे.

आख्यानकाव्याचे निर्मितीतंत्र :

कोणत्याही वाङ्मयप्रकाराचे एक विशिष्ट निर्मितीतंत्र असते. ते तंत्र त्या वाङ्मयाची ओळख असते. त्यावरच त्या वाङ्मयांचे यशापयश अवलंबून असते. आध्यात्मिकता व कथात्मकता हा आख्यानकाव्याचा मूलाधार असला तरी आख्यानरचनेची काही तंत्रे आहेत ती अशी :

१) कथानकाचे गौणत्व :

कवीसंप्रदायाचे व आख्यानकाराच्या आचाराचे खोल निरीक्षण केले, तर आख्यान कवितेत कथानकाचे स्थान गौण असून मुख्य भर आख्यान कौशल्यावरच आहे. कथानकाची मौलिकता किंवा स्वतंत्र रचना यापेक्षा आपले कथानक आकर्षक व परिणामकारक रीतीने कसे सांगता येईल, यावरच आख्यानकर्त्यांचा जास्त भर दिसतो.

आख्यानकाव्यात कथानकाचे मूल्य काय असते हे सांगताना डॉ. ग्रामोपाध्ये यांनी 'जरीचे नक्षीकाम ज्या पट्टीवर करावयाचे त्या पट्टीचे जे स्थान तेच आख्यान कवितेत कथानकाचे आहे. कथानक हे परपुष्ट म्हणजे दुसऱ्या काव्यावर आधारित असले तरी किंवा वापरून वापरून ते शिळे झाले असले तरी त्या आख्यान काव्याचे श्रेष्ठत्व कथानकावर अवलंबून न राहता त्याच्या निवेदन कौशल्यावर असते'[१८] असे म्हटले आहे.

२) रंगछटा भरण्याचे कौशल्य :

आख्यान कवितेतील विविध व्यक्तिचित्रे पूर्वपरिचित असतात. पण त्या ज्ञात

---

१८. तत्रैव, पृष्ठ १६

स्थूल रूपरेखात जर बहुविध रंगछटा भरल्या, तर त्यास उठाव प्राप्त होतो. ते कौशल्य आख्यानकर्त्यांजवळ असायला हवे. महाभारतातील कृष्ण, अर्जुन, भीष्म यांसारख्या सर्व व्यक्तिरेखा वाचकांच्या परिचयाच्या असतात पण एखाद्या आख्यानकाराने रंगविलेल्या व्यक्तिछटा वाचकांच्या कायम स्मरणात राहातात. कोणतेही आख्यान वाचले की त्या वाचकाच्या डोळ्यांसमोर तीच छटा तरळून जाते. उदाहरणार्थ, दीक्षितांनी 'भीष्मप्रतिज्ञाख्यान' यात रंगविलेली भीष्माची वृद्धापकाळाची ती शांत, गंभीर पण स्वाभिमानी वृत्ती असलेली व्यक्तिरेखा वाचकांच्या कायम लक्षात राहिली.

३) ओघवती भाषा :

ओघवती व वर्णनाला अनुकूल भाषा, प्रौढ, भारदस्त व नाना तऱ्हेच्या रसभावांना व्यक्त करण्यास समर्थ अशी भाषा हा आख्यान कवितेचा सर्वांत मोठा गुण आहे. उत्तम कीर्तनकाराचे यश हे अस्खलित वक्तृत्वावर अवलंबून असते, तसे आख्यानकाराचे यश हे ओघवत्या भाषेवर अवलंबून असते. आख्यानकाव्याच्या निर्मितीसाठी ओघवती व प्रभावी भाषा किती महत्त्वाची आहे, हे सांगताना डॉ. ग्रामोपाध्ये यांनी मोरोपंतांच्या आख्यान कवितेचा दाखला दिला आहे - वामन पंडितांइतके आख्यानक कवी म्हणून गुण नसतानाही मोरोपंत आख्यान कवी म्हणून प्रसिद्ध झाले, कारण त्यांच्याकडे प्रौढ व प्रभावी भाषा होती.[१९]

४) धावती रचना व तद्नुकूल वृत्तयोजना :

कथानकाचा ओघ प्रवाही ठेवण्यासाठी आख्यानकाव्याची रचना धावती असते. त्याला अनुसरून विविध वृत्ते वापरली गेली आहेत. वामन पंडितांनी विविध अक्षरगणवृत्तांचा वापर केला. अलीकडे 'साकी'या वृत्ताचा वापर मोठ्या प्रमाणात होताना दिसतो. तरी पण धावते, सोपे, वाटेल तसे वाकणारे आणि सर्व रसांना अनुकूल असणाऱ्या 'ओवी' या वृत्ताचा बहुतेक कवींनी वापर केल्याचे दिसून येते.

५) चित्रमयता व वर्णन सामर्थ्य :

शब्दांच्या साहाय्याने प्रसंगांची, घटनांची वा व्यक्तींची चित्रे वाचकांच्या अंत:चक्षूंपुढे हुबेहूब उभे करण्याचे सामर्थ्य हे आख्यानकौशल्याचे एक महत्त्वाचे अंग आहे. आख्यानकवी म्हणून वामन पंडितास जो मान दिला जातो तो त्याच्या शब्दचित्रे उभे करण्याच्या कौशल्यामुळे. आधुनिक काळातील कवी गिरीशांचे 'अभागी कमल', चंद्रशेखरांचे 'काय हो चमत्कार' ही खंडकाव्ये चित्रमयतेमुळे व वर्णन सामर्थ्यामुळे उत्कृष्ट ठरली आहेत.

---

१९. तत्रैव, पृष्ठ ५७

६) नाट्यात्मकता :

नाट्यात्मकतेमुळे आख्यानकात विशेष प्रकारचा चटकदारपणा निर्माण होतो. वर्ण्य घटनेतील सुप्त रसांचा परिपोष करून रसोत्कर्षाची प्राप्ती करविण्यास व्यक्तीचे भाव प्रकटविण्यास नाट्यात्मकतेसारखे दुसरे साधन नाही. या दृष्टीने नाटक हे आख्यान कवितेचे फार जवळचे भावंड आहे.

७) वातावरण निर्मिती :

आख्यानकर्त्यांनी काव्यात योग्य वातावरण निर्माण केले, तरच वाचकाचे मन कथेत लागू शकते. ज्याप्रमाणे चित्रपटातील पार्श्वसंगीत प्रेक्षकांना खिळवून ठेवते तसे आख्यानकाव्याचे आहे. त्यामुळे रसोत्कर्षास फार मदत होते. उलट योग्य वातावरण उत्पन्न न करता आल्यामुळे रसापकर्ष झाल्याचीही उदाहरणे आहेत. चंद्रशेखरांचे 'काय हो चमत्कार' व भा.रा. तांबे यांच्या छोट्या छोट्या गीतांमधून याचा प्रत्यय येतो.

आख्यान कवी आपली कलाकृती प्रभावी होण्यासाठी, लोकांना आवडण्यासाठी, तर कीर्तनकार ते आख्यान श्रोत्यांच्या पसंतीस उतरण्यासाठी काही नेमक्या तंत्रांचा वापर करीत असतात.

आख्यानकाव्यांचे नायक :

भक्ती-मुक्तीचे प्रयोजन आणि कोणते तरी विशिष्ट धार्मिक तत्त्व लोकांना सांगणे हा शुद्ध आध्यात्मिक हेतू आख्यान कवींचा होता. प्राचीन कवींचा आख्यानविषयक दृष्टिकोन हा भक्तिपूर्ण असल्यामुळे आणि त्या कवींना भगवत्‌चरित्र कीर्तनासाठी काव्यप्रबंधाची रचना करावयाची असल्यामुळे ज्या कथांचा नायक भगवंत, परमेश्वर आहे, अशीच आख्याने त्यांनी निवडली.

रुक्मिणी स्वयंवरावरील आख्यानकाव्याचा नायक श्रीकृष्ण, तर सीता स्वयंवरावरील आख्यानकाव्यांचा नायक श्रीराम आहे. महाभारतातील काही कथांतील मुख्य पात्रे वेगळीच आहेत पण त्या पाठीमागचा कर्ताधर्ता मात्र श्रीकृष्ण चक्रवर्ती असल्यामुळे आख्यानकर्त्यांने संबंधित कथेचे व पर्यायाने त्या कथेवरील आख्यानकाव्यांचे नायकत्व श्रीकृष्णासच बहाल केले आहे. उदाहरणार्थ शुकदेवचरित्र, उषाहरण. 'उषाहरणा'चा नायक अनिरूद्ध आहे पण त्यास फलप्राप्ती होते ती श्रीकृष्णाच्या साहाय्यानेच. म्हणून कविनंदनाने आपल्या काव्याचा नायक श्रीकृष्णच आहे असे म्हटले आहे.

विप्रविश्वनाथांच्या 'अभिमन्यू वीव्हावो' या आख्यानकाव्याचा नायक अभिमन्यू आहे आणि श्रीकृष्ण प्रतिपक्षात आहेत. परंतु सर्व घटनेचा सूत्रधार हा श्रीकृष्णच आहे. द्रौपदी स्वयंवर या काव्यात अर्जुन हा नायक आणि इतर पांडव हे सहनायकाच्या

भूमिकेत असायला पाहिजेत; पण त्या स्वयंवराचे संयोजक आणि दिग्दर्शक स्वत: श्रीकृष्णाच असल्यामुळे कवी काशीदासाने द्रौपदी स्वयंवराचे नायकत्व श्रीकृष्णासच दिले आहे.

याच पद्धतीने रामायणातील श्रीरामविषयक कथांवर आधारित आख्यान काव्याचा नायकही श्रीरामच आहे. उदाहरणार्थ, मोरोपंतविरचित कुशलवोपाख्यानाचे नायक कुश व लव नाहीत, तर श्रीराम हेच नायक ठरतात. याप्रमाणे प्राचीन मराठीतील सर्वच काव्यप्रबंधांतील नायकपद भगवंताकडे जाते. खरे तर काही ठिकाणी कथेच्या मूळ नायकावर आख्यानकर्त्यांनी अन्यायच केला आहे, असे म्हणावे लागेल. भगवंत प्रेमापोटी मूळ नायकाचे कर्तृत्व दुर्लक्षित करून परमेश्वराच्या भक्तीपोटी त्यांनाच मोठे केले आहे. लव आणि कुश या कर्तृत्वशील भावंडांना उपेक्षित ठेवून श्रीरामाने जसा अन्याय केला, तद्वतच मोरोपंतांनीही 'कुशलवोपाख्याना'चे नायकत्व श्रीरामाकडे देऊन 'कुश-लव' यांना पुन्हा दुर्लक्षितच ठेवले आहे.

आख्यानकाव्याचा आरंभ : रूढी- संकेत

एकूणच आख्यानकाव्याचा बारकाईने अभ्यास केला, तर असे लक्षात येते की, ग्रंथाच्या आरंभाविषयी काही विशिष्ट रूढी, संकेत आहेत. त्या संकेतांचे बिनदिक्कतपणे पालन होताना दिसते. कोणत्याही आख्यानकाव्याची सुरुवात मंगलाचरणाने होते. या मंगलचरणाची तीन रूपे दिसतात :

काव्यारंभी गणेश, विद्येची देवता व नंतर जीवनाचा मार्ग दाखवणारा सद्‌गुरू यांना नमन केलेले असते. कवी नरेंद्रांनी (महानुभावीय असल्यामुळे) गणेश, शारदेला वंदन केले नसले, तरी त्यांचा नामनिर्देश मात्र केला आहे. महानुभावीय कवींनी पंचकृष्ण आणि नागदेवाचार्य यांना नमन केले आहे. संस्कृत महाकाव्याच्या प्रारंभी इष्टदेवतांना वंदन केलेले असते. फक्त संत एकनाथ व श्रीभास्करभट्ट या दोघांनीच इष्टदेवतांना वंदन केले आहे. या आरंभाच्या रूढी, संकेतांबरोबरच इतर काही रूढी दिसतात.

कोणतेही आख्यानकाव्य घेतले तरी त्या काव्यकर्त्याने त्या आख्यानकथेची पावनता, तिचे मांगल्य, मोठेपण, फलप्राप्ती सांगितलेलीच असते. ही कथा ऐकल्याने श्रोत्यांचे पापक्षालन होईल, असा त्यांचा विश्वास असतो व त्यातून कथेची पावित्र्यता तो बोलून दाखवतो.

आख्यानकाव्याच्या नायकाचे (भगवंताचे) श्रेष्ठत्व सिद्ध करताना तो स्वत:कडे रंकवृत्ती घेतो. प्रस्तुत कथा वर्णन करण्याची आपली पात्रताच नाही असा कमीपणा तो स्वत:कडे घेतो.

प्रस्तुत कथा ज्या ग्रंथातून घेतली आहे, जो ग्रंथ (महाभारत, रामायण, भागवतादी पुराणे) आख्यानांचा आधार आहे त्या स्त्रोतग्रंथांचा उल्लेख करून त्याचे श्रेष्ठत्व सांगण्याची कवीची मानसिकता बहुतांश आख्यान काव्यांतून दिसून येते.

ग्रंथातल्या कथाविषयातील वक्त्याचा व श्रोत्यांचा स्पष्ट उल्लेखही आख्यान ग्रंथात केलेला असतो.

अशा प्रकारे काही बहुतेक आख्यानकर्त्यांनी पूर्वापार चालत आलेल्या संकेत व रूढी पुढे तशाच चालू ठेवल्या आहेत.

कीर्तन-आख्यान : एक अनुबंध :

मराठीतील आख्यानकाव्याचा कीर्तन परंपरेशी फार जवळचा संबंध आहे. आख्यानांचा प्रचार-प्रसार पुढे कसा होत गेला याचा आपण अभ्यास केला, तर आपल्या असे लक्षात येते की, ही आख्याने बहुजनसमाजापर्यंत पोहोचली ती कीर्तनसंस्थेच्या माध्यमातूनच. इतकेच काय, पण यातील काही आख्याने 'प्राक्कथा' (Myths) झाल्या. कीर्तनसंस्थाच मुळात आख्यानकाव्याला समाजापर्यंत पोहोचविण्यात अग्रेसर होत्या, असे आढळून येते.

नारदीय व रामदासी या दोन प्रमुख कीर्तन प्रयोगांत पूर्वरंगातील निरूपणास साजेसे आख्यान सांगितलेच पाहिजे, अशी प्रथा रूढ आहे. कीर्तनाच्या उत्तरार्धात 'आख्यान' लावण्याची प्रथा संत नामदेवांपासून सुरू झाली का समर्थ रामदासांपासून झाली, अशा दोन मतप्रवाहांचा उल्लेख डॉ.यशवंत पाठक यांनी केला आहे.[२०] कीर्तनप्रयोगात पूर्वरंगातील अभंग आणि उत्तररंगातील आख्यान याची कलात्मक सांगड हरिदासांनी घातली आहे.

आख्यान हा काव्यप्रकार प्राचीन मराठीत कीर्तनसंस्थेशी निगडित असल्यामुळे आख्यानांच्या बाह्य रूपांवर व बाह्य रूपातील परिवर्तनावर कीर्तनसंस्थेच्या गरजांचा प्रभाव पडला आहे. पण असे असतानाही सर्वच आख्याने कीर्तनासाठीच निर्माण झाली आहेत असे मात्र नाही. कीर्तनाच्या अंगाने आख्यान रचनेचे दोन प्रवाह निर्माण झाल्याचा उल्लेख डॉ. शिवाजी गऊळकर यांनी केला आहे.[२१]

अ) कीर्तनासाठी निर्माण झालेली आख्याने :

ब) कीर्तनाश्रेयाने निर्माण होणारी आख्याने :

मराठीतील एकंदरीत आख्यानकाव्यांची रचना पाहिली, तर यापैकी काही

---

२०. नाचू कीर्तनाचे रंगी, पृष्ठ १६५
२१. प्राचीन मराठी आख्यानक कविता : उद्गम आणि विकास, पृष्ठ २८५

आख्यानकाव्ये खास कीर्तनातील उत्तरार्ध रंगवण्यासाठी व श्रोत्यांना तत्त्वविवेचन पटवून देण्यासाठीच रचली गेल्याचे लक्षात येते. मात्र कीर्तनासाठी निर्माण झालेल्या या आख्यानांचा आकार मर्यादित असतो. त्याचा विस्तार मर्यादित आहे. यापेक्षा कीर्तनाश्रेयाने निर्माण होणाऱ्या आख्यानांची ग्रंथसंख्या मात्र त्याहून अधिक असल्याचे आपल्या लक्षात येते. या दोन प्रवाहांतील महत्त्वाचा फरक म्हणजे कीर्तनासाठी रचलेल्या आख्यानांत कीर्तनकाराला ऐन वेळी आपल्या पदरच्या काही गोष्टींची भर घालण्याची सोय असते. तर कीर्तनाश्रेयाने निर्माण झालेल्या आख्यानात कीर्तनकाराने भरून घ्यावयाच्या अशा जागा मोकळ्या सोडलेल्या नसतात. या आख्यानांची रचना परिपूर्ण असते.

कीर्तनासाठी रचण्यात आलेली आख्याने कीर्तनकाराच्या सोयीसाठी असतात व त्यांची रचना बहुधा कीर्तनकारच करीत असतो; तर कीर्तनाश्रेयाने निर्माण झालेल्या आख्यानांची रचना 'परिपूर्ण आख्यान' म्हणून झालेली असते. अशा आख्यानांची रचना स्वत: कीर्तनकार नसणाऱ्या कवींकडूनही केली जाऊ शकते.

आख्यान रचनेच्या या दोन प्रवाहातील आख्यानाच्या रचनाछंदातही फरक पडलेला आढळतो. कीर्तनासाठी निर्माण झालेले व आरंभी अभंगबद्ध असणारे आख्यान पुढे वृत्तबद्ध होऊन त्यात पदे, अभंग, चूर्णिका इत्यादींचा समावेश झालेला पाहावयास मिळतो. कीर्तनाश्रेयाने रचण्यात आलेले आख्यान आरंभी ओवीबद्ध होते व पुढे या प्रवाहातील आख्यानात ओवी रचनेची जागा श्लोक रचनेने घेतली असे दिसते.

आख्यान कविता कीर्तनाश्रेयाने, कीर्तनासाठी या दोन प्रभावांतून विकसित झाली, म्हणजे कीर्तनाचा आधार आख्यान कवितेला जेवढा महत्त्वाचा आहे तेवढीच गरज कीर्तनालाही आहे. कीर्तनही आख्यानाशिवाय पूर्ण होत नाही. कीर्तनाच्या पूर्वरंगातील विवेचनाचे उत्तररंगातील आख्यान हे प्रात्यक्षिक होय. पूर्वरंगातील तत्त्व निरूपणाचा प्रभाव श्रोत्यांच्या मनावर ठसावा हा या कथा निवेदनाचा मूळ हेतू होय. पण बऱ्याचदा निरूपणापेक्षा श्रोत्यांच्या लक्षात आख्यानेच अधिक राहातात. आख्यान न लावलेले कीर्तन श्रोत्यांना कंटाळवाणे वाटते, म्हणजेच कीर्तनकाराला निरूपणातील विशिष्ट तत्त्व लोकांना सांगावयाचे असेल तर आख्यानाचा आधार घ्यावाच लागतो. अलीकडे श्रोत्यांच्या दृष्टिकोनातून 'आख्यान' हा घटकच अधिक प्रभावी झाला आहे.

या आख्यानांचे मूळ स्त्रोत रामायण, महाभारत, भागवत, पुराणे हे आहेत. हे मूळ संस्कृत ग्रंथ आबालवृद्धांना समजतील असे नाहीत. पंडित कवींनी त्यातील लोकप्रिय प्रसंगांवर आख्यानकाव्ये रचली आणि त्यातून तत्कालीन जीवनाचे दर्शन

घडविले. स्वत:च्या पांडित्यपूर्ण प्रतिभेने काही कल्पनात्मक प्रसंग आख्यानातून रेखाटले आहेत आणि आख्यानाला हवा तसा घाट दिला आहे. वामन पंडितांच्या वेणुसुधा, नामसुधा यातील श्लोकांवाचून नारदीय संप्रदायाचे काल्याचे कीर्तन पूर्ण होत नाही. अमृतरायाचे कटाव, मध्वमुनीश्वर यांची पदे आख्यानात घेऊनसुद्धा बऱ्याच हरिदासांनी स्वकृत आख्याने, स्वकृत पदांसह आख्याने रचली आहेत. काहींनी कीर्तनातील आख्यानासाठी स्वतंत्र कविताही छापली आहे.

अशा प्रकारे कीर्तनसंस्था ही आख्यान वाढीसाठी उपयुक्त ठरली. तद्वतच आख्यानामुळेही कीर्तनाला बहार चढला. कीर्तनाचे व आख्यान कवितेचे परस्पर पूरकत्व, आख्यान व कीर्तनातील अनुबंध कालपटलावर आणखीही टिकून आहे.

आख्यानकारांचा दृष्टिकोन :

मराठी आख्यानकाराचा आख्यानवस्तूविषयी दृष्टिकोन मोठा विश्वासपूर्ण आहे. आख्यानातील कथा, कथेचा नायक (भगवंत) यावर त्यांची अपार निष्ठा दिसते. बहुतेक आख्यानकारांचा विचार केल्यास त्याची प्रचिती येते.

'द्वारकेचा रामहाटू' वर्णिल्याने 'पापापुरश्चरण' होते असा पक्का विश्वास महाकवी नरेंद्राला आहे. हा विश्वास एकट्या नरेंद्रांचाच नाही. प्राचीन मराठी काव्यप्रबंधाची रचना पाहता सर्वच कवी आपल्या काव्यातील आख्यान वस्तूकडे याच दृष्टिकोनातून पाहतात. शिशुपालवध कथा ही भक्तिरसाने तुडुंब भरलेली आहे. ती कथा 'कैवल्यपथ दाखविण्यासाठी पाजळलेली समई आहे', असे श्रीभास्करभट्टांना वाटते, तर 'तया श्रीकृष्णाचे चरित्र । आईकता उधरीचे साच ।।' असे कवी चोंभा म्हणतो. श्रीकृष्णाचे पोवाडे वर्णिल्याने मोक्षद्वारेचे कवाडे उघडतात असे कवी नृसिंह म्हणतो. श्रीसंतोषमुनी कृष्णदासांनी कृष्णकथेचे महत्त्व पुष्कळच विस्ताराने वर्णिले आहे. यावरून त्यांचा कथावस्तूविषयाचा असणारा भावपूर्ण दृष्टिकोन स्पष्ट होतो. संत एकनाथांनी रुक्मिणी स्वयंवर कथेची गोडी नित्यनूतन असून या कथेला -

'सेवू जाणतो जे आवडी । ते परात्परथडी पावले ।।'

असे म्हटले आहे. जनार्दन यांनीही जानकी स्वयंवर कथेच्या पावनतेचे वर्णन करून

'जे पाववी ब्रह्म पस्ता । ते हे कथा । रामायणी ।।' असेच म्हटले आहे. विश्वनाथांच्या मते वत्सलाहरणकथा ही तापत्रयहरण करणारी, पापनाशिनी व सकळ दु:खांचे निवारण करणारी पवित्र कथा आहे.

या विवेचनावरून असे स्पष्ट होते की, प्राचीन मराठीला सर्वच आख्यान कवींनी आपल्या काव्यप्रबंधाचा विषय म्हणून त्यांना पावन व पावक वाटणाऱ्या

कथांचीच निवड केली आहे. या पवित्र कथांचे निवेदन केल्याने मोक्षप्राप्ती होते असा त्यांचा ठाम विश्वास आहे.

बहुतेक आख्यानकारांनी बाळगलेला 'मोक्षप्राप्तीचा' हेतू महानुभाव आख्यानकारांनीही मनात ठेवून ग्रंथनिर्मिती केली. आख्यानकाव्य म्हणजे काय? आणि मराठीतील आख्यानकाव्याची एकूणच परंपरा लक्षात घेतल्यानंतर आता पुढे आपण प्रत्यक्ष आख्यानकाव्यांचाच विचार करणार आहोत.

०००

प्रकरण दुसरे

चरित्रपर आख्याने

आपल्या आराध्य दैवताचं चरित्र हे कोणत्याही भक्तासाठी प्रियच! ते चरित्र आठवणे आणि पुनःपुन्हा आळवणे हे अट्टाहासाने व्हायचेच. महानुभावीय ग्रंथकाराने (म्हाइंभट) लिहिलेल्या आद्य गद्य ग्रंथ 'लीळाचरित्रा'ची निर्मितीच मुळात याच प्रेरणेतून झाली. मग पुढील काळातील इतर ग्रंथकार तरी त्यास कसे अपवाद राहतील! महानुभावांच्या आख्यानकाव्यातील बहुतेक आख्यानकाव्यही याच 'चरित्र आठवण्या'च्या प्रेरणेतून निर्माण झाले आहे.

पंचकृष्णांचे चरित्र हे प्रत्येक महानुभाव ग्रंथकारांसाठी आवडीचे. श्रीकृष्णाच्या चरित्रातील अनेक घटना, लीळा, त्याचे लौकिक पातळीवरचे वागणे, हे सगळे अद्भुत आणि श्रवणीय! त्यांच्या जीवनातील अनेक प्रसंग त्यांच्या समृद्ध व्यक्तिमत्त्वाने परीपूर्ण झाले आहे. त्यांचे शौर्य, औदार्य, पराक्रम, प्रेम यांचे दर्शन त्यातून घडते. ते भक्तांना वेड लावणारे आहे. आख्यानाच्या स्वरूपात मांडणी करण्यासाठीची व्यापकता आणि व्यामिश्रता केवळ श्रीकृष्ण चरित्रात! म्हणून संख्येने अधिकाधिक आख्यानकाव्ये श्रीकृष्ण चरित्रावर लिहिली गेली. त्यांचा विचार प्रस्तुत प्रकरणात करावयाचा आहे.

श्रीकृष्ण हे महानुभावीय कवींचे प्रेरणास्त्रोत. त्यामुळे त्यांच्या जीवनातील विविध प्रसंगांवर अनेकांनी काव्ये लिहिली आहेत. विशेषत: रुक्मिणी स्वयंवरावर महदाइसेपासून संतोषमुनी कृष्णदासापर्यंत अनेक कवींची काव्ये प्रसिद्ध आहेत. श्रीकृष्ण परमात्मा पूर्णावतार असल्यामुळे त्यांच्या जीवनातील अनेक प्रसंग त्यांच्या समृद्ध व्यक्तिमत्त्वाने परिपूर्ण झाले आहेत. त्यांचे शौर्य, औदार्य, पराक्रम, प्रेम यांचे दर्शन त्यातून घडते. ते भक्तांना वेध लावणारे आहे. अन्य सर्व देवतांहून श्रीकृष्णाचे वेगळेपण आणि श्रेष्ठत्व वर्णन करून महानुभाव कवी आपला पंथीय दृष्टिकोन आणि भक्तहृदय व्यक्त करीत असतात.

श्रीकृष्ण महाराजांच्या जन्मप्रसंगावरच आख्यानकाचा प्रारंभ होत असल्यामुळे विषयदृष्ट्या प्रथमत: त्यांच्या अवतार धारण करण्यावर आधारित असणाऱ्या आख्यानकाचाच विचार करणे सयुक्तिक ठरते. या पार्श्वभूमीवर आपल्या नजरेसमोर येते ते कवी ' डिंभ' अर्थात श्रीकृष्णदास विराहदेशे यांचे श्रीकृष्ण जन्माष्टमी व्रताख्यान.

श्रीकृष्ण जन्माष्टमी व्रताख्यान : कवी कृष्णमुनी 'डिंभ'

श्रीकृष्ण जन्माष्टमी या प्रसंगावर आधारित असलेले हे एकमेव आख्यान काव्य होय. आख्यानकाव्याचे रचनाकर्ते कवी डिंभमुनी कृष्णदास हे होत. प्रस्तुत आख्यानकाव्याचा प्रारंभ श्रीकृष्ण महाराजांच्या जन्माच्या प्रसंग वर्णनाने होतो. मथुरा नरेश कंस याच्या बंदिशाळेत योगेश्वराचा जन्म व्हावा, ही घटनाच मोठी रहस्यमय वाटते. तशीच ती अनाकलनीयसुद्धा आहे. या एकाच प्रसंगापासून श्रीकृष्ण महाराजांनी आपल्या ईश्वरी-अलौकिकत्वाचा साक्षात्कार सहजतेने प्रगट केला. पुढे तर त्यांच्या अवतारकार्यातील अनेक लीळा-प्रसंग त्यांचे ईश्वरीत्व प्रकट करतात, हे पुन्हा नव्याने सांगण्याची गरज नाही. असा योगेश्वर श्रीकृष्णाचा अगाध महिमा वर्णन करणारी जन्माष्टमी व्रताख्यान कथा अवीट, तितकीच सरस व एक दर्जेदार वाङ्मयकृती म्हणून नजरेस येते.

कृष्णमुनी विराट देशे (कवी डिंभ) :

महानुभाव पंथात कृष्णमुनी ही नामसंज्ञा धारण करणारे जवळपास चार कवी आहेत. यातही स्वत:ला कवी डिंभ म्हणून उपाधी लावणारे दोन कवी आहेत. पहिले कृष्णमुनी 'डिंभ' हे अन्वय मालिकाकार म्हणून परिचित आहेत. एका काव्यामध्ये ते आपला स्वत:चा परिचय देताना म्हणतात –'

'प्रसंगी बोलली: अन्वयोज्ञानाचा
बोले डिंभवाचा: अल्पमती।।'[१]

उपरोक्त उल्लेखावरून अन्वय मालिकेचे रचनाकर्ते कृष्णमुनी अर्थात कवी 'डिंभ' असल्याचे लक्षात येते. यांचा कार्यकाळ पंधरावे शतक असल्याचे महात्मा कृष्णदास महानुभाव यांचे मत आहे, तर दुसरा कवी कृष्णमुनी हा उपाध्य शाखेतील वाइंदेशकर कुळातील मयंकराज यांचे शिष्य असून ते स्वत:ला कवी 'डिंभ' कृष्णमुनी विराट देशे अशी नाममुद्रा लावतात. यांचा कार्यकाल शालिवाहनाचे सोळावे शतक अर्थात इसवी सनाचे सतरावे शतक असल्याचे दिसते.[२] या व्यतिरिक्त आणखी दोन

१. महानुभाव, अंक ४, वर्ष २८ जुलै १९७६, पृष्ठ ४०
२. तत्रैव, पृष्ठ ४

कवी १. दुसरा कृष्णमुनी २. तिसरा कृष्णमुनी हे होत. पैकी दुसरा कृष्णमुनी हा पंधराव्या शतकातील असावा तर तिसरा हा अठराव्या शतकातील असावा, एकूण कृष्णमुनी नामधारण करणारे चार कवी महानुभाव साहित्यात आढळतात. प्रस्तुत आख्यानकाचा कर्ता कवी डिंभ अर्थात कृष्णमुनी विराट देशे यांचीच चर्चा आपणास या ठिकाणी करावयाची आहे.

कवी परंपरेतला हा एक श्रेष्ठ कवी असून यांच्या नावावर जवळपास लहान-मोठ्या स्वरूपाच्या पंचवीस ग्रंथरचना असल्याचे वाङ्मयेतिहासावरून स्पष्ट होते. याशिवाय पुष्कळसे स्फुट लेखन असल्याचेही नाकारता येत नाही. कृष्णमुनी विराट देशे यांच्या ग्रंथकर्तृत्वाची सूची पुढीलप्रमाणे देता येईल.[३] -

१) श्रीकृष्ण जन्माष्टमी व्रताख्यान २) रुक्मिणी स्वयंवर उपाख्य कल्पद्रुम ३) ऋद्धीपूर माहात्म्य, ४) आत्मतीर्थ प्रकाश ५) स्ववृद्धाचार प्रबंध ६) लक्ष्मण स्वयंवर ७) चेंडूफळी ८) साधनामृतस्तोत्र हे यांचे ग्रंथ प्रकाशित झालेले आहेत. ९) पंचाळेश्वर माहात्म्य १०) फलटण माहात्म्य ११) वाकी माहात्म्य १२) डोमेग्राम वर्णन १३) साधन जीवनामृत स्तोत्र १४) वनिता प्रमाद स्तोत्र १५) तीर्थमालिका १६) आत्मपुराण १७) मृगपाश विमोचन १८) सख्यासंवाद १९) भरड २०) छिन्नपाप वर्णन २१) आरत्यांचा दशकू २२) पंचावतार स्तोत्र २३) पंचधावे २४) प्रसादविरह स्तोत्र २५) विवेक विलास या त्यांच्या ग्रंथावर अजून मुद्रणाचा आणि प्रकाशनाचा संस्कार व्हावयाचा आहे. एकंदरीत सोळाव्या शतकातील पावशतकाच्या कालखंडात कवी डिंभ यांनी महाराष्ट्र सारस्वताची भरभरून सेवा केली. अशा समृद्ध वाङ्मय निर्मितीचा जनक म्हणून कवी डिंभ महानुभाव साहित्याबरोबरच महाराष्ट्र सारस्वतालाही ज्ञात आहे. यांच्याविषयीची फारशी माहिती उपलब्ध होत नाही.

श्रीकृष्णजन्माष्टमी व्रताख्यान :

शके १६८२ मध्ये प्रस्तुत आख्यानकाची निर्मिती झाली असून नाशिक प्रांतातील सुकेणे या स्थळी हा काव्यग्रंथ पूर्ण झाला अशी नोंद वाङ्मयेतिहासात आढळून येते. प्रस्तुत आख्यानक तीन प्रसंगांत विभागले असून याची ओवी संख्या जवळपास २०७ असल्याचे दिसते. हे आख्यानकाव्य प्रथमतः कृष्णदास महानुभाव यांनी १९७६ मध्ये प्रकाशित केले. उपलब्ध संहितेवरून या कथानकाचा अभ्यास केल्यानंतर प्रामुख्याने असे लक्षात येते की, या आख्यानकाच्या रचनेचे मूळ याज्ञवल्क्य ऋषीच्या एका संदेहात दडलेले आहे. याज्ञवल्क्य ऋषीला निर्माण झालेला संदेह

---

३. तत्रैव, पृष्ठ ५

प्रस्तुत आख्यानकाला जन्म देण्यास कारण ठरला.

याज्ञवल्क्य ऋषीने भास्करास प्रश्न केला की, पुराणात अनेक व्रते सांगितली आहेत. परंतु यामध्ये नेमके मोक्षदायक कोणते? या प्रश्नाची उकल करताना श्रीकृष्ण जन्माष्टमीचे व्रतमाहात्म्य कथन करण्यात आले आहे. प्रस्तुत आख्यान म्हणजे निव्वळ श्रीकृष्ण चक्रवर्तीच्या जन्मकथेवरच आधारित नसून यात राजा हरिश्चंद्राचे कथानकही निवेदन करण्यात आले आहे. हरिश्चंद्र राजाची कथा ही श्रीकृष्ण जन्माष्टमीच्या व्रताचे माहात्म्य किती श्रेष्ठ आहे, हे प्रभावीपणे दाखवून देण्यासाठीच सांगण्यात आली आहे. संदर्भाने आलेला हा कथाभाग कवीच्या ग्रंथनिर्मितीमागील कल्पनेला दुजोरा देण्यासाठीच आलेला आहे. म्हणून ग्रंथात विषयभंग झालेला दिसून येत नाही. कवीने केवळ श्रीकृष्ण जन्माष्टमीचे माहात्म्य भक्तांच्या मनावर कसे बिंबवले जाईल यासाठी राजा हरिश्चंद्राच्या कथेची निवड करून श्रीकृष्ण जन्माष्टमीचे व्रत राजा हरिश्चंद्राने पालन केल्यामुळे त्याला जे लौकिक वैभव प्राप्त झाले तसे ते इतरांनाही प्राप्त होईल, अशी फलश्रुती प्रस्तुत कथेच्या आधाराने स्पष्ट करण्याचा प्रयत्न कवीने केला आहे. मात्र राजा हरिश्चंद्राचे हे आख्यान महानुभाव साहित्यात अन्यत्र कुठेही आढळून येत नाही.

कवी मुक्तेश्वरांचे हरिश्चंद्राख्यान जसे पुराणकथेवर आधारित आहे तसे प्रस्तुत आख्यानक कोणत्या पुराणकथेवर आधारित आहे, हे कवीने स्पष्ट केलेले दिसत नाही. मुक्तेश्वरांच्या आख्यानातील हरिश्चंद्र आणि प्रस्तुत आख्यानकातील हरिश्चंद्र हे दोन्ही एकच की भिन्न अशी शंका निर्माण होण्याला जागा आहे. कदाचित नामसाम्यतेमुळे हा गोंधळ निर्माण होणे स्वाभाविक आहे. या संदर्भात अधिक खुलासा करताना प्रा. व. दा. कुलकर्णी म्हणतात, 'ही श्रीकृष्णमुनीची नवनिर्मिती असावी; आणि जनमनावर पकड असलेल्या हरिश्चंद्राख्यानाचा नामसादृशामुळे कथा रंगविण्यासाठी व सत्याभासासाठी कवीने याचा उपयोग केला असावा अशी शंका येते.'[४] शंकेच्या पुष्ट्यर्थ त्यांनी असा खुलासा केला आहे :

"आपण केलेल्या नवनिर्मितीला 'वेदशास्त्रपुराणोक्त' आधार असावा असा तत्कालीन सर्वच कवींचा अट्टाहास असे. कुठलाही आधार देता आला नाही, तर ही कथा 'भविष्योत्तर पुराणात, वर्णिलेली आहे असा ते संदर्भ देत असतात. त्यामुळे मराठीत कित्येक काव्यांचे, कवींनी दिलेले संदर्भ 'भविष्योत्तर पुराणां'त आढळत नाहीत. मुनी कृष्णदासांनी दिलेला संदर्भ याला अपवाद आहे. तिसऱ्या प्रसंगाच्या

४. श्रीकृष्ण जन्माष्टमी व्रताख्यान, प्रस्ता., पृष्ठ २८ - संपा.प्रा.कुलकर्णी व.दा.

शेवटी हे जन्माष्टमीचे व्रत 'भविष्योत्तर पुराणी' असल्याचे कवी सांगतो. श्रीभविष्यमहापुराण उत्तरार्ध भाग ३ रा (भाषां.-वे.शा.सं.विष्णुशास्त्री बापट, शके १८३१) यात अध्याय ५५ मध्ये श्रीकृष्णजन्माष्टमी व्रत आलेले आहे. धर्मराजाच्या विनंतीवरून श्रीकृष्णाने या जन्माष्टमी व्रताचे महत्त्व सांगितले आहे. हाही कथासंदर्भ येथे जुळतो. काही ठिकाणी नवनिर्मिती करण्याची व काही ठिकाणी सत्याभासासाठी बेमालूमपणे पुराणकथांशी सांगड घालण्याची कवीची हातोटी वाखाणणीय होय.''५

हरिश्चंद्र राजा विमानारूढ होऊन नगरीत फिरायचा, तेव्हा सगळे लोक त्याची पूजा करीत असलेले दिसले. त्याला विस्मय वाटला. त्याने स्वर्गात जाऊन सनत्कुमाराला प्रश्न विचारला, तेव्हा हरिश्चंद्राची पूर्वकथा त्याने सांगितली-

पूर्वजन्मी गडगंज संपत्ती असलेला हरिश्चंद्र वाईट मार्गाने संपत्ती उडवतो. जेव्हा तो भिकारी झाला तेव्हा त्याला पत्नीला घेऊन बाहेर पडावे लागले. हालअपेष्टा सहन करीत तो काशीखंडाला आला तेव्हा तिथे एका सरोवरातील कमळपुष्पे तोडली व ती नगरात विकायला नेली. परंतु ती फुले कोणीच घेईना. रात्री तो झोपल्यावर मंगलवाद्ये ऐकू येऊ लागली. घरमालकाला विचारल्यावर त्याने सांगितले की वाराणसी राज्याचा राजा व त्याची कन्या (चंद्रप्रभा) श्रीकृष्णाष्टमी साजरी करीत आहेत. तिथे तू जा, तुझे कमळपुष्पे ती विकत घेईल. घरमालकाचा सल्ला ऐकून तो तिथे जातो. तिथला भक्तिपूर्ण प्रसंग पाहून तो भारावून जातो. त्याने कमलपुष्पाने श्रीकृष्णाची पूजा केली. राजकुमारीने देऊ केलेले द्रव्य व जेवणही त्याने घेतले नाही. नगरात येऊन भिक्षा मागितली व पारणे (उपवास) फेडले.

अशा तऱ्हेने नकळत तुझ्या हातून श्रीकृष्ण जन्माष्टमी व्रताचे पालन झाल्याने तुला त्या पुण्याईच्या बळावर या जन्मी सार्वभौम राजसत्ता प्राप्त झाली आहे.

पूर्ववृत्तांत समजल्यावर हरिश्चंद्राचा संदेह फिटला. नंतर त्याने अच्युतपद प्राप्त करून देणारे श्रीकृष्ण जन्माष्टमीचे व्रत कसे आचरावे, त्याचा नेमका विधी कसा, कोणत्या नावाने जप करावा, आदी तपशिलाची माहिती विचारली व त्याने ती सांगितली. श्रीकृष्ण जन्माष्टमी व्रताने निःसंशयपणे कैवल्यप्राप्ती होते. म्हणून देवतापूजन न करता श्रीकृष्ण भक्तीची कास धरा, असे सांगताना कवी म्हणतो,

'सांडोनी सर्व देवता धर्म । अनन्यभावे जो स्मरे कृष्णनाम ।
तया परमानंदि विश्राम । न पवे पुनर्भवे ॥ ३×११॥'

उपवास करावा, रात्री भूमीवर शयन करावे, दुसऱ्या दिवशी गोकुळ मांडावे,

---

५. तत्रैव –

श्रीकृष्णाची पूजा करावी, त्याच्या नामाचा वाद्यगजरात जयघोष करावा, त्यानंतर फळांचा प्रसाद वाटावा, आदी गोष्टी त्याने सांगितल्या.

याशिवाय तिसऱ्या प्रसंगात आपण प्रस्तुत आख्यानाला भविष्योत्तर पुराणाचा आधार घेतल्याचे स्पष्ट केले आहे. यात भास्कराचे (सूर्याचे) निरूपणही आले आहे. अशा एकंदरीत तीन प्रसंगांतून श्रीकृष्ण जन्माष्टमी व्रताख्यान कवी कृष्णमुनी विराट देशे यांनी रचले आहे.

श्रीकृष्ण बाळक्रीडा :

महानुभाव कवींनी श्रीकृष्ण चरित्राचे गुणगान 'बाळक्रीडे'त केले आहे. प्राचीन मराठी साहित्यात संत नामदेव, संत एकनाथ, तुकोबा, विठोबा या भागवत संप्रदायी संतांनी लिहिलेल्या 'बाळक्रीडा' प्रसिद्ध आहेत. अनेक महानुभाव कवींनीही 'श्रीकृष्ण बाळक्रीडा' रचल्या आहेत. प्रा.व. दा. कुलकर्णी यांनी कवी मुरारीमुनीच्या बाळक्रीडेचा परिचय करून देताना चाल्हेराज, गोपाळदास वादिंद्र, मुरारीमल्ल महात्मा, एल्हणसुत, अनंतमुनी लासूरकर, कवी डिंभ, कृष्णमुनी विराट देशे, मुरारमल्ल, येल्हेराज, मयंकराज, ख्याली बहादुर महानुभाव पंजाबी, मुकुंदराज शिवमुनी इत्यादिकांनी श्रीकृष्णाच्या बाळक्रीडेवर काव्यरचना केल्याचे सांगितले आहे.[६] एकंदरीत परिशीलनातून महानुभावाच्या पंधरा ते सोळा श्रीकृष्ण बाळक्रीडा उपलब्ध असल्याचे आपल्या लक्षात येते. त्याची यादीच मी या ठिकाणी देत आहे.[७]

१	गोपाळदास वादिंद्र	- १२ अध्याय, ओवीसंख्या ५१६८
२	चाल्हेराज	- ६९३/७३८ अभंगाच्या वेगवेगळ्या पोथ्या
३	भिक्षुमुनी संन्यासी	- २५ अध्याय, ओवीसंख्या २९३५
४	मुरारी मल्लमुनी महात्मा एल्हणसुत	- १७ अध्याय
५	मुरारीमल्ल	- ओवीसंख्या ७२५
६	मंडलिक उपनाम नाथोदेव, मुरारीमल्ल विद्वासांचे नातू	- अध्याय२४, ओवीसंख्या ३२०८
७	येल्हेराज विद्वांसाची बाळक्रीडा	
८	अनंतमुनी लासूरकरांची बाळक्रीडा	

---

६. मुरारीमुनीकृत श्रीकृष्ण बाळक्रीडा, प्रस्ता., - संपा. प्रा. कुलकर्णी व. दा. पृष्ठ ३३
७. मराठी वाङ्मयाचा इतिहास, खंड दुसरा, - संपा. मालशे स.गं., पृष्ठ ४८१

९   कृष्णमुनी कवी डिंभाची बाळक्रीडा

१०   ख्यालीबहादुर महानुभाव पंजाबीकृत बाळक्रीडा

११   मुकुंदराजाची बाळक्रीडा

१२   शिवमुनीकृत बाळक्रीडा

१३   जयरामकृत बाळक्रीडा

१४   कृष्णमुनी केमकरकृत बाळक्रीडा

१५   हरिमुनी दत्तराज बाबाकृत बाळक्रीडा

१६   प्रभाकरमुनी परांडेकर यांची बाळक्रीडा

१७   संतोषमुनीचे गुरू कृष्णदास यांची – ९९० ओव्या बाळक्रीडा

१८   बल्लाळकवीची बाळक्रीडा – ७३५ ओव्या

परंतु या सर्वच रचना उपलब्ध नाहीत, प्रकाशित नाहीत. मला उपलब्ध झालेल्या बाळक्रीडांपैकी सर्वप्रथम आपण गोपाळदास वादिंद्रकृत 'श्रीकृष्ण बाळक्रीडे'चा अभ्यास करू.

श्रीकृष्ण बाळक्रीडा : गोपाळदास वादिंद्र

सोळाव्या शतकाच्या उत्तरार्धात आणि सतराव्या शतकाच्या पूर्वार्धात होऊन गेलेले गोपाळदास वादिंद्र हे महत्त्वाचे कवी, भाष्यकार व एक अपूर्वाईचे संशोधक अशी त्रिविध भूमिका पार पाडणारे कवी होत. यांच्याविषयी मराठी साहित्येतिहासात स्फुट रूपाने बरेच लिहिले गेले असले, तरी त्यांच्याविषयी स्वतंत्र अशी माहिती उपलब्ध नाही. काव्यात ठिकठिकाणी येणाऱ्या उल्लेखावरून त्यांचे नाव गोपाळदास दर्यापूरकर किंवा गोपाळमुनी दर्यापूरकर किंवा गोपाळदास वादिंद्र (वादिंद्र गोपाळदास) असे आहे.[८] कवीने काव्यात स्वतःच्या नाममुद्रेच्या हेतूने 'गोपाळदास' म्हणून दोनदा, 'गोपाळदास वादिंद्र' म्हणून एकदा, 'गोपाळदासू' म्हणून सातदा, 'वादिंद्र' म्हणून एकदा आणि 'वादिंद्र गोपाळदासू' म्हणून एकदा असा विविध प्रकारे केला आहे.

परंतु गोपाळदास नेमका कोणता; कारण कवीने स्वतःच्या नावाखेरीज कुळनाम, उपनाम, गुरू-परंपरा, स्थल याविषयी कसलाच उल्लेख केला नाही. महानुभाव परंपरेत गोपाळदास नावाचे अनेक कवी आहेत. कै. वि. ल. भावे यांनी एकूण अकरा गोपाळांचा उल्लेख केला आहे. त्यापैकीच एकास त्यांनी बाळक्रीडेचा कर्ता ठरवले आहे. प्रस्तुत काव्याचे संपादक प्रा. अरविंद कुरुंदकर यांनी कै.य. खु. देशपांडे यांनी

---

८. महानुभाव अंक १२, वर्ष ४४, मार्च १९९२ - पृष्ठ १६

प्रसिद्ध केलेल्या 'गोपाळदासी गीताटीकेचा' आधार देत 'गोपाळमुनी दर्यापूरकर म्हणजेच वादिंद्र गोपाळदास जो चाहेव्यासाचा शिष्य होय'[९] असे म्हटले आहे.

गोपाळदास वादिंद्रकृत 'श्रीकृष्ण बाळक्रीडा' या काव्याचे एक बाड डॉ.बा. आं. म. विद्यापीठाच्या मराठी विभागातील पोथीशाळेत उपलब्ध आहे.[१०] -

'शके १५८५ शोभकृत संवत्सरे । आषाढ वद पंचमी बुधिवारे ।
पुरानक्षत्रे सुका पुरनगरे । लीखीतं पुस्तकं ।।
भोजन्या एकादमुनि हस्ताक्षरे'

या ओवीवरून काव्याचा प्रत लेखनकाळ शके १५८५ असा असून ती एकादमुनि भोजने यांच्या हस्ताक्षरात लिहिलेली दिसते. परंतु लेखनकाल नेमका कोणता? या बाबतीत संदिग्धताच आहे. या प्रत लेखनकाळाच्या संदर्भावरून प्रस्तुत बाळक्रीडेचे प्रत्यक्ष लेखन काही वर्षांपूर्वी म्हणजेच शिवकाळात झाले असावे, असा अंदाज बांधता येतो.

प्रस्तुत बाळक्रीडा १४३२ ओव्यांत वर्णिलेली आहे. यात एकूण दहा प्रसंग असून ओवी क्रमांक सलगपणे दिलेला आहे. गोपाळदास यांनी अभंगबद्ध 'श्रीकृष्ण बाळक्रीडा' लिहिली आहे असे डॉ. रा. चिं. ढेरे प्रभृती मान्यवरांचे मत आता खोटे ठरले आहे. मी अभ्यासलेल्या बाडाची लेखनपद्धती मध्ययुगीन काळाप्रमाणे आहे. प्रस्तुत बाळक्रीडेचे लेखन सलग ओवी क्रमांक देऊन 'सकळी' या सांकेतिक लिपीत केलेले असून दर एका पृष्ठावर १३ ओळी व प्रत्येक ओळीत सुमारे १९ ते २१ अक्षरे आहेत. एकूण लेखनात एखाद-दुसराच शब्दसंक्षेप (ओवी क्र. १०७) असून प्रसंग, अध्याय संपल्यावर समाप्तिदर्शक ।।छ।। चिन्ह आहे. एवढेच नव्हे, तर प्रसंगांतर्गत लहानसहान घटना, प्रसंग संपल्यावर तेथेही ।।छ।। अशी खूण आहे.

या बाडात 'श्रीकृष्ण बाळक्रीडा' या काव्याखेरीज संतोषमुनी कृष्णदासकृत रुक्मिणी स्वयंवर आणि पुरुषोत्तम मुनीकृत 'पंडुगीता' या दोन काव्यांचाही समावेश आहे.

श्रीकृष्णाच्या बाळक्रीडांचे वर्णन करताना बहुतेक महानुभावीय कवींनी श्रीमद्भागवत पुराणांचा आधार घेतला आहे. गोपाळदास वादिंद्रही त्याला अपवाद नाहीत. महर्षी व्यास यांनी श्रीमद्भागवताची रचना केली, ती कथा 'सुक परिक्षिती संवाद दावैन'

---

९. गोपाळदास वादिंद्रकृत श्रीकृष्ण बाळक्रीडा– प्रा. कुरुंदकर अरविंद प्रस्ता., पृष्ठ ६

१०. बाड क्र.३४९, ३८७. मूळ आकार ११×१६ सें.मी., एकूण पृष्ठ ६८ (हस्तलिखित पोथीशाळा, डॉ. बा. आं. म. विद्यापीठ)

असे गोपाळदास पहिल्या प्रसंगात स्पष्ट करतात. दुसऱ्या प्रसंगातील ७०,७५,७६ या आणि दहाव्या प्रसंगातील १४१३,१४१५, १४२४,१४२५ या ओव्यांतून व ग्रंथाच्या समाप्तीवरून हे काव्य श्रीमद्‌भागवताच्या दहाव्या स्कंधाच्या पूर्वार्धावरून सांगण्याचे ठरविले आहे, असे दिसते.

असे असले तरी 'माजि पद्मपुराणीचे मावैन । रसभाजनीए ।' असे कवी म्हणतो. याचाच अर्थ कवीने पद्मपुराण, हरिवंश याचाही आधार घेतल्याचे लक्षात येते. हे सगळे ठीक असले तरी श्रीचक्रधर निरूपित श्रीकृष्णचरित्र आणि गोपाळदास यांची 'श्रीकृष्ण बाळक्रीडा' यांचे विलक्षण आंतरिक साम्य आहे हेही लक्षात येते.

कथानक :

श्रीकृष्णाच्या जन्मापासून, जन्मापूर्वीच्या पार्श्वभूमीपासून ते अगदी कंसवधानंतर गोकुळात झालेले श्रीकृष्णाचे आगमन या प्रसंगापर्यंतच्या घटना 'बाळक्रीडे'त आल्या आहेत.

तिसऱ्या प्रसंगात देवकीच्या सात अपत्यांची हत्या, श्रीकृष्ण जन्म, श्रीकृष्ण सौंदर्याचे वर्णन, रुक्मिणी जन्म कथानक, ब्रह्मकृत श्रीकृष्ण स्तुती, श्रीकृष्णाचे गोकुळागमन, यशोदा कन्येची हत्या व आकाशवाणी हे प्रसंग येतात. कवीने हे प्रसंग भागवताच्या अध्याय क्रमांक ५ व ६ आणि श्रीकृष्ण चरित्रातील लीळा क्रमांक ३ च्या आधारे वर्णन केले आहेत.

चौथ्या प्रसंगात कंस मंत्रीवर्गाशी चर्चा करून पूतनेला पाचारण करतो, गर्गाचार्य कृष्णाचे जातक निषद करतात. पूतनेचे गोकुळात आगमन व तिचे कृष्णाकडून शोषण, शेकटासुर, वधासुर, कागासुर, तृणासुर यांचा वध, मृत्तिकाभक्षण, यमलार्जुन, वच्छासुर, बकासुर यांचा वध या घटना कवीने वर्णन केल्या आहेत.

श्रीकृष्णाच्या वधासाठी कंसाने पूतनेला पाचारण केले व तीही सर्व तयारीनिशी गोकुळाकडे निघते तेव्हा,

"असो हा प्रसंगु पापसुचनु ॥
सांघो पुढील आनंदु गहन ॥ "

असे म्हणून कवीने श्रीकृष्णजन्मानिमित्त गोकुळवासीयांनी केलेल्या आनंदोत्सवाचे आणि गर्गाचार्यांने निरूपण केलेल्या श्रीकृष्ण जन्मपत्रिकेचे वर्णन करून नंतर पूतनाशोषणाचे वर्णन ओवी क्रमांक ३६७ ते ३७९ पावेतो केले आहे. पूतना वध व शेकटासुराचा वध वर्णन केल्यावर –

'आता अनुक्रमे येथौनि । दैत्या कंस करैल पाठवणी
सांती करील चक्रपाणी ॥ तीतुलयांची ॥३८८॥

तो आईकता कथा लागु । श्रोतया उपजैल अनुरागु
का जे बाळपणी श्रीरंगु । ऐसा क्रीडला ॥ ३८९॥'

अशा दोन ओव्या देऊन वधासुर, तृणासुर, मृतिकाभक्षण, यमलार्जुन उद्धरण, वच्छासुर, बकासुर इत्यादी असुरांचे निर्दालन या क्रीडांची प्रस्तावनाच केली आहे. अशा सर्वच प्रसंगांची वेगळीच प्रस्तावना करण्याऐवजी ओवी क्रमांक ३८८ व ३८९ या दोन ओव्यांतून करून एका अर्थी संक्षेपाचेच धोरण कवीने स्वीकारले आहे, असे दिसते.

पाचव्या प्रसंगात अघासुर वध, ब्रह्मदेवकृत वच्छाहरण, ब्रह्मदेव गर्वहरण आणि नारदाकडून ज्ञानपरंपरा कथन, हे प्रसंग वर्णन केले आहेत. श्रीकृष्ण परमात्म्याचा 'समर्थवाद' पाहण्यासाठी ब्रह्मदेव वृंदावनात येतो, गोपवत्साचे हरण करतो, त्यावेळी भगवान श्रीकृष्ण आपल्या सामर्थ्याने प्रतिगोपवत्से निर्माण करतात. ही घटना पाचव्या प्रसंगात आली आहे.

'असो हे वर्णन करू किती । सकळही जाला व्यापक सक्ती ।
क्षणामाजी करी उत्पत्ती । जो चराचराची '

सातव्या प्रसंगात योगेश्वर श्रीकृष्णाचे वेणूवादन, गोवर्धन उद्धरण, श्रीकृष्ण-वृंदा विवाह, गोवर्धन उद्धरणानंतर इंद्राचे गर्वहरण व रासक्रीडा हे प्रसंग वर्णिले आहेत.

आठव्या व नवव्या प्रसंगात कवीने श्रीकृष्णाचे मथुरेत आगमन, चाणुर, मुष्टिक यांचा वध या घटना वर्णिल्या आहेत. ओवी क्र.१११९ ते ११२८ यात कंसवधाचा प्रसंग आला आहे. कंस वधानंतर वसुदेव-देवकीची बंदिवासातून मुक्तता करून श्रीकृष्ण महाराज उग्रसेनाला गादीवर बसवितात व येथे बाळक्रीडा संपते.

श्रीकृष्ण बाळक्रीडा : मुरारीमल्ल

श्रीकृष्ण हे भारतीयांचे एक आवडते दैवत आहे. सर्व भारतात श्रीकृष्णजीवनावरील कथोपकथा प्रसृत आहेत. गोकुळातील श्रीकृष्ण आणि द्वारकेचा श्रीकृष्ण ही त्यांच्या जीवनातील आगळीवेगळी तितकीच आकर्षक अंगे आहेत. प्रौढ वयातील श्रीकृष्ण हा महाभारतात आपल्या परिपूर्ण व्यक्तिमत्त्वासह आणि कर्तृत्वासह प्रगट होतो. बालपणातील श्रीकृष्णाचे वत्सलरूप भाविकांना मुग्ध करते. या बालकृष्णाच्या 'बालक्रीडा' वर्णन करणाऱ्या कवींपैकी मुरारीमल्ल हे एक होत.

कै. वि. ल. भावे यांनी दिलेल्या 'महानुभाव कविकाव्यसूची'त मुरारीमल्ल नावाचे एकापेक्षा अधिक कवी दिसतात. मुरारीमल्ल नावाचे चार, मुरारमल्ल नावाचे

सहा तर मुरारीमुनी नावाचे जवळपास वीस कवींची नोंद वि. ल. भाव्यांनी केली आहे. यापैकी बाळक्रीडाकार मुरारीमल्ल नेमके कोणते? हा प्रश्न अनुत्तरितच राहतो, कारण स्वत: कवीने 'बाळक्रीडे' त स्वत:विषयी काहीही माहिती दिली नाही.

एकूण १४ प्रसंग आणि १०७४ एवढी ओवीसंख्या असणाऱ्या या बाळक्रीडेचा लेखनकाळही निश्चितपणे सांगता येत नाही.

कवी मुरारीमल्लांनी आपल्यावरील पूर्व संस्कारांसह श्रीकृष्णचरित्राचे गुणगान 'बाळक्रीडा' या काव्यात केले आहे. त्यांचा वेदविषयक आदरभाव वर्णनाच्या ओघात नकळत प्रगट होतो आणि श्रीकृष्ण हा आठवा अवतार ही कल्पना त्यांच्या पूर्वसंस्कारातून व्यक्त झालेली आहे. तथापि या ओझरत्या उल्लेखाखेरीज अन्य सर्व काव्य पंथीय दृष्टिकोन व्यक्त करणारे आहे, यात शंका नाही. कवीने भागवत, हरिवंश, पद्मपुराण यांचा आधार घेतला असला तरी मुख्य आधार हा 'श्रीचक्रधर निरूपित श्रीकृष्णचरित्र'च आहे.

मुरारीमल्लाच्या बाळक्रीडेतून येणाऱ्या श्रीकृष्णांचे रूप केवळ 'परमेश्वर अवतार' एवढेच न राहता ते कुणा मातेचे बालक बनतात, कुण्या बहिणीचे बलदंड बंधू होतात, तर कुण्या अनाथाचे आश्वासक रक्षक होतात. वसुदेव-देवकी किंवा नंद-यशोदा यांसारख्या माता-पित्यांच्या भावजीवनाची आंदोलने श्रीकृष्णाच्या बाललीलांनी आंदोलित होत राहातात. त्यांच्या पराक्रमाने, यशाने हर्षभरित होतात. त्यांच्यावरील संकटांनी शोकाकुल होतात. त्यांच्या ईश्वरी स्वरूपाची कल्पना येऊनही तो त्यांचा लाडका बालकृष्णच राहतो. त्याला सुखरूप पाहण्यात, त्याचे कोडकौतुक करण्यात त्यांचे वत्सल हृदय आनंदविभोर झालेले असते. 'बाळक्रीडे'तील मुरारीमल्लाची नंद-यशोदा सामान्य भाबड्या, वत्सल, प्रेमळ, खेडवळ माता-पित्यांची प्रतीके आहेत.

'बाळक्रीडा' हे 'रुक्मिणी स्वयंवर' किंवा शिशुपालवधासारखे आख्यानकाव्य म्हणता येईल काय? एका विशिष्ट कथाप्रसंगाशी ते निगडित आहे काय?अशा संभाव्य प्रश्नांचा समाचार घेताना डॉ. वसंत स. जोशी यांनी 'संस्कृत विदग्ध काव्याशी नाते जोडणाऱ्या महानुभाव आख्यानकाव्य परंपरेची छाप त्यावर निश्चितच आहे, त्यामुळेच नगरवर्णन, युद्धवर्णनासारखी वर्णने आवर्जून त्यात येतात.'[११] असे म्हटले आहे. बाळक्रीडेतले वर्णन एकाच एक कथेशी निगडित नसले तरी बाळक्रीडा ही विस्कळीत कथा प्रसंगांची गोधडी न बनता एक श्रवणसुलभ काव्यात्मक

---

११. महानुभाव, अंक १०, वर्ष ३३, डिसेंबर १९८०, पृ.१४

रचना बनली आहे, ती कवीच्या सुलभ, प्रभावी आणि भक्तिभावपूर्ण जिव्हाळ्याच्या कथनशैलीमुळे!

मुरारीमल्लाचे 'बाळक्रीडा' हे केवळ आख्यानकाव्य किंवा लोककथाकाव्य नसून ते एक भक्तिकाव्य आहे. मुरारीमल्लाचा भक्तिभाव या काव्यात प्रारंभापासून अखेरपर्यंत ओथंबून राहिला आहे. जीवोद्धरणाचे व्यसन असलेल्या परमेश्वराच्या प्राप्तीची आस त्याला लागून राहिली आहे. म्हणूनच कालिया, ब्रह्म किंवा वरुण यांच्या मुखातून त्याने श्रीकृष्णाचे स्तवन केले आहे. यशोदा, देवकी आणि विरहार्त गोप-गोपी यांच्या आक्रंदनातून प्रकटणारा करुणरस, युद्धवर्णनातील वीररस, श्रीकृष्ण जन्मवेळचा अद्‌भुतरस, गवळणींच्या गाऱ्हाण्यातील हास्यरस, नंद-यशोदेच्या भावाविष्कारातून व्यक्त होणारा वत्सलरस या मूळ काव्यात अथांग भरून राहिलेल्या भक्तिरस सागरावरील लाटा आहेत. कवीचे अंतर्याम श्रीकृष्ण भक्तिभावाने ओथंबून राहिलेले आहे. पंथीय कल्पेनेप्रमाणे 'चक्रपाणी' जीवांना ब्रह्मविद्या देण्याकरिता अवतरलेला आहे. पंथीय संकल्पना 'बाळक्रीडे'त मार्मिकपणे प्रकट झाल्या आहेत. परमेश्वर भक्तांना संबंध दान देतो आणि त्याच्याशी संबंधित सर्व स्थाने व वस्तू पंथीयांना वंदनीय असतात. कंसाचा निरोप घेऊन अक्रूर श्रीकृष्णास आणण्याकरीता निघाला त्यावेळी बाराव्या प्रसंगात कवी म्हणतो -

'म्हणे धन्य तीर जमुनेचे । जे क्रीडास्थान देवरायाचे
म्हणून प्रमाण तेथीचे । वंदीत असे ॥ ४३९॥
धन्ये गाई गोपाळांचे । जयासी संन्येधान देवाचे ।
पूर्वी जोडिले तयाचे । आले फळा ॥ ४४३॥'

श्रीकृष्ण बाळक्रीडा वर्णन करण्यातील कवी मुरारीमल्लाचे वेगळेपण असे की, या सबंध काव्यात श्रीकृष्ण-गोपी संबंधातसुद्धा शृंगाराला स्थान मिळालेले नाही, हे कवीच्या सात्त्विक व भक्त हृदयाचेच द्योतक म्हणावे लागेल. पंथीय व पंथीयेतर संस्कारांचे मजेशीर मिश्रण मुरारीमल्लाच्या या काव्यात झाले आहे.

नरेंद्र-भास्करादी कवींच्या शृंगारबहालकाव्यांच्या पार्श्वभूमीवर मुरारीमल्लाचे हे काव्य त्याच्या शालीन आणि सोज्वळ स्वरूपामुळे अधिकच उठून दिसते. मराठी काव्याच्या प्रारंभकाळीच प्रगट झालेला भक्त मंदाकिनीचा प्रवाह या काव्यात भरघोस स्वरूप धारण करतो. असे असले तरी भक्तिभावनेने काव्यविषयावर कुठेही कुरघोडी केलेली दिसत नाही.

एकूणच मुरारीमल्लांची 'बाळक्रीडा' अभ्यासल्यानंतर 'मुरारीमल्लाच्या बाळक्रीडेत आध्यात्मिकता व कथात्मकता हे दोन्ही धागे एकरूप झाल्याचे आढळून येते.' हे

डॉ.वसंत स. जोशी यांचे मत अगदी तंतोतंत पटते.[१२]

श्रीकृष्ण बाळक्रीडा : एल्हणसुत विद्वांस

महानुभावांना सर्वांत प्रिय असणाऱ्या श्रीकृष्णाच्या चरित्रातील प्रत्येक घटनेवर एखाददुसरे का होईना काव्य आहेच. श्रीकृष्णाची जन्मक्रीडा, विवाहक्रीडा आणि बाळक्रीडा या तीनही बाबतीत महानुभवांची आख्यानकविता समृद्ध आहे. पंथीय तत्त्वज्ञानाची घट्ट पकड असलेली पण कवित्व लक्षणाच्या पातळीवर अगदीच सामान्य असणारी कवी एल्हणसुत विद्वांसकृत श्रीकृष्ण बाळक्रीडा महानुभावांच्या श्रीकृष्ण चरित्रपर आख्यानकाव्यात भर घालते.

ग्रंथकर्ता : एल्हणसुत विद्वांस

महानुभाव ग्रंथकारांच्या मांदियाळीत एल्हण नावाच्या कवींनी गर्दी केली आहे. त्यामुळे 'बाळक्रीडा'कार एल्हणसुत नेमके कोणते? याविषयी विविध मतप्रवाह आहेत. 'कवी मंडळीक एल्हण हा कवीश्वर आम्नायातीत प्रसिद्ध प्रमेयगीताभाष्यकार असलेल्या मुरारीमल्ल विद्वांसाचा शिष्य चाल्हेराज यांचा शिष्य होय.' असे य. खु. देशपांडे यांनी म्हटले आहे.[१३] म्हणजेच कवी एल्हण हा मुरारीमल्ल विद्वांसाचा नातू ठरतो. कवी स्वत:चा उल्लेख 'एल्हणसुत', 'मुरारीमल्लनातु', 'एल्हणसुत विद्वांस कवी' असा करतात.म्हणजेच 'विद्वांस' हे कवीचे कुलनाम होय. डॉ. य. खु. देशपांडे यांनी कवी एल्हण हा चाल्हेराजाचा शिष्य होय, असे म्हटले आहे. परंतु स्वत: कवी कुठेही चाल्हेराजाचा उल्लेख करीत नाही. या संदर्भात प्रा. भुसारी यांनी 'कवी चाल्हेराजाचा कुठेही उल्लेख करीत नाही. चाल्हेराज एक मधली पायरी असली तरी एल्हणसुत हा मुरारीमल्लाचा नातू ठरत नसून पणतू ठरतो. तेव्हा ही पायरीच संशयास्पद वाटते.'[१४] असे मत नोंदवून चाल्हेराजालाच निकालात काढले आहे.

यावरून मुरारीमल्ल विद्वांस-एल्हण-एल्हणसुत अशी कवीची गुरूपरंपरा असल्याचे दिसते. परंतु रा. चिं. ढेरे यांनी ही गुरूपरंपरा मानावी की वंश-परंपरा मानावी, अशी शंका उपस्थित केली आहे. पुत्र व नातू हे शब्द शिष्य व प्रशिष्य या अर्थाने वापरले असतील, तर ही गुरूपरंपरा आहे आणि रूढ अर्थाने वापरले असतील, तर ती कवीची वंश-परंपरा ठरते.

---

१२. तत्रैव, पृष्ठ १६

१३. महानुभाव मराठी वाङ्मय, पृष्ठ ५६-५७ - डॉ.देशपांडे य. खु.

१४. मराठी स्वाध्याय संशोधन पत्रिका, अंक २

लेखनकाल व ओवीसंख्या :

१६५८ मध्ये बाळक्रीडा रचली असल्याचा स्पष्ट उल्लेख कवींनी केला.

'हा ग्रंथ तीन सहस्त्राधीक । दोन शते एक सप्तक ।
या वेगळे कव्हणी क्षेपक । न घालावे कवित्वी ॥'

या ओवीवरून प्रस्तुत काव्याची मूळ ओवीसंख्या ३२०७ एवढी आहे, हे स्पष्ट आहे. यापेक्षा जास्त असणारी ओवीसंख्या गृहीत धरू नये असे, खुद्द कवीनेच नमूद केले आहे.

कथानक :

कवी एल्हणसुताने श्रीकृष्णाच्या जन्म घेण्याच्या प्रसंगापासून ते कंस वधापर्यंतच्या 'पराक्रम'गर्भ 'लीळा' या काव्यात वर्णिल्या आहेत. कथानकात मूळचीच गोडी आहे. ती प्रसंगजन्म गोडी कवीने यथाशक्ती टिकवली आहे. घराचा त्याग करून आलेल्या वसुदेवास उग्रसेन राजा आश्रय देतो. त्यापूर्वी कुपक राजा आणि कुपिका राणी यांची कथा आली आहे; तसेच राजा सुतपा आणि सुतपे यांचीही उपकथा आली आहे. तपश्चर्या करणाऱ्या कुपक-कुपिका यांना 'उदरी येण्या'चे वचन ईश्वर देतो, जी पुढे वसुदेव-देवकी होतात. त्यांना तपश्चर्येत भोजन पुरविणाऱ्या सुतपा-सुतपी यांना 'सांभाळ करणाऱ्या आईवडिलां'चे भाग्य देण्याचे वचन तो देतो, जे पुढे 'नंद-यशोदा' होतात.

वसुदेव - कंस यांचा प्रारंभीचा संबंध कवीने विशेष सख्यत्वाचा दाखवला आहे.

'म्हणुनि कंसा वसुदेवासी । मित्रत्वे पडले अतिसयेसी ।
दोघांही भर पंचविसी । तारुण्यभरु'

कथानक विणताना कवीने काही ठिकाणी पंथीय तत्त्वज्ञान कौशल्याने गुंफले आहे. मला तुझे देव दाखीव असा बालकृष्णाने आई यशोदेजवळ हट्ट धरला. आई यशोदेचे देव पाहिल्यावर बाळकृष्ण म्हणतो,

'पाखाण धातु सोनियाचिया । मूर्ति देखोनी पुसे कान्हया ।
हे कवण कवण सांगा माया । नाम काई यांची ॥

एल्हणसुताच्या बाळक्रीडेतील नव्या वाटणाऱ्या कथा त्याने स्वत: निर्मिलेल्या नसून त्यांचा उगम मुरारीमल्लाच्या बाळक्रीडेत सापडण्याची शक्यता आहे,[१५] असे मत अ. ना. देशपांडे यांनी नोंदवले आहे.

---

१५. प्राचीन मराठी वाङ्मयाचा इतिहास, भाग ३ - देशपांडे अ. ना. पृष्ठ २७६

कवी एल्हणसुताच्या 'श्रीकृष्ण बाळक्रीडे'चा एकंदरीत विचार करता 'श्रेष्ठ कोटीचे' या अभिप्रायावर अधिकार सांगणे या काव्याला कठीण जाणार आहे. भरीसभर म्हणून उपलब्ध काव्यग्रंथाचे मुद्रण अतिशय अशुद्धतेने ग्रासलेले आहे.

चंद्रावळी आख्यान : गोपाळदास :

बालवयात गोरसाची चोरी करून गवळणींना त्रस्त करणारा बाळकृष्ण कवींना जेवढा आवडीचा आहे, तितकाच वृंदावनात गोपिकांची छेडखानी करणारा, थट्टा-मस्करी करणारा, किशोरवयातील कन्हय्याही आहे. श्रीकृष्णास प्रिय असणाऱ्या गोपिकांपैकी 'चंद्रावळी' ही एक होय.

गोपाल श्रीकृष्णाच्या चरित्राशी संबंधित असलेले 'चंद्रावळी आख्यान' ही एक वैशिष्ट्यपूर्ण कथा आहे. मराठीतील प्रकाशित झालेल्या 'चंद्रावळी आख्यानां'ची संख्या मर्यादित असली, तरी अनेक कवींच्या नावावर 'चंद्रावळी आख्यान' नमूद केलेले दिसते. कै. वि. ल. भावे यांनी धुंडीराजसुत मोरेश्वराच्या चंद्रावळी आख्यानाचा परिचय करून दिलेला आहे, तर श्री. ग. ना. मुजुमदार यांनी 'भारत इतिहास संशोधन मंडळा'च्या इतिहासात (शके १८३७) गोपाळ रघुनाथविरचित चंद्रावळी आख्यानाची ओळख करून दिली आहे. ज्या चंद्रावळी आख्यानाचा काळ निश्चित करता येतो आणि जे काव्यदृष्ट्या सरस आहे, असे आख्यान म्हणजे अनंत फंदीचे चंद्रावळी आख्यान. पैकी मराठीतील उपलब्ध असलेल्या चंद्रावळी आख्यानांपैकी महानुभाव कवी गोपाळदासाच्या 'चंद्रावळी आख्याना'चा येथे विचार करू.

काव्यकर्ता : गोपाळदास

गोपाळदास कृत 'चंद्रावळी आख्यान' आकाराने खूप छोटे असले तरी वैशिष्ट्यपूर्ण आहे. महानुभाव परंपरेत गोपाळदास नावाचे एकापेक्षा अनेक कवी होऊन गेल्यामुळे चंद्रावळी आख्यानाचे कर्ते असलेले गोपाळदास नेमके कोणते, असा प्रश्न पडतो. या संदर्भात प्राचीन मराठी वाङ्मयाच्या अभ्यासकांचे मत विचारात घेतले, तर असे लक्षात येते की, चाहेव्यास शिष्य वादिंद्र गोपाळदास किंवा पंडित गोपाळमुनी दर्यापूरकर आणि 'चंद्रावळी आख्यानकार' गोपाळदास एकच असावेत असे अनुमान शं. गो. तुळपुळे काढतात.[१६] परंतु या संदर्भातला कोणताही पुरावा त्यांनी सादर केला नसल्यामुळे ते केवळ अनुमानच ठरते. चंद्रावळी आख्यानकर्ता गोपाळदास आणि कवी संतोषमुनी कृष्णदासकृत 'रुक्मिणी स्वयंवर' या काव्याचा वाढावा करणारा पौसदाख्य गोपालमुनी हे एकच दिसतात असे श्री. ज. शा. देशपांडे

---

१६. महाराष्ट्र सारस्वत पुरवणी, - तुळपुळे शं.गो. पृष्ठ ७८५

मानतात. परंतु यास समाधानकारक असा पुरावा ते देत नाहीत.

डॉ. श्री. रं. कुलकर्णी यांनी संपादित केलेल्या चंद्रावळी आख्यानाच्या शेवटी असलेल्या-

'इति महा आम्नाय विराट देश मुनी मार्गीक नाम गोपाळदास कथीले
काव्यरत्नाकारास प्रकर्ण परिपूर्ण हे ॥'

या उल्लेखावरून डॉ. व. दा.कुलकर्णी यांनी 'चंद्रावळी आख्यान' आणि 'सुदाम चरित्र' ही दोन्हीही आख्यानकाव्ये 'काव्यरत्नाकर' या ग्रंथाची वेगवेगळी प्रकरणे आहेत व साहजिकच दोन्हीचा कर्ता गोपाळदास एकच आहे, असे म्हटले आहे.[१७] प्रा. व. दा. कुलकर्णी यांचे हे मत सर्वार्थाने गृहीत धरण्यासारखे आहे.

१७० एवढी अगदी तोकडी ओवीसंख्या असलेल्या चंद्रावळी आख्यानाचा लेखनकाळ मात्र निश्चित करता येत नाही. काव्यग्रंथातही तसा उल्लेख आला नाही. परंतु या काव्यात ठिकठिकाणी आलेल्या फार्शी शब्दांवरून (नफा, मुद्गल) डॉ. शं. गो. तुळपुळे हा कवी पेशवे काळापूर्वीचा असावा[१८] असे म्हणतात.

गोपाल कृष्णाच्या चरित्रावर आधारित असलेल्या चंद्रावळी आख्यानास मूळ पौराणिक कथेचा कोणताच आधार नाही. या आख्यानाच्या शेवटी उल्लेखलेल्या बहुतेक कथा श्रीमद्भागवताच्या दशम स्कंधात आल्या आहेत. परंतु चंद्रावळीची कथा भागवतात कुठेही नाही. मात्र पद्मपुराणांतर्गत येणाऱ्या श्रीकृष्ण चरित्रात चंद्रावळी या गोपिकेचा उल्लेख केलेला आढळतो. राधेच्या नंतर चंद्रावळीच काय ती श्रीकृष्णास प्रिय होती, असे पद्मपुराणात म्हटले आहे. एखाद्या लोककथेला काव्यात्म रूप देऊन तिचा संबंध पुराणपुरुषाच्या चरित्राशी जोडायचा ही प्राचीन मराठी साहित्यातली पद्धत येथेही संभवनीय दिसते. चंद्रावळी आख्यानाच्या स्वरूपावरून या आख्यानामागे लोककथेचा आधार असावा, असे मत नोंदवावे वाटते.

मथुरेच्या बाजाराला जाण्यासाठी निघालेल्या चंद्रावळीला तिची सासू -

'मथुरेत जर जाशिल बाळे । श्रीहरी भेटेल मांडील चाळे ॥'

अशी भीती घालते. पण श्रीकृष्ण मुरारी तसे काही करणार नाही, असा विश्वास चंद्रावळीला आहे. तुम्ही स्त्रियाच मुरारीला नादी लावता असा आरोप ती करते -

---

१७. महानुभाव, अंक ४, वर्ष २५, जुलै १९७३, पृष्ठ ५

१८. कवी गोपाळदास विरचित चंद्रावळी आख्यान - संपा. डॉ. कुलकर्णी श्री. रं. प्रस्ता., पृष्ठ ७

'अधिच त्यासी गमजा करिता । घोळूनि गोंडा तुम्ही चेतविता ।।'

चंद्रावळी शृंगार करून नटूनथटून रंभा, रती, लक्ष्मी, उर्वशी, मेनका इत्यादी गोपिकांसोबत बाजारास निघते. बाजाराच्या वाटेवर उभ्या असलेल्या श्रीकृष्ण मुरारीने चंद्रावळीचे 'मन वळविण्या'साठी पेंद्याला पाठवले. पेंद्या चंद्रावळीजवळ येतो आणि -

'अलिंगन चुंबन मैथुनासी । आणिक द्यावे श्रीकरे हरिसी' अशी मागणी करतो. तेव्हा अतिशय क्रोधायमान झालेल्या चंद्रावळीचे कवीने -

'ऐसे ऐकोनि क्षोभली जळचलि जाळा जसी पेटली ।

किंवा विज कडाडिली की व्याघ्रीणी खवळली ।। '

असे वर्णन केले आहे. पेंद्याला ती टाकून बोलते. त्याचे डोके फुटेपर्यंत सर्व गोपिका त्याला मारतात. पेंद्याची ती फजिती पाहून श्रीकृष्ण स्वत: सर्व सवंगड्यांसह चंद्रावळीजवळ येतो आणि तिला 'दे आपुल्या सुखासी' अशी मागणी करतो तेव्हा चंद्रावळी प्रतिउत्तर देताना 'हे दान मागा बहिणीची पांसि।' असा जबरदस्त प्रतिवार करते.

इथून कथेला वळण मिळते. बहीण होऊनच चंद्रावळीला 'अलिंगन चुंबन मैथुन' दान मागेल असे श्रीकृष्ण मनाशी पक्के ठरवतो. कोणत्याही परिस्थितीत मी तुला मिळवीन असे श्रीकृष्ण सांगतो, तेव्हा दोघांमध्ये वाक्‌युद्ध होते.

'चंद्रावळी म्हणते-	पक्षिणीच्या मी स्वरूपे फिरेन
श्रीकृष्ण-	बहिरी ससाणा होऊनि धरिन
ती	तारांगणी होईन चांदणीसि
तो-	चंद्र तीरी होईन मी नभासि ।। ११९।।'

एके दिवशी श्रीकृष्ण स्त्रीरूप घेऊन पालखीत बसून चंद्रावळीच्या घरी जातो. श्रीकृष्णाच्या नाटकीपणावरून साक्षात तो 'नारी'च दिसतो. खुद्द चंद्रावळीलाही आठवत नसलेल्या 'राही' नावाच्या तिच्या बहिणीचे रूप घेऊन तिच्या घरी जातो. चंद्रावळीच्या पतीलाही श्रीकृष्णाच्या स्त्रीत्वाविषयी शंका येत नाही

निधान आले अमुच्या गृहांसी

निगा करावी बहुसाल त्यासी'

असे तो म्हणतो. बहिणीला स्नान घालताना जेव्हा चंद्रावळीला राहीच्या पायावरील 'पद्‌मरेखा' श्रीकृष्णाच्या पायावरील पद्‌मरेखेसारख्या वाटतात. त्या पद्‌मरेखा श्रीकृष्णाशिवाय कोणासही नाहीत, असे चंद्रावळी म्हणते, तेव्हा राहीरूपी श्रीकृष्ण 'श्रीकृष्णे मला गे दिधली प्रितीने ।' असे सांगून वेळ मारून नेते. चंद्रावळीला मात्र

शंका येते. रात्री निजमंदिरात गेल्यावर तिचा संशय बळावतो व ती पृच्छा करते –

'पुसे कुंचका न दीसे देहांसी
कठीण का हो जाले करासी ॥१६०॥'

परंतु श्रीकृष्ण मात्र शिताफीने तिच्या शंकेला निरुत्तर करतो. शेवटी मात्र आपले निजरूप दाखवतो.चंद्रावळी श्रीकृष्णाच्या चरणी लागते व कबूल करते-

'होते विधीने लिहिले सुभाळी
भोगिल राहीरूपे वनमाळी
ते सत्य जाले घडला संभोग
तु जोडलासि मजला श्रीरंग ॥१६६॥'

अशा प्रकारे श्रीकृष्णाने चंद्रावळीला बहिणीच्या रूपाने का होईना भोगले, अशी कथा यात आली आहे.

चंद्रावळीकर्त्या गोपाळदासाचे वेगळेपण असे की, कवीने आख्यानात निरनिराळ्या छंदांचा व वृत्तांचा उपयोग केला आहे. ओवी, भुजंगप्रयात, द्रुतविलंबित, मालिनी यांसारख्या नित्याच्या परिचयाच्या छंद-वृत्तांबरोबरच वज्रनामा छंद, चंदनवल्ली, वसंतनामा छंद यांसारखे अपरिचित छंद या आख्यानात आढळतात. गोपाळदासाने या काव्यात नाटकातील संवादशैलीचा कौशल्यपूर्ण वापर केला आहे, हे त्याचे दुसरे वेगळेपण होय. एखाद्या नाटकातील खटकेबाज संवादांप्रमाणे त्याने श्रीकृष्ण-चंद्रावळी यांच्या संवादांची जुगलबंदी रंगवली आहे. उदाहरणादाखल पुढील संवाद पाहा -

'चंद्रावळी म्हणते – पक्षिणीच्या मी स्वरूपे फिरेन
श्रीकृष्ण – बहिरी ससाणा होऊनि धरिन
ती-तारांगणी होईन चांदणीसि
तो-चंद्र तरी होईन मी नभासि ॥११९॥'

सवाल-जबाबांप्रमाणे असणारे वरील संवाद कथानकात रंग भरतात. कथानकात रोचकता वाढीस लावण्याचे कवीचे कौशल्य अफलातून आहे, याचा प्रत्यय या ठिकाणी येतो.

वच्छाहरण : श्रीदामोदर पंडित :

महाकवी भास्करभट्टांच्या शिशुपालवधाप्रमाणे कवी दामोदर पंडितांचे 'वच्छाहरण' हे श्रीकृष्णचरित्रातील एक अद्‌भुतरम्य प्रसंग वर्णन करणारे आख्यानकाव्य होय. भागवतावर आधारलेल्या या काव्याचा प्रमुख हेतू श्रीकृष्ण-गुणान्मोदन करणे एवढाच होय. ईश्वरगुण चिंतनातून अंत:करणाला झालेला आनंदच कवीने काव्याच्या रूपातून व्यक्त केला आहे. यातून प्रसवलेले प्रस्तुत वच्छाहरण म्हणजे कवी दामोदर

पंडितांचा एक अपूर्व, असा काव्यप्रबंध होय.

पंडित दामोदरदास ही पंथातील एक विद्वान व अधिकारी व्यक्ती होय, हे त्यांच्या उपलब्ध चरित्रावरून स्पष्ट होते. 'मूर्तिप्रकाश'कर्ते मुनी केशिराजबास हे त्यांचे परममित्र. या मित्रत्वाच्या खुणा प्रस्तुत काव्यग्रंथात आढळून येतात. पंडित दामोदरबास यांनी आचार्य श्रीनागदेवभट्ट यांच्याकडे पंथाची दीक्षा घेतली. पंथीय शास्त्राभ्यासात ते पारंगत होते. पत्नी हिराईसा (हिरांबा) व दामोदर पंडित या दोघांनाही श्रीनागदेवाचार्यांपासून श्रवण होते. हिराईसेने अगोदर संन्यास घेतला परंतु पंडित दामोदरबासांनी मात्र 'मुलाचे लग्न उरकतो' या सबबीखाली लगेचच संन्यास घेणे टाळले. पतीचा संसारमोह आणखी सुटत नाही हे पाहून हिराईसेने त्यांना 'ज्या चुलीची खीर खादली त्या चुलीची काई राख खाल' असा निरोप पाठवला.[१९] आणि त्याचा परिणाम म्हणून पंडित दामोदरबासांनी लगेचच म्हणजे शके ११९४ मध्ये संन्यास घेतला.

श्रीदामोदर पंडित जसे विद्वान होते तसेच ते गायनकलेत व काव्यकलेतही निष्णात होते. श्रीचक्रधरस्वामींचे 'गीत विखो' असे आचारविषयक सूत्र असूनही श्रीनागदेवाचार्यांनी त्यांना गायनाची आज्ञा दिली. श्रीनागदेवाचार्यांच्या निधनानंतर श्रीदामोदरबास लाजी-वैरागाकडे गेले व तिकडेच त्यांचे निधन झाले.

श्रीदामोदरबासांनी धुवा, चौपद्या, आरत्या अशी बरीच स्फुटरचना केली आहे. रागदारीवर आधारित असलेल्या त्यांच्या जवळपास साठ चौपद्या उपलब्ध आहेत. 'पद्मपुराण' नावाचा एक ग्रंथ त्यांच्या नावावर आहे. असे असले तरीही या सर्वांपेक्षा श्रीदामोदरबासांच्या कीर्तिमंदिराचा खरा आधारस्तंभ म्हणजे वच्छाहरण हाच ग्रंथ होय, जो महानुभावांच्या पवित्र 'सातीग्रंथा'त समाविष्ट आहे.

'वच्छाहरण' या काव्याचे कविकर्ते श्रीदामोदर पंडित हे आहेत. या काव्यातील ओवी क्र.६,६२,१२३,१९७,३७५ व ५०२ या ओव्यांत सर्वत्र 'म्हणे मुनी केशिराजु' असा उल्लेख आलेला आहे. म्हणजे यावरून या काव्यग्रंथाचे कर्ते पंडित केशिराजबास होत असे प्रथमदर्शनी वाटू शकते. परंतु काव्यग्रंथाच्या शेवटच्या म्हणजेच ५०३ क्रमांकाच्या ओवीत व शेवटी असलेल्या पुष्पिकेत 'म्हणे पंडित दामोदरू' असा उल्लेख येतो. मग वच्छाहरणाचा कर्ता कोणास मानावे? पंडित केशिराजबास की पंडित दामोदरबास? परंतु ग्रंथकर्त्यांनी या प्रश्नाचा खुलासा अगोदरच करून ठेवला आहे. श्रीदामोदर पंडित व श्रीकेशिराज बास यांची असलेली घनिष्ठ मैत्री पंथात प्रसिद्ध होती. त्या मैत्रीपोटी त्यांनी एकमेकांची काव्ये परस्परांच्या

---

१९. स्मृतिस्थळ, स्मृती ५८ - देशपांडे वा.ना.

नावावर केली. श्री दामोदर पंडितांनी आपल्या काव्यात परममित्र केशिराजबासाचे नाव वापरले. परंतु शेवटी शेवटी मात्र त्यांना अहंकार आवरता आला नाही; आणि ५०३ क्रमांकाच्या ओवीत वर उल्लेख केल्याप्रमाणे त्यांनी स्वत:च्या नावाचा उल्लेख केला. हे पाहून हिराईसा रागावल्या. त्यामुळे श्रीदामोदरबासांचे मन द्रवले आणि 'ती ओवी' ते खोडू लागले. परंतु नंतर मात्र पत्नीच्या आग्रहाखातर ती ओवी तशीच ठेवली. म्हणजेच श्रीदामोदर पंडित हेच वच्छाहरणाचे कर्ते होत, हे उघडच आहे.

एकूण ५०३ एवढी ओवीसंख्या असलेल्या 'वच्छाहरण' या ग्रंथाचे लेखन श्रीदामोदर पंडितांनी शके १२३८ मध्ये पूर्ण केले. 'मूर्तिप्रकाश'कार श्रीकेशिराजबास व वच्छाहरणकर्ते श्रीदामोदर पंडित यांचे ग्रंथलेखन एकाच काळातले होय.

ग्रंथाचे नाव व ग्रंथाधार :

प्राचीन मराठी वाङ्मयाच्या इतिहासात आजपर्यंत या प्रस्तुत काव्यप्रबंधाचे नाव 'वत्सहरण' किंवा 'वच्छ हरण' असे रूढ होते. परंतु काव्यात ठिकठिकाणी वापरलेल्या 'वच्छाहरण' या नावावरून व हस्तलिखित पोथ्यांच्या भक्कम पुराव्यांवरून काव्याचे 'वच्छाहरण' हेच नाव अधिक दृढ होते. वत्स म्हणजे वासरे, त्याचे ब्रह्मदेवाने केलेले हरण म्हणजे वच्छाहरण.

भागवताच्या दशम स्कंधातील अघासुरवध आणि वच्छाहरण या कथाप्रसंगावर लिहिलेले हे मराठीतील पहिले आख्यानकाव्य होय. भागवतातील बाराव्या अध्यायात अघासुरवध, तेराव्या अध्यायात वच्छाहरण आणि चौदाव्या अध्यायात ज्याचा गर्व नाहीसा झाला, अशा ब्रह्मदेवाने केलेली श्रीकृष्णस्तुती याचा अंतर्भाव झालेला आहे. कवी दामोदर पंडितांनी भागवती कथेचाच क्रम अनुसरला आहे.

कवी दामोदरबासांनी आपल्या काव्यप्रबंधासाठी भागवती कथेचा आधार घेतला असला, तरी केवळ त्याचे भाषांतर किंवा रूपांतर केले नसून मूळ संस्कृत कथेच्या आधारे एक स्वतंत्र काव्य निर्माण केले आहे. कोणत्याही आख्यानकाव्यांचे यश त्याच्या वर्णनकौशल्यावर अवलंबून असते व ते श्रीदामोदर पंडितांच्याजवळ असल्याचे दृष्टीस पडते. म्हणून त्यांचे प्रस्तुत काव्य वाङ्मयीनदृष्ट्या अधिक सरस ठरले आहे.

कवीने काव्याधार म्हणून भागवताचा आधार घेतला असला, तरी भागवत, पद्मपुराण आणि ब्रह्मवैवर्तपुराण यात नसलेला एक स्वतंत्र प्रसंग कवीने गुंफलेला आहे. गोपवासरे चोरून नेल्यानंतर ब्रह्मदेव गोकुळातील स्थिती पाहण्यासाठी तेथे येतो परंतु त्याचा अपेक्षाभंग होतो. तेथे चाललेल्या श्रीकृष्णलीळा पाहून तो आश्चर्यचकित होतो. यानंतरच्या प्रसंगात श्रीदामोदर पंडितांनी नारदाची मध्यस्थ म्हणून योजना केलेली आहे. नारद ब्रह्मदेवाला अहंकाराचा त्याग करून श्रीकृष्णाला शरण जाण्याचा उपदेश

करतात आणि नंतर श्रीकृष्णाने ब्रह्मदेवाला क्षमा करावी यासाठी रदबदली करतात. या नवीन प्रसंग योजनेत कवीचे कथाकथन कौशल्य आणि योजकता दिसून येते.

कथानक :

प्रस्तुत काव्याचे नाव वच्छाहरण असले तरीही या काव्यग्रंथात केवळ वच्छाहरणाचीच कथा आली नसून त्यापूर्वी घडलेली अघासुरवधाची कथाही आलेली आहे. भागवतात असलेल्या कथेचा म्हणजेच अघासुराचा वध, ब्रह्मदेवाने केलेली गोपवासरांची चोरी व ब्रह्मदेवाकडून श्रीकृष्णस्तुती हाच क्रम श्रीदामोदरबासांनीही आपल्या काव्यात ठेवला आहे.

अघासुर वध :

श्रीकृष्णाला मारण्याचे अनेक प्रयत्न निष्फळ ठरल्यानंतर कंसाने श्रीकृष्णाला मारण्याच्या कामगिरीवर अघासुर नावाच्या राक्षसास पाठवले –

'तवं कंसे धाडिला दैत्यावरू । जेया नाव अघासुरू।
तो घोरसर्परूप धरू । होऊनी आला ॥'

श्रीकृष्ण महाराज आपल्या गोपगड्यांसह वृंदावनाकडे निघाले असता अघासुर वाटेवरच पर्वताएवढे सर्पाचे रूप धारण करून पडला. श्रीकृष्णाच्या पुढे जे काही सवंगडी होते ते अज्ञानामुळे सरळ सर्परूपी अघासुराच्या मुखात गेले. आपल्या सवंगड्यांचा जीव धोक्यात आहे हे लक्षात येताच श्रीकृष्ण महाराज अघासुराच्या मुखात शिरले आणि विशालकाय रूप धारण केले-

'भितरी वाढिनली श्रीमूर्ती । तवं कुंठली मनपवनाचि गति ।
इंद्रिया जालि निवृत्ती । जैसी ब्रह्मविदा ॥'

श्रीकृष्णांच्या या पराक्रमामुळे अघासुर गतप्राण झाला आणि सर्वांची सुटका झाली.

ब्रह्मदेवाकडून वच्छाहरण :

एवढ्या मोठ्या भयंकर राक्षसाचा वध झालेला पाहून सर्व देवातागण चकित झाले. परब्रह्माचा हा नवीन अवतार पूर्वीच्याच अवतारासारखा आहे की, काही त्याच्यात अपूर्वता आहे याची परीक्षा घेण्याची ब्रह्मदेवाला उपरती झाली-

'आता गोपवासरूएं चोरू । मग जाणिजैल हा निर्धारू ।
हा मागिला सरिखा अवतारू । कि काही नव्हाल्ली असे ॥'

यासाठी ब्रह्मदेवाने श्रीकृष्णांच्या सवंगड्यांचे आणि गाईवासरांचे हरण केले. ब्रह्मदेवाची ही चोरी श्रीकृष्णाला समजली. ब्रह्मदेवाची खोड मोडण्यासाठी स्वत: योगेश्वरांनी गोपवासराचे रूप धारण केले. ब्रह्मदेवाचा एक क्षण संपल्यानंतर (म्हणजेच पृथ्वीवरील एक वर्ष संपल्यानंतर) ब्रह्मदेव मृत्युलोकी आला, गोकुळात सर्व धावपळ

उडाली असेल, गोपाळांच्या विरहाने सर्व स्त्रिया दुःखी झाल्या असतील, सगळीकडे आकांडतांडव मांडला असेल, असे त्याला वाटले. परंतु गोकुळात मात्र गोपवासरे, त्यांची दिनचर्या अगदी व्यवस्थित होती. सर्व काही सुरळीत सुरू होते एवढेच नव्हे, तर ब्रह्मदेवाला तिथे दुसरे ब्रह्मदेवसुद्धा दिसले. श्रीकृष्ण महाराजांच्या या अद्‌भुत लीळेने ब्रह्मदेव चकित झाला. परमात्म्याच्या ईश्वरी शक्तीची त्याला जाणीव झाली आणि –

'मग दातारा जवळिके आला । चतुर्मुखी नमस्कारू केला ।
मग तो विनविता जाला । कर जोडूनी ॥'

या दोन मुख्य कथाभागांबरोबरच इतरही काही वर्णन यात आले आहे. 'वच्छाहरण' या काव्याची सुरुवात करताना श्रीदामोदरबासांनी परमेश्वर व भक्त यांना नमन केले आहे, संतमहिमा वर्णन केला आहे, श्रीकृष्णसेवेचा महिमा सांगितला आहे. यात आलेले वृंदावन वर्णन, यमुना वर्णन अत्यंत वाचनीय बनले आहे.

भक्तिरसाने ओतप्रोत भरलेले वच्छाहरण हे काव्य महानुभावांच्याच नव्हे, तर एकूणच मराठी आख्यान परंपरेतले एक उत्कृष्ट व अजोड कलाकृती होय यात शंका नाही.

शुकदेव चरित्र : गोपीनाथ :

प्रस्तुत आख्यानात शुकदेव किंवा शुकमुनी या पुराणातील ऋषीचे कथाचरित्र आले आहे. परंतु शुकदेव ऋषीच्या या कथेमागचे कर्तेधर्ते मात्र स्वतः श्रीकृष्णच आहेत. शुकमुनीला केलेले निरूपण ही श्रीकृष्ण चरित्रातील एक महत्त्वाची घटना आहे. या आख्यानातील शुकमुनींचे स्थान दुय्यम आहे. आख्यानातील श्रीकृष्णमहाराजांचा वावर एवढा मोठा आहे की, त्यावरून स्वतः भगवान श्रीकृष्णच प्रस्तुत आख्यानाचे नायक वाटतात.

'शुकदेव चरित्रा'च्या कर्त्याविषयी व त्यांच्या नामाभिधानाविषयी अभ्यासकांत वेगवेगळे मतप्रवाह आहेत. 'महाराष्ट्र सारस्वत' पुरवणीकार शं. गो. तुळपुळे यांनी या काव्याचा कर्ता गोपीभास्कर किंवा गोपीराज विद्वांस असल्याचे मोघम मत मांडले आहे.[२०] परंतु 'शुकदेव चरित्रा'चे संपादक आणि महानुभाव साहित्याचे साक्षेपी अभ्यासक डॉ. यू. म.पठाण मात्र 'गोपाळदास किंवा गोपीनाथ हा या ग्रंथाचा कर्ता असून तो गोपीभास्कर किंवा गोपीराज विद्वांस यापेक्षा वेगळा आहे.'[२१] असे म्हटले

---

२०. महानुभाव पंथ आणि त्याचे वाङ्मय - तुळपुळे शं. गो. पृष्ठ २१८.

२१. शुकदेव चरित्र, प्रस्ता., - प्रकाशक मराठे श्रीधरबुवा प्रस्ता. डॉ. पठाण यू. म. पृष्ठ ३

आहे.

अभ्यासकांत कविकर्त्याविषयी मतभेद असले, तरी ग्रंथात बऱ्याच ठिकाणी 'म्हणे कवी गोपीनाथ' असा उल्लेख आलेला आहे. म्हणून गोपीभास्कर, गोपीराज, गोपाळदास या कविनामांच्या संदिग्धतेत आणखी भर न घालता 'गोपीनाथ' हेच ग्रंथकर्त्याचे नाव गृहीत धरण्यास हरकत नाही.

कवी गोपीनाथांच्या कार्यकालाच्या बाबतीत निश्चित मत मांडता येत नाही. कवीनेही त्या संदर्भात कुठे उल्लेख केला नाही.

ओवीसंख्येचा स्पष्ट उल्लेख ग्रंथाच्या शेवटी करण्यात आला आहे. चौदा प्रसंगांत विभागलेल्या या ग्रंथात एकूण १४३५ एवढी ओवीसंख्या आहे.

कथानक :

कवी गोपीनाथांनी शुकदेवाच्या कथेच्या प्रत्यक्ष वर्णनापूर्वी पाच अध्याय 'सहदेव-भाडळी उपाख्यान' यासाठी खर्च केले आहेत. चौथ्या अध्यायात सहदेव भाडळीचा मुलगा भारद्वाज याच्या वीर्यापासून वेगवेगळ्या ठिकाणी पाच पुत्र होतात. भारद्वाजाचे द्रोणातील वीर्य नदीत पडते. ते मासळी प्राशन करते. त्यापासून मच्छिंद्र होतो, पुढे थोडे वीर्य माकडी प्राशन करते, तिच्यापासून मार्कंड ऋषी होतो, तेच द्रोण फुटून काही वीर्य गवतावर पडते, ते गवत खाल्लेल्या गाढवीपासून गर्ग ऋषी जन्मतो, भूमीवर राहिलेले थोडे वीर्य पक्षिणी प्राशन करते. तिच्यापासून पाराशर ऋषी होतो, शेवटी राहिलेले थोडेसे वीर्य भारद्वाजाची पत्नी मोहिनी प्राशन करते. तिच्यापासून द्रोणाचार्य उत्पन्न होतो.

सहाव्या अध्यायात प्रत्यक्ष शुकजन्माची कथा येते. पाराशर ऋषी व कोळिणीच्या संभोगातून व्यास ऋषी जन्म घेतो. त्या व्यास ऋषीची पत्नी सुलभाच्या उदरात शुकदेव वाढतो. परंतु पूर्वी आपण खूप दुःख भोगले आहे. आता या जगाचा वारा नको म्हणून तो बारा वर्षे उदरातच राहतो. श्रीकृष्णाच्या सूचनेचा विचार करून तो शेवटी उदराबाहेर येतो, जन्म घेतो परंतु तो सोन्याची कसवटी लावूनच. तत्काळ तपश्चर्येसाठी वनात निघून जातो.

तेराव्या अध्यायात प्रसिद्ध असा 'शुक-रंभा' संवाद आला आहे. शुकाची तपश्चर्या दिवसेंदिवस वाढतच जाते. त्या भीतीपोटी इंद्र रंभेला शुकदेवाची तपश्चर्या भंग करण्यासाठी पाठवतो. शृंगाराने लुप्त झालेली रंभा नृत्यकामाने शुकाला मोहिनी घालण्याचा प्रयत्न करते. परंतु शुकदेव मात्र तिच्या कामभावनेला नम्रपणे नकार देतो. तुझे हे शरीर नश्वर आहे, घाण आहे असे जेव्हा तो सांगतो तेव्हा रंभा आपले शरीर सुगंधी आहे, निर्मळ आहे हे दाखवण्यासाठी उदर फाडून दाखवते. परंतु शुकदेव

मात्र आपल्या तपश्चर्येवर ठाम राहतो. 'जर हे मला आधीच माहीत असते, तर तुझ्याच पोटी जन्म घेतला असता' असा अभिप्राय तो देतो. त्यामुळे रंभा लज्जित होते व त्याला नमस्कार करून परत जाते.

शेवटच्या अध्यायात शुकाने रंभावर विजय मिळविला म्हणून सर्व ब्राह्मण एकत्र येतात त्याचे वर्णन आले आहे.

'शुकदेव चरित्रा'चे वेगळेपण :

'शिशुपालवध' व 'वच्छाहरण' या काव्यग्रंथांच्या नंतर श्रीकृष्ण चरित्रावर लिहिले गेलेले शुकदेव चरित्र हे एक आख्यानकाव्य होय. परंतु त्याला वरील दोन काव्यांची सर येत नाही. या संदर्भात डॉ.तुळपुळे यांनी 'शुकदेव चरित्र हे काव्यदृष्टीने अगदी सामान्य आहे.'' असा अभिप्राय दिला आहे. असे असले तरीही शुकदेव चरित्राच्या अभ्यासांती त्याचे काव्यग्रंथ म्हणून काही वेगळेपण लक्षात येण्यासारखे आहेत-

१. रूढकथेपेक्षा भिन्न कथा :

व्यास मुनींना पुत्राची आर्तता लागलेली असते. ईश्वराच्या कृपाप्रसादाने त्यांची पत्नी सुलभा ही गर्भवती राहाते पण बारा वर्षे तिला मूल होत नाही. ती श्रीकृष्णाची करुणा भाकते. तेव्हा श्रीकृष्ण गर्भावस्थेतील शुकास जन्म घेण्याची आज्ञा करतात. परंतु मानव देह धारण करून जिवाच्या कर्मकांडाचा व कर्मसिद्धांतानुसार भोगाव्या लागणाऱ्या अवस्थांचा स्वीकार करण्यास शुक विरोध करतो. जेव्हा श्रीकृष्ण जिवाचे सार्थक कसे करावे याविषयी सांगतात, तेव्हा शुक जन्म घेतो. श्रीकृष्णांनी दिलेले ज्ञान ग्रहण करून तो तपश्चर्येसाठी वनात निघून जातो.

२. शब्दचित्रे :

शुकदेव चरित्रात कवी गोपीनाथांनी रंगवलेली शब्दचित्रे प्रभावीपणे उमटलेली आहेत. अकराव्या अध्यायात रंभेच्या सौंदर्याचे, शृंगाराचे कवीने केलेल्या वर्णनावरून प्रत्यक्ष रंभा वाचकाच्या डोळ्यांसमोर उभी राहाते.

'अलोहित अधर मखर बखवटी । उन्मत गल पुढें शोभे हनुवटी ।
नितळ ललाट माज सुभावे मुष्टी । सिंह कटिवत जैसा ।।४१।।'

कवीने रेखाटलेली अशी अनेक शब्दचित्रे प्रस्तुत काव्यात आढळतात.

शिशुपालवध : श्रीभास्करभट्ट बोरीकर :

महाकवी भास्करभट्ट बोरीकर यांचे 'शिशुपालवध' हे महानुभावांच्या 'सातीकाव्य' ग्रंथातील एक काव्यग्रंथ होय. 'शिशुपालवध' हे आख्यानकाव्य म्हणून एक आदर्श

---

२२. महानुभाव साहित्य, संशोधन, खंड १ - डॉ.पठाण यू. म. पृष्ठ ३३

रचनाकृती ठरली आहे. 'शिशुपालवध' हे नाव ऐकताच संस्कृतमधील कवी माघाच्या शिशुपालवधाची आठवण झाल्याशिवाय राहत नाही. संस्कृत पंचमहाकाव्यातील माघाचे शिशुपालवध व भास्करभट्टांची शिशुपालवध कथा या दोन्ही आख्यानकांचा परस्पर काही संबंध असेल काय, अशी एक शंका प्रथमदर्शनीच येऊन जाते. तत्पूर्वी 'शिशुपालवध'कर्ता श्रीभास्करभट्ट बोरीकर यांच्याविषयीची माहिती जाणून घेऊ.

महाकवी श्रीभास्करभट्ट बोरीकर : जीवनपट व ग्रंथकर्तृत्व :

महाकवी भास्करभट्ट बोरीकर हे महानुभाव पंथाचे तृतीयाचार्य होत. 'सातीकाव्य' ग्रंथामध्ये श्रीभास्करभट्टांच्या दोन काव्यग्रंथांचा समावेश आहे. यातूनच त्यांच्या अजोड विद्वत्तेची प्रचिती येते. श्रीभास्करभट्ट हे ब्राह्मण कुळातील अनंतकुची व उमांबा यांच्या उदरी जन्मलेले दुसरे अपत्य होत. श्रीभास्करभट्टांचे वडील अनंतनायक हे वेदशास्त्रसंपन्न व संस्कृत पंडित होते. ते मूळचे परभणी जिल्ह्यातील कासारबोरी या गावचे होत. अनंतनायकाच्या विद्वत्तेची प्रसिध्दी ऐकून यादवसम्राट रामदेवराय यांनी त्यांना पैठणला वेदाध्यायन व संस्कृत अध्यापनासाठी सन्मानाने ठेवले होते. राजाज्ञेवरून अनंतनायक सहकुटुंब पैठणला वास्तव्यास आले. 'अनंते घातली। वैयाकरण शाळा कासारबोरी' असा उल्लेख 'भानुविजय' या ग्रंथात आढळतो. वडिलांच्या विद्वत्तेचा संस्कार भास्करभट्टांवरती झालेला दिसतो. वडिलांप्रमाणेच श्रीभास्करभट्ट संस्कृतमध्ये प्रवीण होते. काही अनपेक्षित घटना-प्रसंगांतून श्रीभास्करभट्टांची आणि पंथाचे प्रथम आचार्य श्रीनागदेवभट्ट यांची भेट झाल्याचा वृत्तांत स्मृतिस्थळादी ग्रंथांतून आढळतो. आचार्यांच्या भेटीतून पुढे श्रीभास्करभट्टांनी महानुभाव पंथात प्रवेश केला. त्यानंतर 'शिशुपालवध' या आख्यानकाव्याची रचना झाली.[२३]

डॉ.वि.भि.कोलते यांनी श्रीभास्करभट्टांच्या नावावर 'शिशुपालवध,' 'उद्धवगीता,' 'निर्वेचनस्तोत्र,' 'पूजावसर,' 'नरविलापस्तोत्र,' 'अवतारषटक,' 'श्रियाष्टक', 'वीराष्टक,' 'जयाष्टक' इत्यादी ग्रंथ दिले आहेत.[२४]

लेखनकाल व ओवीसंख्या :

श्रीभास्करभट्टांच्या ग्रंथसंपदेचा आणि त्यातही विशेषत: शिशुपालवधाचा लेखनकाल निश्चित होणे, अनेक दृष्टीनी महत्त्वाचे आहे, कारण केवळ महानुभावीयच नव्हे, तर सर्व मराठी काव्यांतील आद्य ग्रंथांचा मान काही अभ्यासकांनी शिशुपालवधाला दिलेला आढळतो. शिवाय इतर काही ग्रंथांच्या व प्रसंगाच्या कालनिश्चितीसाठी या

---

२३. श्रीभास्करभट्ट बोरीकर, पृ.२२-२४ - कोलते वि.भि.

२४. शिशुपालवध, आवृत्ती १, प्रस्ता. - संपा. कोलते वि. भि. पृष्ठ ३१-३२

काव्याच्या लेखन शकाचा नेहमी आधार घेतला जातो. कै.वि.ल.भावे यांनी संपादिलेल्या शिशुपालवधाच्या शेवटी पुढील ओवी छापलेली आहे -

'शके शरांक रूद्रशत रोकडे:श्रीमुख माधवमासू चोखडे:
तै श्रीकृष्णाचे पवाडे : वाणिले मिया ।।'

या ओवीवरून हा ग्रंथ शके ११९५ मध्ये लिहिला गेला असे दिसते. पण कै.भावे यांनीच महाराष्ट्र सारस्वतात दिलेली ओवी मात्र थोडीशी भिन्न आहे –

'शरांक रूद्र रोकडे : श्रीमुख माधव चोकडे
श्रीकृष्णवर्णन तोकडे : वानिले मिया ।।'

कै.भाव्यांच्या या दोन्ही ओव्यांत विसंगती वाटते. दुसरी ओवी इतर कोणत्याच पोथ्यांत आढळत नाही. म्हणजेच त्याआधारे शिशुपालवधाचा लेखनकाल निश्चित करणे सुसंगत ठरणार नाही. शिशुपालवधाचे संपादक डॉ.वि.भि.कोलते यांनी वृद्धाराचातील 'बाईदेवबासी शिशुपालवध नीराकरणी कवी खरी एकादसु करणे' या आख्यायिकेचा आधार घेऊन शके १२३० हा शिशुपालवधाचा लेखनकाल निश्चित केला आहे.[२५] डॉ.कोलते यांनी सादर केलेल्या पुराव्यांचा विचार करता त्यांनी दिलेला लेखनकाल सयुक्तिक वाटतो.

काव्याधार :

पुराणात वर्णन केलेली कथा सरळ रूपाने पुन्हा वर्णन करण्यात काही नावीन्य नव्हते. म्हणून कवी माघाने त्या साध्या कथेला लालित्य देऊन महाकाव्याच्या साच्यात अत्यंत मनोहर रीतीने बसवले आहे. श्रीभास्करभट्टांची शिशुपालवध कथादेखील मूळ कथेप्रमाणे सरळ, साध्या रीतीने वर्णन केलेली नाही. तिला अभिजात काव्याचे स्वरूप देऊन रेशमापेक्षाही मृदू व गोगलगाईपेक्षाही मऊ अशा शब्दांनी रेखाटलेली तिची मनोहर मूर्ती निरनिराळ्या प्रसंगांनी व नानाविध अलंकारांनी नटवून काव्योद्यानांत विहार करणाऱ्या रसिकांसमोर आपल्या प्राकृत काव्यांत उभी केली आहे.

वरील दोन्ही काव्यांचा तुलनात्मक अभ्यास केल्यास श्रीभास्करभट्टांनी आपल्या काव्यकन्येची वेशभूषा कवी माघाच्या लाडक्या लेकीच्या नेपथ्यरचनेकडे पाहतच केली, हे लक्षात येते. शिशुपालवधाची मूळ कथा भारतात व त्याचाच एक भाग म्हणून प्रसिद्ध असलेल्या हरिवंशात त्याचप्रमाणे भागवतातही आलेली आहे. म्हणजेच ही दोन्ही काव्ये महाभारतातून घेतलेली आहेत. असे असले तरी श्रीभास्करभट्टाला स्फूर्ती माघाच्या शिशुपालवधावरूनच झाली यात मात्र शंका नाही. कारण काव्याच्या

---

२५. श्रीभास्करभट्ट बोरीकर - कोलते वि. भि. पृष्ठ ७२

प्रस्तावनेत अगदी प्रारंभीच 'देखोनी महाकवीचा पंथू । मज होतसे मनोरथु ।' असे कवीने म्हटले आहे. यादवनाथाचे वर्णन करणारा महाकवी माघाशिवाय दुसरा कोणीच नाही. शिवाय माघाच्या आणि श्रीभास्करभट्टांच्या काव्यातील कथेचे स्वरूप, तिला मिळालेल्या निरनिराळ्या मोडण्या, वर्णने, प्रसंग इत्यादी समसमान आहेत. दोन्ही काव्याच्या प्रारंभीच असणारे नारदागमन, द्वारकावर्णन, ऋतुवर्णन, जलक्रीडा कथन व शेवटी आलेले युद्धवर्णन हे प्रसंग सारख्या पातळीवरचे आहेत.

असे असले तरी श्रीभास्करभट्टांचे काव्य हे माघाच्या काव्याची नुसती प्रतिकृती आहे, असे मात्र म्हणता येणार नाही. काव्यातंर्गत वरवरच्या प्रसंगांची रूपरेषा जरी कवी भास्कराने आखली असली तरी बाकी सर्व प्रसंग स्वत:च्या अनुपमेय कलाकुशलतेने व स्वतंत्र प्रतिभाशक्तीने रंगवलेले आहेत. श्रीभास्कराची वर्णने, कल्पना, उपमा, उत्प्रेक्षादी-अलंकार योजना इत्यादी स्वतंत्र आहे की त्यावरून स्वतंत्र प्रतिभाशाली कवीचेच स्थान त्यांना दिले पाहिजे. माघाच्या शिशुपालवधातील प्रसंगाशिवाय इतर अनेक काव्यमय प्रसंग स्वतंत्र रीतीने आलेले आहेत. विशेषत: उद्धव-नारदाचा विनोद, श्रीकृष्ण-रुक्मिणीचा प्रेमकलह, विरुहिणी, गोपींची वर्णने इत्यादी थोडक्यात माघाचे 'शिशुपालवध' श्रीभास्करभट्टांच्या डोळ्यांसमोर असले तरी त्याचे अंधानुकरण मात्र मुळीच झालेले नाही.

कवी माघ यांच्यासारखाच कवी जयदेव यांचाही प्रभाव शिशुपालवधावर पडला आहे. कवी जयदेव आणि श्रीभास्करभट्ट यांच्या लेखनातील साधर्म्य दाखवताना डॉ.कोलते यांनी 'श्रीभास्करभट्टांची जयदेवाशी नुसतीच तोंडओळख नव्हती, तर ते दोघे कवी एकाच घरात राहिलेले, एकाच शाळेत शिकलेले, एकाच बैठकीत वावरलेले व एकच रंग खेळलेले दिसतात' असे म्हटले आहे. शिशुपालवध कथेत आलेला शृंगाररस पाहाता जयदेवाच्या 'गीतगोविंदा'ची पडछाया शिशुपालवध कथेवर पडली असल्यास नवल नाही. जरासंधाचा वध करण्यासाठी श्रीकृष्णाला मगध देशात जावे लागले. त्यावेळी रुक्मिणीची झालेली विरहावस्था कवी भास्करांनी वर्णिली आहे. हे वर्णन वाचताना जयदेवाने वर्णिलेली निस्तेज चंद्राप्रमाणे म्लान दिसणारी विरह व्याकूळ राधिकेची मूर्ती आपल्या डोळ्यांसमोर उभी राहते. कवी जयदेव 'नयनविषयमपि किसनलयतल्पम् कलियति विहित हुताशविकल्पम' – कोमल किशलयाची शय्या अग्नीप्रमाणे जशी राधिकेला भासली अगदी तसेच श्रीभास्करभट्टांच्या रुक्मिणीलाही कमळे इंगळाप्रमाणे लागत होती. (अंगी लागताती कमळे: इंगळे जैसी). चंद्राला, चंद्रकिरणाला व मलयानिलाला निंदणारी श्रीभास्करांची रुक्मिणी ही चंदन, चंद्रकिरण, मलयवायू यांची निंदा करणाऱ्या जयदेवाच्या राधिकेची हुबेहूब सावली नाही, असे

कोण म्हणेल! त्याप्रमाणेच या दोन्ही काव्य ग्रंथांच्या नायिकेच्या विरहावस्थेचे व त्यावर केलेल्या उपचारांचे साम्य मोठ्या प्रमाणात आहे.

यांच्याबरोबरच कविकुलगुरू कालिदास यांच्या काव्यातील कल्पनांची, वर्णनांचीही पडछाया श्रीभास्करभट्टांच्या कथेवर पडलेली आढळते. या संदर्भात बरेच समानार्थक श्लोक व ओव्या ताडून पाहण्यासारख्या आहेत.

उपरोक्त संस्कृत कवीशिवाय महानुभाव कवी नरेंद्र व केशिराजबास यांच्या काव्यांचाही (अनुक्रमे रुक्मिणी स्वयंवर, मूर्तिप्रकाश) प्रभाव शिशुपालवधावर पडलेला दिसतो.

कथानक :

प्रस्तुत काव्यग्रंथाच्या नावावरून शिशुपालवधाची कथा यात विस्तृत अंगाने आली असेल, असे वाटण्याची शक्यता आहे. परंतु काव्यकथेचा मूळ गाभा यात केवळ दोन-अडीचशे ओव्यांतच आटोपला आहे. काव्याची सुरुवात नारदाच्या श्रीकृष्णसभेतील प्रवेशाने होते.

नवरत्नाच्या ठेव्याप्रमाणे, विश्वकर्त्याने कमावलेल्या मेरूच्या गाभ्याप्रमाणे किंवा मुक्तिमंदिराच्या दारवंट्याप्रमाणे शोभणाऱ्या सुधर्मसभेत आपल्या परिवारासह श्रीकृष्ण बसले असता नारद प्रवेश करतो. ऋषीमुनींचा फजितवाडा करणाऱ्या शिशुपालाचा वध करण्याची विनंती करून नारदांनी श्रीकृष्णाचा पाहुणाचार घेतला. त्यानंतर श्रीकृष्ण-रुक्मिणी प्रेमकलह वर्णिला आहे. त्याचे वर्णन कवीने बऱ्याच ग्राम्य पातळीवर केलेले दिसते. श्रीकृष्णाने माकड म्हणून चिडवल्यावर रुक्मिणीही गप्प राहत नाही. ती पण श्रीकृष्णाला बोलते -

'वाढीनला गोकुळी : म्हणौनि कव्हणी लेकी नेदीचि आपुली
तया उर्वशी स्वयंवरा आली : वदतां लाज नाही ॥'

अशा प्रकारे श्रीकृष्ण रुक्मिणीचा प्रेमकलह संपल्यानंतर दुसऱ्या दिवशी धर्मराजाकडून यज्ञासाठी बोलावणे आले. श्रीकृष्णांनी आमंत्रणाचा स्वीकार केला आणि ते हस्तिनापुराला निघाले. नारदाने सांगितलेले शिशुपालवधाचे कार्य व धर्मराजाचे निमंत्रण यापैकी कोणते कार्य प्रथम हाती घ्यावे, असा पेचप्रसंग श्रीकृष्ण महाराजांपुढे निर्माण झाला आणि शेवटी –

'अग्रपूजेचा वेळी:शिशुपाल वदैल गाळी:
तेव्हळी देयावी तयाची बळी: महाकाळाशी ॥४९६॥'

या उद्धवाच्या मताप्रमाणे राजसूय यज्ञासाठी जाण्याचे ठरले.

त्यानंतर हस्तिनापुरात घडलेला श्रीकृष्ण-युधिष्ठिर यांच्या भेटीचा अपूर्व सोहळा कवीने वर्णन केला आहे. ध्येय आणि ध्याता, भगवंत आणि भक्त यांच्या

मीलनाच्या सुखापुढे इतर सुख कवीला तुच्छ वाटते –

'स्वर्गसुख बापुडे: विषयसुख निन्हावेडें
मोक्षसुख साबडे: ते पाहुनीया ॥ ५८१॥'

श्रीकृष्णाच्या नगरप्रवेशाने पांडवच नव्हे तर संपूर्ण नगरवासीय आनंदाने बेभान झाले. सर्व स्त्रिया देवाला पाहण्यासाठी गर्दी करू लागल्या. त्यावेळी झालेल्या त्यांच्या मनाच्या स्थितीचे वर्णन कवींनी अतिशय सुंदर रीतीने केले आहे.

'प्रेमभरे वडैली: मने अलिंगावया धावीनली ॥'

यानंतर श्रीकृष्ण-गोपकांच्या जलक्रीडेचे शृंगाररसपूर्ण वर्णन कवी श्रीभास्करभट्टांनी केले आहे. जलक्रीडा करताना वैराग्याची बढाई मारणाऱ्या श्रीकृष्णांची गोपिकांनी उडविलेली खिल्ली वाचकांना हास्यरसात बुडवते.

यानंतर काव्याचे मूळ कथानक येते. श्रीकृष्ण जलक्रीडा सोडून जरासंधाचा वध करण्यासाठी भीमार्जुनाला सोबत घेऊन निघाले, तेव्हा रुक्मिणीची वाईट अवस्था होते. त्याचे अनावश्यक वर्णन कवीने केले आहे. या संदर्भात डॉ. वि. भि.कोलते यांनी ''राजसूय यज्ञाचे वर्णन विस्ताराने करण्याऐवजी केवळ श्रीकृष्ण पत्नीच्या विरहावस्थेचे वर्णन करण्यात भास्कराने समयोचितपणा प्रकट केला नाही हे खास. प्रिया विरहाची झळ त्याला नुकतीच भोगावी लागली असे दिसते.''[२६] अशी टिप्पणी केली आहे. डॉ. कोलत्यांच्या या अतिशयोक्त विधानापलीकडे जाऊन विचार केला तर श्रीकृष्ण-रुक्मिणी यांच्यातील विरहप्रसंग म्हणजे ईश्वराचा व भक्ताचाच विरहप्रसंग होय असे लक्षात येते.

यानंतरचा कथा भाग फार थोडा असून त्यातच काव्यकथेचा मूळ भाग आलेला आहे. राजसूय यज्ञात श्रीकृष्णाला अग्रपूजेचा मान देताच शिशुपाल क्रुद्ध झाला व देवाची यथेच्छ निंदा करू लागला-

'हा नोहेंचि कुळिपु: या नाही मायबापू :
कांइ हा सुस्वरुपु: कव्हणी नेणे ॥'

अशा शिव्या द्यायला सुरुवात करताच पांडवांची व यादवांची सेना शत्रूवर चालून गेली. डेऱ्यात शिशुपाल शल्याजवळ बडबडू लागला. शल्यालाही वाचा फुटली तो म्हणाला,

'लांबलांब कासोटे: मीरवीत आंबुलियां पुढे
ते यादव बापुडे: काए जुझती ॥ ८९१॥'

---

२६. तत्रैव, पृष्ठ १३८

त्यांच्या सैन्यात अपशकुन व्हायला लागले. 'दिहा धवळेआं: भुकेति भालुआ' अशी अनेक दुश्चिन्हे दिसत होती. पण त्याची पर्वा न करता शिशुपाल आणि कौरव सैन्य यादव-पांडवांवर चालून आले. रणधुमाळी सुरू झाली. 'निशाण पटहो भेरी: राए गिडगिडीये रणमोहरी' असा रणसंहार सुरू झाला.

शेवटी श्रीकृष्ण व शिशुपालाचे युद्ध झाले. श्रीकृष्ण ज्या घोड्यावर बसले होते त्या घोड्याच्या भरधाव धावण्याचे वर्णन कवीने ऐटबाज रीतीने केले आहे-

'वेल्हावती टाप घाली: चामके मागिलीचि दो पाउली
पुढिली खरपुटे ठेवी कुंभहस्तली: दिग्गजांचा ।।१००७।।
रात्री दाटीलीया उसळे: सूर्योमंडळा परौता चौतळे
वरीचावरी घे सवंफळे : दिग्गजघटाशी ।। १००८।।'

श्रीकृष्णाने आपले सुदर्शनचक्र सोडून शिशुपालाचा शिरच्छेद केला. शरीरातून निघालेली ज्योतीकळिका श्रीकृष्णचरणी विलीन झाली. देवांनी पुष्पवर्षाव केला व ग्रंथ आटोपला.

शिशुपालवधाचे वेगळेपण :

एक आख्यानकाव्य म्हणून 'शिशुपालावधा'चे वेगळेपण असे की, हा ग्रंथ 'सातीग्रंथां'पैकी असून तो सर्वसामान्य वाचकांना आवडणारा आहे. पदलालित्य, विचारसौंदर्य, भाषासौंदर्य, उपमाचातुर्य व भक्तिप्रवणता आदी गुणांनी, हा इतका मंडित आहे की, हा कोणाचेही मन मोहून टाकील. नावावरून हा काव्यग्रंथ वीररसप्रधान वाटतो. पण वास्तवात तो भक्तिमय शृंगारप्रधान आहे. यातील शृंगार, पोषक प्रसंग, भाषणे इतकी चांगली वठली आहेत की, ती वाचकास एखाद्या नाटकातील चार-दोन प्रवेश पाहत आहोत की काय असे वाटते. 'शिशुपालवधा'च्या या विशेषाचा संदर्भ देत ल.रा.पांगारकर यांनी भास्करभट्टांनी हा ग्रंथ ओवी वृत्तात न लिहिता त्याचे नाटक बनविले असते तर जमले असते.''[२७] असा अभिप्राय दिला आहे. असे असले, तरीही वाङ्मयीनदृष्ट्या एक रचनाकृती म्हणून असलेले त्याचे महत्त्व कमी होत नाही.

शिशुपालवधातील शृंगाररसाची लयलूट पाहून पंथाचे तत्कालीन आचार्य श्रीबाईदेवबास यांनी 'कविश्वरहो ग्रंथुनिका जाला परि निवृत्ता जोगा नव्हेची' असा अभिप्राय दिला. काव्यातील शृंगारबहालता ही निवृत्तीवादी महानुभाव पंथाच्या तत्त्वज्ञानाला बाधक आहे. म्हणूनच कदाचित असा अभिप्राय त्यांनी व्यक्त केला असावा. परंतु एवढ्यामुळेच काही प्रस्तुत काव्यग्रंथाचे 'वाङ्मयीन मूल्य' कमी होत नाही. महानुभावांच्या

---

२७. मराठी वाङ्मयाचा इतिहास खंड १ - पांगारकर ल. रा., पृष्ठ ३७५

वैशिष्ट्यपूर्ण 'सातीग्रंथा'मध्ये त्याचा समावेश आहे यातच त्याचे मोठेपण सामावले आहे.

उपरोक्त आख्यानकाव्यांव्यतिरिक्तही बरीच आख्यानकाव्ये महानुभावांच्या वाङ्मयीन सेवेत दाखवता येतात. श्रीकृष्ण चरित्रातील अनेक छोट्या-मोठ्या आख्यायिका घेऊन महानुभाव कवींनी त्यावर स्फुट आख्याने लिहिली आहेत. कवी कृष्णदास डिंभाचे 'चेंडूफळी' या नावाचे २०६ ओव्यांचे काव्य श्रीकृष्ण चरित्रातील कालियामर्दनाच्या प्रसंगावर आधारलेले आहे. श्रीकृष्णांचा सवंगड्यांसोबत चेंडूफळीचा खेळ चालला. चेंडू डोहात गेला. तो बाहेर काढण्यासाठी श्रीकृष्णाने डोहात उडी मारली. सगळीकडे हाहाकार माजला. परंतु यमुनेच्या डोहात श्रीकृष्णांनी कालियामर्दन करून त्याला वठणीवर आणले. कथेच्या उत्तर भागावर कृष्णदासाच्या 'बाळक्रीडे'तील हकिकतेचा परिणाम झालेला दिसतो. महानुभावांच्या गद्य श्रीकृष्ण चरित्राच्या संबंधित लीळेतील भाव या कथानकापेक्षा वेगळा आहे. याचबरोबर मुरारीमल्लाचे एक छोटे १२९ ओव्यांचे सुदाम चरित्र प्रसिद्ध झाले आहे.

०००

प्रकरण तिसरे
विवाहकथेवरील आख्याने

प्रस्तुत प्रकरणात आपण विवाहकथेवरील आख्यानकाव्यांचा विचार करणार आहोत. महानुभावांच्या आख्यान कवितेतील विवाह कथेवरील आख्यानांची संख्या पाहिली, तर 'महानुभावांची आख्यान कविता ही स्वयंवर कथा वाटते' पंचकृष्णापैकी श्रीचक्रधरांचा हंसाबीकेसी विवाह वगळता श्रीदत्तात्रय, श्रीचक्रपाणी, श्रीगोविंदप्रभू यांच्या चरित्रात विवाह प्रसंगाला स्थानच नाही म्हणून हंसाबाई स्वयंवर, द्रौपदी स्वयंवर, उषाहरण कथा, अभिमन्यू विवाह यासारख्या काही विवाह कथा सोडल्या, तर बाकी सर्व आख्याने श्रीकृष्ण विवाह कथेवर आधारित आहेत. त्यातही पुन्हा उपरोक्त हंसाबाई स्वयंवर वगळता इतर विवाहकथेतही श्रीकृष्णाचीच भूमिका महत्त्वाची आहे.

एकूणच काय तर महानुभावांच्या विवाहकथेवरील आख्यानांचा श्रीकृष्ण हाच नायक ठरतो. श्रीकृष्णाचे राजकारण, विवाहाचे निमित्त साधून दुष्टांचा संहार आणि भक्तांचा उद्धार यामुळे बहुतेक ग्रंथकार श्रीकृष्णाच्या विवाहकथेकडे आकर्षित होतात. त्यात लौकिक पातळीवरील ऐक्याबरोबरच एक भक्त आणि परमात्मा यांच्या ऐक्याची ही कथा असते. विशेषत: त्या भूमिकेतून ती विवाहकथा त्यांना आकर्षित करते.

जेवढी 'स्वयंवरे' श्रीकृष्णांनी केली नसतील त्यापेक्षा कितीतरी पटीने श्रीकृष्णाची स्वयंवरे महानुभावांनी घडवून आणली. बरे! त्यातही एकाच नायिकेसोबत कितीदा तरी स्वयंवर थाटण्याचे कार्य महानुभाव कवींनी केले आहे. (रुक्मिणी स्वयंवर या एकाच कथेवर महानुभावांची जवळपास एकोणीस आख्यानकाव्ये उपलब्ध आहेत.)

विवाहकथेतही बहुतेक आख्यानकारांची उडी श्रीकृष्ण-रुक्मिणी स्वयंवरावर पडली आहे. वत्सला स्वयंवर, लक्ष्मणा स्वयंवर यासारख्या एखाददुसऱ्या विवाहकथेचा अपवाद सोडला तर तीन-चतुर्थांशाहून अधिक कथा रुक्मिणी स्वयंवराच्या आहेत. रुक्मिणी स्वयंवरावर मराठीत जवळपास पंचवीस ते तीस आख्यानकाव्ये उपलब्ध

आहेत. त्यापैकी जवळपास एकोणीस आख्यानकाव्ये महानुभावांनी लिहिली असल्याचे प्रतिपादन श्रीकृष्णदास महानुभाव यांनी केली आहे. डॉ. भास्कर नारखेडे यांनी त्याहीपुढे जाऊन 'महानुभाव संप्रदायमें करीबन साठ-सत्तर तक रुक्मिणी स्वयंवरों की रचना की गयी है । इनमें अधिकतर हस्तलिखित गुप्त प्रतियां मौजूद है।'[१] असे म्हटले आहे. श्रीकृष्णदासांनी दिलेल्या सूचीमधील केवळ एकोणीस रुक्मिणी स्वयंवरच उपलब्ध आहेत. त्यापैकी तीन-चार रुक्मिणी स्वयंवर स्त्रीरचित आहेत.

'रुक्मिणी स्वयंवरां'ची संख्या एवढी जास्त असण्याचे कारण म्हणजे ही कथा अवीट तर आहेच, पण त्याचबरोबर रुक्मिणी ही श्रीकृष्णाची केवळ पट्टराणीच नव्हे, तर उत्कट भक्तही आहे व तिच्या विवाहाची कथा म्हणजे परमेश्वर-भक्त यांच्या मीलनाची कथा ठरते. भक्त-भगवंत ऐक्याची कथा मध्ययुगीन वाङ्मयाची प्रेरणाच ठरते. कवीच्या भूमिकेशी समरस होऊन बोलायचे म्हटले, तर ही एक संसारकथा आहे. ही कथा श्रीकृष्ण-रुक्मिणीच्या प्रेमविवाहाची कथा आहे असे म्हणणे अन्यायाचे ठरेल, कारण ही कथा सर्वसामान्य विकारवश माणसाच्या विवाहाची कथा नव्हे, ती प्रत्यक्ष जगदीश्वराच्या विवाहाची कथा आहे. म्हणून ती कथा आपण वर्णन करावी असे प्रत्येक महानुभावास वाटणे स्वाभाविक आहे.

विवाहकथेवरील आख्यानांचा अभ्यास करताना प्रथम आपण श्रीकृष्ण-रुक्मिणी विवाहकथेसंबंधी आख्यानकाव्यांचा विचार करू. त्यात अग्रक्रमाने आपल्या डोळ्यापुढे नाव येते ते महदंबेच्या धवळ्यांचे.

धवळे : महदंबा

मराठी आख्यान कवितेची सुरुवात ज्या काव्यग्रंथाने झाली अशा आद्य कवयित्री महदंबाकृत 'धवळे' या काव्याचा सर्वप्रथम आपण विचार करणार आहोत.

'धवळे' गाणाऱ्या महदंबा ऊर्फ महदाईसा या महानुभाव पंथाचे आद्य आचार्य श्रीनागेदवाचार्य यांच्या चुलत बहीण होत. त्यांना प्रथम श्रीचक्रधरांचे व त्यांच्या पश्चात श्रीगोविंदप्रभूंचे, श्रीनागदेवाचार्यांचे सान्निध्य लाभले. 'लीळाचरित्रा'त आणि स्मृतिस्थळात आलेल्या उल्लेखावरून महदाईसा मोठ्या बुद्धिमान, विरक्त स्वभावाच्या दिसतात. त्या श्रीचक्रधरस्वामींचा 'मार्ग' सांभाळणाऱ्या कर्त्या म्हणून आपल्या नजरेसमोर येतात. त्यांच्या अंगी असलेल्या जिज्ञासूपणापोटी स्वामींना त्या काही शंका-कुशंका नेहमीच विचारत असत. म्हणून 'म्हातारी जिज्ञासक: म्हातारी चर्चक:

---

१. हिन्दी और मराठी के रुक्मिणीहरण सबंधी प्रबंधकाव्य, पृष्ठ ३५ - संपा. नारखेडे भास्कर

एथ निरंतर काही पुसतचि असे:' असे प्रशंसोद्‌गार स्वामींनी काढले आहेत. तिचे 'मार्गा'वरील उपकार ध्यानात घेऊनच श्रीनागदेवाचार्यांनी एका प्रसंगी त्यांच्याविषयी 'म्हातारी माझीया धर्माशी रक्षण कीगा' असे प्रशंसोद्‌गार काढले आहेत. संत ज्ञानेश्वर परिवारात मुक्ताबाईचे जे स्थान होते तेच स्थान श्रीचक्रधर परिवारात महदाईसेचे होते.

लेखनकाल व ओवीसंख्या :

'धवळ्यां'ची रचना पूर्वार्ध व उत्तरार्ध अशा दोन भागांत झालेली आहे. पूर्वार्धात ८३, तर उत्तरार्धात ६५ असे एकूण १४८ ओव्यांचे हे काव्य आहे.

पूर्वार्धाची रचना महदंबेने श्रीगोविंदप्रभूंच्या सहवासात केली आहे. श्रीगोविंदप्रभूंचा निर्वाण शक १२०९ असा आहे. म्हणून शके १२०८ हा धवळ्यांच्या पूर्वार्ध निर्मितीचा कालखंड ठरतो. उत्तरार्धाची रचना ही महदाईसेने केलेली नाही. त्याची रचना श्रीगोविंदप्रभूंच्या पश्चात म्हणजे 'स्मृतिकाळात' झाली. एकदा श्रीम्हाइंभट्ट व लक्ष्मीधरभट्ट यांनी महदाईसेला 'सामोरे' म्हणजे पुढचे रुक्मिणी स्वयंवर करण्याविषयी सुचविले, तेव्हा त्यांनी 'आता मज काही करवैल? तै गोसावी वरू दीधला म्हणौनि स्फुरले आता मज काइ स्फुरेना:' अशी आपली असमर्थता प्रकट केली. यावर त्या दोघांनी 'शब्द घडउ घडउ पदे बांधिली' व ती एकत्र गुंफून तिने गाइली.[२] यावरून उत्तरार्धाची रचना श्रीम्हाइंभट्ट व लक्ष्मींधरभट्ट या दोघांनी केली असे सिद्ध होते. असे असले तरी महदाईसेचा हात या भागावरून फिरला असणारच. महदंबेच्या उत्तरार्ध कर्तृत्वाबाबत डॉ. शं. गो.तुळपुळे यांनी 'दोघांनी साहित्य पुरविले आणि महदंबेने पूजा बांधिली असा प्रकार असल्यामुळे पूर्वार्धाबरोबर उत्तरार्धही महदंबेच्या नावावर दिला जावा हे साहजिकच आहे'[३] असे म्हटले आहे.

धवळ्यांचा उत्तरार्ध शके १२३४ पूर्वी केव्हा तरी रचला गेला असावा असे मत प्रा. नरेंद्र मारवाडे यांनी नोंदविले आहे.[४] तर शं. गो. तुळपुळे यांनी तो शके १२२५ पूर्वीचा असावा असे सांगून दोन भागातले अंतर पंधरा वर्षांचे सांगितले आहे.[५] यावरून धवळ्यांचा पूर्वार्ध हा ज्ञानेश्वरीपूर्वीचा, तर उत्तरार्ध मुक्ताबाईंच्या रचनेपूर्वीचा आहे.

---

२. स्मृतिस्थळ, स्मृती १७४ - संपा. देशपांडे वा. ना.

३. महानुभाव आणि त्याचे वाङ्मय, पृष्ठ २२३ - तुळपुळे शं. गो.

४. यादवकालीन कवयित्रीचे आख्यानकाव्य पृष्ठ १४ - प्रा. मारवाडे नरेंद्र

५. महाराष्ट्र सारस्वत पुरवणी, पृष्ठ ७०६ - तुळपुळे शं. गो.

'धवळे' म्हणजे काय ?

'धवळे' हा मध्ययुगीन साहित्यातील एक वैशिष्ट्यपूर्ण गीतप्रकार आहे. जसे लोकसंस्कृतीत वेगवेगळ्या शुभप्रसंगात गाण्याचे वेगवेगळे गीतप्रकार आहेत, अगदी त्याच पद्धतीने 'धवळे' हा लग्नप्रसंगी गायचा एक गीतप्रकार होय. तो प्रकार समग्र मराठीत फक्त महदंबेनेच हाताळला आहे.

'धवळे' म्हणजे काय? हे समजून घेण्यापूर्वी 'धवळ्या'चे मूळ कशात आहे हे शोधणे महत्त्वाचे ठरेल. 'धवळ्यां'च्या व्युत्पत्तीविषयी डॉ. सुशीला सोलापुरे यांनी सविस्तर आढावा घेतला आहे.[६]

'धवळा-ळे' यातील धवळ हा शब्द मूळ 'धवल' या संस्कृत शब्दापासून आला आहे. 'धवळे म्हणजे विवाहप्रसंगी गायची वरगाणी अर्थात विवाहगीत होय' अभिजित चिंतामणीकार सोमेस्वरांनी 'विवाहे धवलम्' असा गीतप्रकार सांगितला आहे. शिवाय हेमचंद्राच्या 'छंदानुशासना'नुसार 'धवल' गीतामध्ये वरविषयक वर्णन असल्याचे म्हटले आहे. 'मानसोल्लास' व 'संगीतरत्नाकर' यातही या गीतप्रकाराचे वर्णन आढळते. 'धवळे' हा शब्द कवी नरेंद्राचे रुक्मिणी स्वयंवर व संत एकनाथांच्या 'हलदुली' या अभंगात व त्यांच्याच रुक्मिणी स्वयंवरात 'ढवळे गाती' असा उल्लेख आढळून येतो. दासोपंतांच्या काव्यातही 'ढवळा' गीताचा उल्लेख आहे. शिवाय गुजरातमध्येही 'धउल-घोळ' या नावाने विवाहगीते प्रचलित होती.

'धवळा' हा गीतप्रकार अपभ्रंश काळात किंवा त्याहीपूर्वीपासून प्रचलित असावा असे मत डॉ. उषा देशमुख यांनी मांडले आहे.[७]

कथानक :

'धवळ्यां'ची निर्मिती कोणत्या पार्श्वभूमीवर झाली याचा वृत्तांत आपणास 'श्रीगोविंदप्रभूचरित्रा'तील 'विव्हावो स्विकारू' या लीळेवरून कळतो. बाशिंग घेऊन जाणाऱ्या तेलिणीस पाहून श्रीगोविंदप्रभूंना विवाहाची उपरती झाली, लग्नाची सर्व तयारी करण्यात आली आणि त्या लग्नात श्रीप्रभूंनी महदाईसेला 'आवो मेली जाय गाए गाए म्हणे: आवो कृष्ण रूक्मिणी गाए म्हणे' अशी आज्ञा केली आणि महदंबेने श्रीकृष्ण-रुक्मिणी विवाहकथा गायली.

पूर्वार्धात रुक्मिणीहरण, तर उत्तरार्धात श्रीकृष्ण-रुक्मिणी विवाहकथा आली आहे. रुक्मिणीहरण कथेचा प्रारंभ कवयित्रीने अगदी नेटकेपणाने करून मूळ विषयालाच

---

६. महदंबेचे धवळे, पृष्ठ १७ - संपा. सोलापुरे सुशीला

७. मराठी साहित्य आदिबंध, पृष्ठ १११ - देशमुख उषा मा.

हात घातला आहे. उपवर झालेल्या कन्येच्या विवाहाची चिंता भीमकाला लागली आहे, अशी सुरुवात कवयित्री करते-

'भीमका कुळी रूक्मिणी केला अवतारू:
रूपे लावण्यातिया जींतला संसारू :
तव रावो चिंता करी कवणा देयावी सुलक्षणी कुमरी :
या त्रिभुवना माझारी रूपें सौंदरू वाखाणे रावो मुरारी ।।२।।'

भीमक राजा आपल्या ज्येष्ठ पुत्रासी रुक्मीशी 'वर' कोणता निवडावा याविषयी चर्चा करतो. श्रीकृष्णच योग्य 'वर' असल्याच्या पित्याच्या भूमिकेला रुक्मी विरोध करतो. इकडे रुक्मिणी आपल्या भावी पतीच्या संदर्भात जाणून घेण्याविषयी उत्सुक आहे. ती आपल्या सख्यांना विचारते,

'रूक्मीणी पुसे सखियांसि वृत्तांतु :
काइं वो बोलणे राऊळगणांतु
काइ बोले माता-पीता काइ बोले तो रूक्मीया भाई:
शीशूपाळ वरीसे ऐसे बोलणे तयांचा वो ठांइ ।।७।।'

शिशुपालाचे नाव ऐकून ती चिंताग्रस्त होते आणि सुदेवाला पत्र देऊन श्रीकृष्णाकडे पाठवते.

रुक्मिणीची अवस्था, विरह ऐकून श्रीकृष्ण ताबडतोब कौंडिण्यपुराकडे निघतात. श्रीकृष्णासोबतचे सैन्य, बलरामाने श्रीकृष्णाची केलेली थट्टा, भीमकाने केलेले स्वागत, रुक्मिणीची श्रीकृष्णाला पाहण्यासाठी असलेली उत्सुकता, रुखवताचे वर्णन, यादव सैन्याच्या जेवणाची रुक्मिणीने केलेली व्यवस्था या बाजूंचे वर्णन आले आहे. जेव्हा रुक्मिणी सख्यांकरवी श्रीकृष्ण रूप कसे आहे हे जाणून घेण्यासाठी प्रयत्न करते तेव्हा सख्या तिला म्हणतात,

'काइं रूपे वांनु नंदाचा कुमरू:
तुझा पती आम्हा पीता दुजा नाठवे वीचारू :
न सरो आपणपें काइ पुससी रूक्मीणी माय:
चैतन्य विकळ गेली जेव्हळि देखियले यदुरायाचे पाय ।।६२।।'

शिशुपालासोबत विवाहसंपन्न होण्याच्या मुहूर्तावर रुक्मिणी 'नवसली असे मीयां अंबिके यात्रा' हा बहाणा करून पित्याच्या परवानगीने अंबिका मंदिरात

दर्शनासाठी जाते. तेथेच श्रीकृष्णास रुक्मिणीहरणाची संधी सापडते.

उत्तरार्धात श्रीकृष्ण-रुक्मी, शिशुपाल यांच्यातील संघर्ष आलेला आहे. अखेर श्रीकृष्णांनी रुक्मिणीचे हरण केलेच ही वार्ता पसरते. परिणामी रुक्मी, शिशुपाल युद्धास तयार होतात. परंतु श्रीकृष्णाच्या अलौकिक सामर्थ्यापुढे सर्वांनाच पळता भुई थोडी होते. जेव्हा श्रीकृष्ण युद्धात रुक्मीची लाजिरवाणी अवस्था करतात, तेव्हा रुक्मिणीला आपल्या बंधूची कीव येते व ती श्रीकृष्णास म्हणते - 'याते राखै देवा म्हणौनी लागली श्रीचरणी:'

पुढे भीमक पुत्राच्या दु:साहसामुळे आपणास त्रास झाल्याचे कबूल करून श्रीकृष्णाची क्षमा मागतो व थाटामाटात विवाह करण्याचा मानस व्यक्त करतो. तेथून पुढे प्रत्यक्ष विवाह सोहळ्याचे व त्यानंतर श्रीकृष्ण-रुक्मिणीच्या द्वारकागमनाचे वर्णन आले आहे. श्रीकृष्ण-रुक्मिणीचे द्वारकेत आगमन झाल्यानंतर जे अभूतपूर्व स्वागत झाले त्याचे वर्णन करून कवयित्रीने 'रुक्मिणी स्वयंवर' या कथेला थांबविले आहे.

धवळ्यांचे वेगळेपण :

महदंबा ही श्रीचक्रधर, श्रीगोविंदप्रभू, श्रीनागदेवाचार्य यांच्या जीवनातील प्रत्यक्ष साक्षीदार असल्यामुळे तिच्या 'धवळ्यां'ना महानुभाव पंथात एक आगळेवेगळे महत्त्व आहे. महदंबेचे धवळे ही मराठीतील पहिली आख्यान कविता आहे. त्याचबरोबर वर सांगितल्याप्रमाणे धवळ्यांचा पूर्वार्ध हा ज्ञानेश्वरांच्या पूर्वीचा असल्यामुळे तेही त्याचे वेगळेपण ठरते.

नेमकेपणा, गतिमानता, प्रवाहिता, स्त्रीसुलभ मनाचे दर्शन घडविणारे 'धवळे' खरेच काव्यात्मदृष्ट्यासुद्धा सरस नि श्रेष्ठ ठरले आहेत. महदंबा या कोणी व्युत्पन्न पंडित नव्हत्या. तिच्यासमोर रचनेचे कोणतेही पूर्वादर्श नव्हते. म्हणून धवळ्यांत भाषेचा बोजडपणा नाही. स्त्रियांची बोलीभाषा त्यात आलेली आहे. प्रासादिकता हे तिचे एक वैशिष्ट्यच आहे. मराठीतील पहिलेच आख्यानकाव्य इतके सरस, सुंदर आणि काव्यसौंदर्याने नटलेले, हृदयंगम, उत्कट आणि प्रभावी होऊ शकते, यातच महदंबेचे आणि तिच्या धवळ्यांचे मोठेपण आहे.

रुक्मिणी स्वयंवर : कवी नरिंद्र

रुक्मिणी स्वयंवर कथेवरील आख्यांनापैकी नरिंद्रांचे 'रुक्मिणी स्वयंवर' सर्वच महानुभावीय आख्यानांत नि:संशय श्रेष्ठ आहे. महानुभाव पंथातील मोलाच्या समजल्या जाणाऱ्या 'सातीग्रंथा'त नरिंद्रकृत रुक्मिणी स्वयंवराचा समावेश आहे. यातच त्यांचे श्रेष्ठत्व सिद्ध होते. नरिंद्र हे कवींद्र आहेत. त्यांच्या प्रतिभेच्या आविष्कारात विद्युल्लतेची तेजस्विता आहे. नरिंद्रांचा हा प्रतिभाविलास पाहणाऱ्याला थक्क करून

सोडणारा आहे.

ग्रंथकर्ता : नरिंद्र :

'रुक्मिणी स्वयंवर' काव्याचा कर्ता कवी नरिंद्र यांच्याविषयी मोजकीच पण अगदी बोलकी माहिती आपणास 'स्मृतिस्थळा'तील 'नरिंद्रबासाभेटी अनुसरुण' या स्मृतीवरून कळते. कवी नरिंद्र हा नृसिंह, साल या दोन कवी भावांबरोबर राजा रामदेवरायांच्या दरबारात होता. भावांच्या सांगण्यावरून 'पापापुरश्चहरण' होण्यासाठी 'द्वारकेचा रामहाटू' वर्णन केला. रुक्मिणी स्वयंवर लिहिले, ते काव्य व त्यातील कथानक राजाला एवढे आवडले की, त्यांनी नरिंद्रांकडे प्रचंड मोबदल्यात त्या ग्रंथाचे कवित्व बहाल करण्याची मागणी केली. परंतु महाकवीने 'ना राजेहो: आमुचेया कविकुळा बौलू लागेल' असे सडेतोड उत्तर दिले. पुढे या घटनेमुळे त्यांना राजाश्रयाचा व संसाराचा उबग आला आणि त्याने नागदेवाचार्यांकडून महानुभाव पंथाची दीक्षा घेतली.

कवीच्या नावात (नरेंद्र की नरिंद्र?) शब्दाचा थोडासा खेळ दिसतो. डॉ. सुरेश डोळके यांनी या संदर्भात विस्तृत विवेचन केले आहे.[८] त्यांनी संपादित केलेल्या रुक्मिणी स्वयंवरावरून स्वत: कवीची साक्ष पाहिली तर तो स्वत:चा उल्लेख 'नरिंद्र' असा करताना दिसतो. काव्यातील प्रत्येक प्रसंगाच्या शेवटी 'कवी' म्हणून त्याने स्वत:च्या नावाचा उल्लेख 'नरिंद्र' असाच केला आहे. चोविसाव्या प्रसंगात श्रीकृष्ण स्तुती करताना तो म्हणतो'

'तेथ भवर पलका माचेया वरि
वोहर बैसविले तिये अवसरी
पुढा नरिंद्र कवी स्तुती करी: हात जोडौनिया ॥२९१७॥'

असे असले तरी 'नरेंद्र' असा उल्लेख या काव्यात अगदीच नाही असे नाही. 'पंधराव्या ओवीत' नरेंद्र' असा उल्लेख आलेला आहे. पण तो इतका अपवादात्मक आहे की पोथीलेखकाच्या लेखनदोषातच त्याची गणना होईल.[९] स्मृतिस्थळात आलेल्या उल्लेखावरूनही नरिंद्र हेच नाव योग्य असल्याचे दिसते.

रचनाकाल व ओवीसंख्या :

या काव्याचा लेखनकाल डॉ. कोलते यांनी शके १२१४ असा सांगितला आहे,[१०] तर डॉ. सुरेश डोळके यांनी शके १२१५ मध्ये 'रुक्मिणी स्वयंवर' केले

---

८. नरिंद्रकृत रुक्मिणीस्वयंवर प्रस्ता., पृष्ठ १६ - संपा. डोळके सुरेश
९. तत्रैव
१०. रुक्मिणी स्वयंवर, प्रस्ता., पृष्ठ १७ - संपा. कोलते वि. भि.

असे म्हटले आहे.[११] हा रचनाकाल नरिंद्रांच्या मूळ काव्याचा आहे.

नरिंद्राच्या मूळ 'रुक्मिणी स्वयंवरा'ची ओवीसंख्या ही १८०० इतकी होती असे रुक्मिणी स्वयंवराच्या 'मूळपीठिके' वरून दिसते. पण पंथीय वाङ्मयात समाविष्ट होताना मात्र ते अपूर्ण अवस्थेत म्हणजेच ९०० ओव्यांचेच होते. म्हणून ९०० इतकीच ओवीसंख्या गृहीत धरावयास हवी. टीपग्रंथाच्या 'मूळपीठिके'त ९०० ही ओवीसंख्या अर्थात स्थूलमानाने दिलेली असावी. या काव्याच्या काही पूर्ण प्रती अलीकडे उपलब्ध होऊ लागल्या आहेत. अशीच एक प्रत महंत श्रीकृष्णदास पारिमांडल्य यांच्या संग्रहातील २९३६ ओव्यांची संपूर्ण प्रत अलीकडे डॉ. सुरेश डोळके यांनी त्या पोथींच्या ठशासह परिश्रमपूर्ण संपादित केली आहे, जी अभ्यासासाठी मी वापरलेली आहे.

आणखी एक २९३९ ओव्या असलेली प्रत डॉ. वि. भि. कोलते यांच्या हाती आली होती. त्याशिवाय डॉ. वि. भि. कोलते यांना १८८५ व १९१२ ओवीसंख्या असणाऱ्या दोन प्रतीसुद्धा मिळाल्या; परंतु ९०० ओव्यांपेक्षा पुढच्या (मूळ रचना १८०० ओव्यांची असूनसद्धा) उपलब्ध झालेल्या ओव्या सत्यापसत्याच्या कसोटीवर टिकणाऱ्या नाहीत. डॉ. वि. भि. कोलते यांनीच या बाबतीत 'नरेंद्राच्या अपूर्ण रुक्मिणी स्वयंवरा'चा पुढील भाग स्वतंत्रपणे पण नरेंद्रांच्या नावावर लिहून तो ग्रंथ पूर्ण करण्याचा कोणी तरी प्रयत्न केलेला असावा.[१२] असे मत मांडले आहे. डॉ.कोलतेंचे हे विधान खरे वाटते, कारण असा प्रयत्न प्राचीन साहित्यात केवळ कवी नरिंद्रांच्याच बाबतीत झाला असे नाही तर कवी मुकुंदराजकृत विवेकसिंधू, संत तुकाराम यांच्या अनेक ओव्या, अभंग या बाबतीतही असेच काहीसे झालेले प्राचीन मराठी वाङ्मयाच्या इतिहासावरून आपल्या लक्षात येते. दुसरे कारण मूळ ग्रंथ १८०० ओव्यांचाच होता याविषयी 'स्मृतिस्थळ' व 'टीपग्रंथ' यांची एकवाक्यता दिसते. पंथात आल्यावर कवीने मूळ ओवीसंख्या वाढवून ती ३००० पर्यंत नेली असती, तर त्या गोष्टींची नोंद कोठे तरी मिळाली असती, पण ती तशी मिळत नाही. तिसरे कारण म्हणजे वाढवलेल्या भागातील ओव्यांची रचना शिथिल झालेली दिसते. सुरुवातीच्या ९०० ओव्यांतील प्रवाहितता पुढच्या भागात जाणवत नाही. यावरून असे अनुमान निघते की कवी नरिंद्रांच्या 'रुक्मिणी स्वयंवरा'ची मूळ ओवीसंख्या १८०० इतकी असली तरीही सध्या तो ग्रंथ ९०० ओवीसंख्या असलेल्या स्वरूपातच

---

११. नरिंद्रकृत रुक्मिणी स्वयंवर, प्रस्ता., पृष्ठ ४४ - संपा. डोळके सुरेश
१२. रुक्मिणी स्वयंवर, प्रस्ता. पृष्ठ, १७ - संपा. कोलते वि. भि.

उपलब्ध आहे.

काव्यग्रंथाचे नाव व काव्याधार :

महाकवी नरिंद्रांचा 'रुक्मिणी स्वयंवर'हा काव्यग्रंथ 'नरिंद्र' या नावानेही महानुभाव पंथात प्रसिद्ध आहे. म्हणजेच 'नरिंद्र' हे केवळ कविनाम न राहता ते पुढे काव्याचे विशेषनाम झाले आहे. (जसे ज्ञानेश्वरांच्या ग्रंथाचे मूळ नाव 'भावार्थदीपिका' आहे पण नंतर 'ज्ञानेश्वरांची' म्हणून ज्ञानेश्वरी हे विशेषनाम झाले.)

'नरिंद्रबासा ही । ग्रंथ व्यवहारी ।
केला देवगीरी । नरिंद्र तो ॥'

या कृष्णमुनीच्या अन्वय स्थळातील 'ओवी'त 'नरिंद्र' हे 'ग्रंथनाम' आलेले आहे. त्याच्या रुक्मिणी स्वयंवर काव्याचेच 'नरिंद्र' हे ग्रंथनाम ठरते असे हरिदास व सोंगोबास यांच्या अन्वय स्थळावरून श्री. वा. ना. देशपांडे यांनी नमूद करून ठेवले आहे. टीपग्रंथातील सातीग्रंथाची जी 'शृंखला' उद्धृत केली आहे, तिच्यातही 'नरिंद्र' हे ग्रंथनाम म्हणून उल्लेखलेले आढळते. डॉ. सुरेश डोळके यांनी संपादित केलेल्या प्रतीतही –

'इति नरिंद्र समाप्त । विद्यानगरीहुनि ग्रंथ आणिला
तळेग्रामकर केशवदीये प्रगट केला:
म्हणौनि या देशासि आला: हा नरिंद्र॥'

असा 'नरिंद्र' याच नावाने 'रुक्मिणी स्वयंवरा'चा उल्लेख आढळतो. महानुभावांच्या 'सातीग्रंथा'पैकी कवीचे नाम हेच त्याच्या ग्रंथाचेही नाव ठरण्याचा योग केवळ 'नरिंद्रा'लाच लाभला आहे. कवीने काव्यात स्वत:च्या नावाचा जो उल्लेख केलेला आहे त्यावरून त्याच्या काव्यग्रंथालाही 'नरिंद्र' हे नाव मिळाले, हे उघड आहे. प्राचीन साहित्यातील संत ज्ञानेश्वरांच्या 'भावार्थदीपिके'ला असा योग प्राप्त होऊन त्यास ज्ञानेश्वराची 'ज्ञानेश्वरी' नामाभिधान प्राप्त झाले व तेच पुढे सर्वश्रुत झाले.

आपण हे काव्य भागवताच्या दशम स्कंध व पद्मपुराण या दोन संस्कृत ग्रंथांच्या आधारे रचले असल्याचे स्वत: कवी सांगतात. पण कवीने सांगितलेल्या किन्नराच्या आख्यानाला त्यांच्या म्हणण्याप्रमाणे कोठेही आधार नाही. हे किन्नराख्यान महानुभावांचे एक वैशिष्ट्य असून ते त्यांनी ज्यातून घेतले ते महानुभावांचे 'पद्मपुराण', रूढ 'पद्मपुराणा'पेक्षा वेगळे आहे. परंतु महानुभावीय पद्मपुराण हे उत्तरकालीन असल्यामुळे किन्नराचे आख्यान म्हणजे नरेंद्रांचा स्वतंत्र कल्पनाविलास असावा, हे

डॉ. कोलते यांचे म्हणणे पटण्यासारखे आहे.

'रुक्मिणी'ने सुदेवाबरोबर श्रीकृष्णासाठी पाठवलेली प्रेमपत्रिकासुद्धा नरेंद्रांचा स्वतंत्र कल्पनाविलासच होय, असे डॉ. डोळके यांनी म्हटले आहे.[१३]

कथानक :

भक्तियुक्त शृंगाराच्या किंवा मधुरा भक्तीच्या पायावर नरेंद्राने आपल्या काव्याचे मंदिर उभारले आहे. या मंदिराचा एकंदर घाट संस्कृतातील महाकाव्याच्या धर्तीवर आहे. महाकाव्याप्रमाणे यात सर्गयोजना नाही किंवा विविध वृत्तात्मक रचना नाही. पण 'कथानकाची मंद प्रगती' या महाकाव्य पद्धतीचा प्रत्यय मात्र त्यात येतो.

सभेत बसलेल्या भीमक राजापुढे रुक्मिणी आपल्या सख्यांबरोबर प्रवेश करते. वयात आलेली रुक्मिणी तिच्या लावण्यांमुळे अधिकच सुंदर दिसते. तिसऱ्या प्रसंगात कवीने तिच्या सौंदर्याचे वर्णन केले आहे –

'आधीचि रूप गोरें सावळे ऐसें : पुन तारूण्य आंगा उठत असे
तेणे सपीवळ साया येतिसे : क्षीरोदका ।।९३।।'

तिसऱ्या प्रसंगातच किन्नराख्यान आले आहे. कल्याणकीर्ती भाटाला भीमक राजा देशोदेशीच्या सुयोग्य वरांविषयी विचारतो, तेव्हा कल्याणकीर्ती किन्नराचे वर्णन करतो. कल्याणकीर्ती स्वर्गातील देव, पाताळ, उत्तर दक्षिणेकडील राजे या सर्वांचे वर्णन करतो. पण ते सर्व रुक्मिणीसाठी अयोग्य कसे आहेत, हेच जाणीवपूर्वक सांगत असतो व शेवटी एक राजा आहे जो रुक्मिणीस अनुरूप आहे असे सांगून श्रीकृष्णाची थोरवी गातो –

'प्रभुची राणीव काइबोले : तिन्ही लोक जीयेचिं घरकुले
तिथे नोळखवे बाइले: जयाचे थोरपण ।।३०१।।
तयाचेनि प्रतापे खरागले: हो काज गगन काजैहले
सुर्यासि तीव्रपण आले : तेने तापे ।।३०३।।'

श्रीकृष्णाचे वर्णन ऐकून रुक्मिणी त्यांच्या प्रेमात पडते.

पाचव्या प्रसंगात भीमक राजा श्रीकृष्ण-रुक्मिणी विवाहास तयार होतो पण वडीलपुत्र रुक्मी त्यास विरोध करतो. रुक्मीच्या म्हणण्याप्रमाणे शिशुपालासोबत रुक्मिणीचे लग्न ठरते. रुक्मिणीची विरहावस्था वाढते. त्याचे वर्णन तेथे आले आहे. आठव्या प्रसंगात नरिंद्राने रुक्मिणीचा विरह व त्या आजारावरील विरहोपचार याचेच

---

१३. महाराष्ट्र साहित्य पत्रिका अंक ११७, एप्रिल-मे-जून १९५६, पृष्ठ, २२,२३

वर्णन केले आहे. रुक्मिणीच्या विरहावस्थेचे वर्णन वाचताना वाचकांच्या डोळ्यांपुढे प्रत्यक्ष चित्र उभे राहाते-

'डावा हातु उसिसां घातला: उजिवा हृदयावरि ठेविला ।
जैसा जीवेंसी देवो धरिला : निसुटैल म्हणोनि ।।५७९।।'

आपल्या मनाचे भाव ती भावकळना या प्रियसखीस सांगून सुदेव ब्राह्मणाला बोलावण्यास सांगते. सुदेव ब्राह्मण रुक्मिणीची स्थिती पाहताच उपाय म्हणून तिला श्रीकृष्णाप्रती पत्र लिहिण्यास सांगतो. त्याप्रमाणे रुक्मिणी श्रीकृष्णास प्रेमपत्र लिहिते -

'आहो जी जीवित-नाथा । तुझीये अप्राप्तीची व्यथा
तो जीव्हारी गुसळताये समर्था : मज अबलेचा ।।६८३।।'

रुक्मिणीची प्रेमपत्रिका घेऊन सुदेव द्वारकेत प्रवेश करतो आणि याच ठिकाणी कथेचा पुढील भाग खंडित होतो.

कथानक पूर्णत्वाकडे नेतानाच नरिंद्राने केलेले सृष्टिसौंदर्याचे वर्णन विशेष उतरलेले आहे. अस्ताचलावरील सूर्य, सायंकालीन अंध:कार, दिव्यांची दीप्ती, चंद्रोदय, वनोपवनांचे सौंदर्य, वसंत ऋतूचा विलाप आदी प्राचीन मराठीत अभावानेच दिसणारे सृष्टीवर्णन कवी नरेंद्राने सौंदर्य दृष्टीच्या बळावर रंगवले आहे.

आख्यानकाव्याचा साज :

'रुक्मिणी स्वयंवर' हे काव्य रचताना नरिंद्रापुढे विदग्ध संस्कृत महाकाव्याचा आदर्श होता. इतिहास पुराणातील किंवा सत्त्व-संपन्न पुरुषाच्या चरित्रातील कथा, त्या कथेचा नायक उदात्तचरित असा देवकोटीतील किंवा क्षत्रिय कुलातील महापुरुष, रुपगुणयुक्त नायिका, उद्यानक्रीडा, जलविहार, मद्यपान, रतिक्रीडा, विवाह इत्यादी अलंकारिक वर्णने, गुणालंकाराने भरलेली भाषाशैली आदी महाकाव्याचे गुण रुक्मिणी स्वयंवरात दिसतात.

आख्यानकाव्याचा साज दाखवणाऱ्या ज्या गोष्टी नरिंद्राच्या रुक्मिणी स्वयंवरात आल्या आहेत. त्या अशा-

१. बाणभट्टाच्या 'कादंबरी'तील वैशंपायन पोपट व श्रीहर्षाच्या 'नैषधियचरिता'मधील सोन्याचा हंस या दोन पक्ष्यांच्या पार्श्वभूमीवर नरिंद्राने किन्नर पक्ष्यात बदल केले आहेत.

२. रुक्मिणी व श्रीकृष्ण यांची वारंवार येणारी अवयवश: वर्णने, नल-दमयंतीच्या वर्णनाप्रमाणेच आहेत.

३. भागवतात नसलेला सुदेव ब्राह्मण, नरिंद्राने निर्माण केला असला तरी

त्याचे अस्तित्व महाभारतातील 'नलोपाख्याना'मध्ये आढळते.

४. रुक्मिणीची विरहावस्था व तिच्या उपचारासाठी निर्मिलेले 'धारादामोदर' हे औषध, याच्यामागे बाणभट्टाच्या 'कादंबरी'तील 'कादंबरी' या नायिकेची विरहावस्था व तिचे 'हिमगृह' या दोन्ही गोष्टी आहेत.

नरिंद्रांचे वेगळेपण :

रुक्मिणी स्वयंवरातून कवी नरिंद्राने आपल्या व्यासंगाचे, रसिकतेचे आणि कल्पनाशक्तीचे दर्शन घडवले आहे. पण हे सर्व त्याने श्रीकृष्णाची वाक्पूजा बांधण्यासाठी वेचले आहे हे त्याच्या भूमिकेवरून स्पष्ट होते. नरिंद्र काव्यरचनेस प्रवृत्त झाला, तो श्रीकृष्ण भक्तीला अभिव्यक्ती देण्यासाठी. नरिंद्रांनी आपला काव्यविषय श्रीकृष्ण चरित्रातून निवडला आहे, याचे कारण 'श्रीकृष्ण परब्रह्म निरवधी' असून इतर पोवाडे त्याची बरोबरी करू शकणार नाहीत, अशी त्याची धारणा आहे-

'श्रीकृष्णाच्या गुणी जिविनला: माझा जिउ श्रीचक्रधरा विनटला
तो आंतुल आनंदु वोसंडला: कवितेचेनि मिंसे ॥३५॥'

ज्याप्रमाणे विरहिणीच्या हृदयात दाटलेली प्रीतिभावना शब्दांत व्यक्त न होता तिच्या गात्रागात्रांतून आणि उभय नेत्रांतून प्रस्फुट होताना सहृदयांना जाणवते त्याचप्रमाणे आपली श्रीकृष्णाविषयीची भक्तिभावना रसडोळस श्रोत्यांनी ओळखून घ्यावी, असे नरिंद्र श्रोत्यांना विनवीत आहेत.

एकंदरीत नरिंद्राच्या या कृतीत शब्दांची मृदुता, कल्पनांचे सौंदर्य, रसांची सांद्रता, उचित-अनुचिततेचा विवेक, प्रमाणबद्धता व मुख्य म्हणजे संयम या सर्व गुणांचा संगम झाल्याने नरिंद्राने उत्कृष्ट काव्याचा एक आदर्शच निर्माण केला असे म्हणावयास काही हरकत नाही. 'स्मृतिस्थळा'त नमूद केलेला 'सकळा परीस हा कवी चतुर' हा ह्यग्रीव पंडिताचा नरिंद्राविषयीचा अभिप्राय अगदी सार्थ आहे.

नरिंद्राचे रुक्मिणी स्वयंवर हे अपूर्ण अवस्थेतले आहे. रुक्मिणीची प्रेमपत्रिका घेऊन सुदेव द्वारकेत प्रवेश करतो इथेच कथानक खंडित होते. अशा अपूर्ण असलेल्या काव्याच्या बळावर नरिंद्र महाकवी ठरतो. सुदैवाने रुक्मिणी स्वयंवराच्या रूपाने त्याची पूर्ण प्रतिभा वाचकापर्यंत आली असती, तर काय झाले असते कुणास ठाऊक! नरिंद्राची प्रतिभा त्याचा स्वतंत्र कल्पनाविलास आणि त्याने वापरलेल्या वेगवेगळ्या प्रतिमा केवळ अजोडच! त्या फक्त ज्ञानेश्वरीत दिसतात. ज्याप्रमाणे ज्ञानेश्वरामुळे भावार्थदीपिकेचे 'ज्ञानेश्वरी' हे नाव रूढ झाले त्याप्रमाणेच कविकर्त्या नरिंद्रावरून रुक्मिणी स्वयंवराचे 'नरिंद्र' हे ग्रंथनाम झाले हा मान ज्ञानेश्वरानंतर केवळ नरिंद्राला मिळाला म्हणून मला 'नरिंद्र म्हणजे महानुभावातील ज्ञानेश्वर होय'

असे म्हणावेसे वाटते.

रुक्मिणी स्वयंवर : नृसिंह

महाकवी नरिंद्रांच्या 'रुक्मिणी स्वयंवरा'नंतर आपणास ऐतिहासिक क्रमाने कवी नृसिंहाच्या 'रुक्मिणी स्वयंवरा'चा विचार करावा लागतो. आख्यान कवितेची सुरुवात म्हणून 'धवळे', महाकाव्याच्या धर्तीवरचे काव्य म्हणून नरिंद्राचे रुक्मिणी स्वयंवर तर पंथीयदृष्ट्या महत्त्वाचे व पंथीयांना पारायणासाठी उपयुक्त असलेले काव्य म्हणजे संतोषमुनीचे रुक्मिणी स्वयंवर. या दिग्गज 'रुक्मिणी स्वयंवर' मालिकेत कवी नृसिंहाने त्याच्या रुक्मिणी स्वयंवराचे वेगळेपण व अस्तित्व टिकवून ठेवण्याचा प्रयत्न केला आहे.

ग्रंथकर्ता : नृसिंह :

प्रस्तुत काव्याचा कर्ता कवी नृसिंह हा काही 'नरिंद्र-साल-नृसिंह' या तीन कवीबंधूपैकी नव्हे. तसे असते तर त्याचा विचार आपण या ठिकाणी केलाच नसता, कारण नरिंद्रांचा भाऊ असणारा नृसिंह हा काही महानुभावीय नव्हे. दुसरी गोष्ट नरिंद्राने त्याच्या कवी बंधूला 'श्रीकृष्णाविषयी का लिहीत नाही?' असे सुचविले होते. यावरून श्रीकृष्णाविषयी लिहिणारा प्रस्तुत नृसिंह कवी हा वेगळा आहे. या प्रस्तुत काव्यग्रंथाशिवाय त्याची 'संकेतगीता' ही गीताटीका आहे, जी त्याने त्याच्या गुरूच्या चाल्हणाच्या नावावर टाकली आहे. याशिवाय प्रस्तुत कवीची इतर कोणतीही चरित्रविषयक माहिती उपलब्ध नाही.

रचनाकाल व ओवीसंख्या :

कवी नृसिंहाचे 'रुक्मिणी स्वयंवर' सुमारे २३०० ओव्यांचे असून ते शके १३२५ मध्ये रचलेले आहे. अलीकडे कृष्णदास महानुभाव व ज. शा. देशपांडे यांनी ते प्रसिद्ध केले आहे.

या काव्यग्रंथाचा अभ्यास केला, तर त्यावर हयग्रीवाचार्यांच्या 'गद्यराजस्तोता'चा बराच परिणाम झालेला दिसून येतो. तसेच संतोषमुनीच्या 'रुक्मिणी स्वयंवरा'शी त्याचे बरेच साम्य आहे.

कथानक :

प्रस्तुत काव्याच्या प्रारंभीचे दर्शन प्रसन्न करणारे आहे. तो श्रीदत्तात्रेयाला, श्रीचक्रधराला, श्रीकृष्णाला, नागार्जुनाला वंदन करतो. कथेच्या रंगमंचावर पहिला प्रवेश भीमक राजाच्या सभेत आपल्या सख्यांसह आलेल्या रुक्मिणीचा आहे. रुक्मिणी राजाजवळ येताच तो तिला उचलून आपल्या मांडीवर बसवतो. तिचे डोळे पुसतो आणि तिला विडा खाऊ घालतो. त्यानंतर –

'रूक्मिणीचे नयनाचे माजवण । तेणे माजले सभेचे कामीजन।
अनंगु सोभला रूप देखौन । अबळेचे ॥'

कन्या उपवर झाली हे राजाच्या लक्षात येते. देशोदेशी विद्वान पाठवून वर शोधायचे ठरते. तेवढ्यात कल्याणकीर्ती भाट येतो. कल्याणकीर्तीला पाहून वर शोधाची चिंता मिटली असे राजाला वाटते. कल्याणकीर्ती मग नवखंडांचे, देशोदेशींच्या राजाचे वर्णन करतो. त्यातला एकही रुक्मिणीच्या मनात भरत नाही. पण जेव्हा तो यादवतिलकाचे वर्णन करू लागतो, तेव्हा मात्र –

'जेवि उदयाते पावे तरणी । जळी वीकासे पद्मीनी।
तैसी उल्लासिली रूक्मिणी। आईकावया ॥'

श्रीकृष्णाच्या पराक्रमाचे वर्णन ऐकल्यावर श्रीकृष्ण हाच योग्य वर आहे असे भीमकाला वाटते. पण रूक्मी मात्र विरोध करतो. श्रीकृष्णाची निंदा करणारे भाषण भरल्या सभेत तो करतो आणि शिशुपालाला रुक्मिणी द्यावी, असे सुचवितो. ज्येष्ठ मुलाची सूचना म्हणून भीमकराजा रुक्मिणी शिशुपालाला द्यावयाची मान्य करतो. यामुळे रुक्मिणीला सीणु उपजतो -

'थोर कुचंबले मन । फिरोनी गेले वदन।
नेत्र जाले पै विवर्ण। संसु दाटताये नासापुरे॥'

रुक्मिणी व्याकूळ होते. श्रीकृष्णाशिवाय जगणे तिला असह्य वाटते. रुक्मिणी विरहाने इतकी तापलेली असते की, तिने सुदेवाला दिलेला उजळ पानाचा विडा हाताच्या जाळाने करपून जातो. सुदेव रुक्मिणीचे पत्र घेऊन श्रीकृष्णाकडे जातो. एकांतात रुक्मिणीचे पत्र त्याच्या हातात देतो. तेव्हा श्रीकृष्णाने रुक्मिणीच्या अवस्थेची विचारणा केल्यावर सुदेव उत्तर देतो -

'एरू म्हणे काई सांघोजी आता । मज पाठवणीचा वीडा देता।
कर्पोनि गेला जगन्नाथा । दाहें हाताचेनी ॥'

रुक्मिणीची ही स्थिती कळाल्यावर श्रीकृष्ण महाराज बलराम, अर्जुन आदी कोणासही न सांगता रुक्मिणीला भेटावयास निघतात. जेव्हा रुक्मिणीला कळते तेव्हा ती सुदेवाची कृतज्ञता अशा प्रकारे व्यक्त करते -

'ताता तुज देयावे काई । कवणे परि होईल उतराई ।

दुसरा श्रीकृष्ण असता जैंई । तरी देतिए तुज ।।'

श्रीकृष्ण कौंडिण्यपुरात येतो. सुदेवाच्या सांगण्याप्रमाणे तिला पळवून नेतो. युद्धाची आग पेटते. श्रीकृष्ण पक्षाचा विजय होतो. पळून जात असलेल्या रुक्मीला श्रीकृष्ण पकडतात व त्याची -

'बोडिले अर्धखांड एकी मिसी । देखा काढीले डोई एसी । पांच पाटा ।।'

अशी विटंबना करतात. रुक्मिणीला भावाचा कळवळा येतो. तिच्या शब्दाला मान देऊन श्रीकृष्ण त्याला ठार न मारता सोडून देतो. पुढे श्रीकृष्ण रुक्मिणीचे थाटात लग्न होते. कवी नृसिंहाचे 'रुक्मिणी स्वयंवर' या ठिकाणी संपते.

नृसिंहाचे वेगळेपण :

महानुभाव साहित्यातील इतर रुक्मिणी स्वयंवर कथेपेक्षा नृसिंहाचे थोडेसे वेगळेपण असे की रुक्मिणी स्वयंवर कथेत सहसा न आढळणारा राम-परशुराम युद्धाचा प्रसंग नृसिंहाने वर्णिलेला आहे. महानुभाव वाङ्‌मयात श्रीरामचंद्राचे वर्णन आढळण्याची शक्यता तशी कमीच. नृसिंहाच्या कल्याणकीर्तीमुळे मात्र युद्ध करीत असलेल्या श्रीरामांचे दर्शन घडत आहे. पण येथे श्रीरामाला महानुभावांच्या तत्त्वदृष्टीच्या मुशीतून बाहेर पडावे लागले आहे.

परशुराम व श्रीराम दोघांत दारुण युद्ध झाले. परशुराम तामसी, तर राम सत्त्वधीरू. शस्त्रदेवता क्षोभल्यामुळे तेथे कोणालाही यश मिळाले नाही. तेव्हा विष्णूला मध्यस्थी करावी लागली-

'तेथ वीष्णू कैवाडू करी । बैसूनि गरूडावरी।
कोन्हा न एहा हारी । प्रकटू झाला ।।
दोहीचि बोटे वाण । जव येकमेका करावे निर्माण ।
तंव आड घातले सुद्रसेन । दोहीमध्ये ।।'

विष्णूने दोघांमध्ये सुदर्शन घातले. नुसते सत्त्व प्रकट झाले. दोघांनीही धनुष्य टाकून दिले. दोघांत 'क्षेम' झाले. राम-परशुराम युद्धातून माहात्म्य प्रस्थापित करण्यात आले ते सुदर्शन चक्रधारी दैत्य सुदनाचे. हा मूळ कथानकातील नृसिंहाचा वेगळेपणा आहे.

नृसिंहाचे आणखी एक वेगळेपण असे की, त्याच्या काव्यात मुसलमान, युरोपियन यांच्याबद्दल ईश्वरवादासी विसंगत असा अज्ञानावर आधारलेला परकीयपणाचा भाव दिसतो. देशोदेशींच्या लोकांची वर्णने करता करता कल्याणकीर्ती हापसानापाशी

येतो तेव्हा तो म्हणतो,

‘समुद्राआंतुले बेटे । तेथेही मनुष्ये कुळहीन नष्टे ।
रावणवर्गीची निकृष्टे । ते काई सांघावी ॥
फीरंग हापसाण खुरासण । अरब थटे मुलतान।
दीवे गोवे आघवे तुरकाण । वर्णावर्ण तेथ नाही ॥’

म्लेंच्छांबद्दलचा, मुसलमानांबद्दलचा हा सापत्नभाव नृसिंहाच्या ठिकाणी दिसतो.

एकंदरीत नृसिंहाने रेखाटलेले रुक्मिणी, भीमक, रुक्मिणीची आई, रुक्मी, सुदेव, श्रीकृष्ण, बलराम, जरासंध, लग्नाला जमलेले राजे, त्यांच्या मनात उठलेले विविध भावतरंग, त्या तरंगांची ज्यात परिणती झाली आहे, असे कृतीविशेष कल्लोळ यांचे चित्र अगदी उठावदार झाले आहे. नवखंडांचे वर्णन, देशोदेशीच्या राजांचे वर्णन, रुक्मिणीच्या विरहकथेचे वर्णन, खाद्यपदार्थांचे वर्णन, श्रीकृष्णाच्या रथाचे वर्णन अशी वर्णनाची भुईनळे संपूर्ण कथानकभर उठवले आहेत.

रुक्मिणी-स्वयंवर कथेच्याबाबतीत असणारी कवी नृसिंहाची भूमिका वेगळी दिसते. ही कथा म्हणजे श्रीकृष्ण-रुक्मिणीच्या प्रेमविवाहाची कथा नव्हे, तर ही एक संसार कथा आहे. उघडच प्रेम, शोक, मत्सर आदी विकारांची, त्यातून उत्पन्न होणाऱ्या वैचारिक संघर्षाची तसेच विकाराची, सामंजस्याची ही कहाणी आहे. ही विवाहकथा जरी असली तरी सर्वसामान्य विकारवश माणसाच्या विवाहाची कथा नाही. ती जगदिश्वराच्या विवाहाची कथा आहे. ती पवित्र कथा आहे. ‘दोषनाशीनी’ कथा आहे. ही कथा वाचून संसारातून मुक्त व्हावयाचे आहे, कारण ही भवबंधनाचा छेद करणारी कथा आहे.

रुक्मिणी स्वयंवर : संतोषमुनी कृष्णदास

महानुभाव कवींनी रचलेल्या ‘रुक्मिणी स्वयंवर’ कथानकांत असलेल्या आख्यानांपैकी संतोषमुनी कृष्णदासाच्या ‘रुक्मणी स्वयंवरा’स अत्यंत महत्त्व आहे. महानुभावांच्या ‘सातीग्रंथा’त नरिंद्राच्या ‘रुक्मिणी स्वयवंरा’स जरी स्थान मिळाले असले तरी पंथीय दृष्टीने संतोषमुनीचे रुक्मिणी स्वयंवर लोकप्रिय आहे. एका अर्थाने कवी संतोषमुनींचे ‘रुक्मिणी स्वयंवर’ पंथीय अनुयायांमध्ये ‘पारायण आवृत्ती’ म्हणून प्रिय ठरले आहे. तसे दोघांच्या रचनापद्धतीत विलक्षण साम्य आहे. संतोषमुनींच्या ग्रंथास प्रसादग्रंथ मानला जातो.

ग्रंथकर्ता : संतोषमुनी कृष्णदास :

प्रस्तुत रुक्मिणी स्वयंवर पंथीय लोक दैनंदिन पारायणासाठी वापरात आणतात म्हणजे ते लोकप्रिय आहे. असे असले तरी संतोषमुनीची व्यक्तिगत माहिती मात्र फारशी उपलब्ध नाही. संतोषमुनी कृष्णदासाचे नाव काय असावे याबाबतही निश्चिती नाही. त्याचे नाव संतोषमुनी का संतोषमुनी कृष्णदास का कृष्णाचा दास संतोषमुनी? कृष्णदास म्हणजे कृष्णाचा (कृष्ण परमात्म्याचा) दास का कुण्या कृष्णमुनी नावाच्या गुरूचा दास, अशी शंका या काव्याचे संपादक श्री. ना. ब. जोशी यांनी व्यक्त केली आहे.

'कृष्णदास' नामाभिधानाबाबत शंका उपस्थित करण्यास वाव असला तरी 'संतोषमुनी' हे त्याचे नाव मात्र निश्चित आहे, कारण खुद्द कवीने ओवी क्रमांक ८८/२४, ११३/२५ यात व ग्रंथाच्या शेवटी 'कवी संतोषमुनी म्हणे' असे म्हटले आहे. परंतु काव्यात त्याने गुरू-परंपरा दिली नाही. यावर शं. गो. तुळपुळे यांनी मात्र संतोषमुनी कृष्णदास हा पारमांडल्य आम्नायातील भानुव्यासाचा शिष्य आहे, अशी गुरू-परंपरा दिली आहे.[१४]

रचनाकाल आणि ओवीसंख्या :

ज्या ओवीत संतोषमुनीने ग्रंथाचा लेखनकाल सांगण्याचा प्रयत्न केला आहे. ती ओवी अस्पष्ट वाटते –

'गुरूवार शुध्द फाल्गुन द्वितीया तीथी आनंद दीनुः
तै श्रीनगरी ग्रंथ जाला संपुर्ण : श्री रूक्मिणी सैंवर ।।३२०२।।'

याचा आधार घेऊन पौषादाख्याने 'आनंदु दीनु' याचे स्पष्टीकरण 'आनंद संवत्सर' असे केले आहे आणि काव्याचा रचनाकाल शके १४७५ असा सांगितला आहे.

परंतु शके १४७५ मध्ये 'आनंद संवत्सर' न येता तो शके १४७६ मध्ये येतो. म्हणून वि. ल. पांगारकर, भावे, देशपांडे यांनी या ग्रंथाचा रचनाकाल शके १४७५-७६ असा जोडशक दिला आहे. या ग्रंथलेखनाचा प्रारंभ गोदातीरावरील कुंकुमठाण (जि.अहमदनगर) येथे झाला, तर श्रीनगर (आताचे सिन्नर, जि. नाशिक) येथील भिल मठात हा ग्रंथ पूर्ण केला. म्हणजे शके १४७५-७६ हा जोडशक बराच विश्वासार्ह वाटतो. या काव्याचे संपादक श्री. ना. ब. जोशी यांनी मात्र अभ्यासांती शके १४१६ असा लेखन पूर्णकाल दिला आहे.[१५] जो शं. गो. तुळपुळे यांनीही मान्य

---

१४. महानुभाव पंथ आणि त्याचे वाङ्मय, पृष्ठ २२५ - तुळपुळे शं. गो.
१५. श्रीसंतोषमुनीकृत रुक्मिणी स्वयंवर प्रस्ता., पृष्ठ३४-३५- संपा. जोशी ना. ब.

केला आहे.

या काव्यग्रंथाची ओवीसंख्या ३२०२ एवढी आहे.

काव्याधार :

रुक्मिणी स्वयंवर काव्याचे मुख्याधार भागवत, पद्मपुराण, विष्णुपुराण, ब्रह्मवैवर्तपुराण, हरिवंश वगैरे प्राचीन ग्रंथ होत. त्यात श्रीकृष्णचरित्राचा विशेष भर भागवताच्या दशम स्कंधावर असून त्यातील तीन अध्यायांमध्ये श्रीकृष्ण-रुक्मिणी विवाहाची कथा आली आहे.

असे असले तरी कवी संतोषमुनीने 'श्रीचक्रधरनिरूपित श्रीकृष्ण चरित्रा'च्या प्रभावाखाली येऊन बरेच बदल त्यात केले आहेत. तसेच 'रुक्मिणी स्वयंवर' लिहिणाऱ्या नरिंद्र व नृसिंह या दोन महानुभाव कवींच्या 'रुक्मिणी स्वयंवरा'चाही प्रभाव त्याच्या काव्यावर पडताना दिसतो. हे दोन्ही कवी संतोषमुनींच्या पूर्वी होऊन गेले असल्यामुळे प्रभावाची शक्यता नाकारता येत नाही. संतोषमुनी वाचता वाचता नृसिंहाची आठवण व्हावी, असे काही प्रसंग यात आहेत. रुक्मिणीने सुदेवाला दिलेला कोवळ्या पानाचा विडा तिच्या अंगच्या विरहाग्नीमुळे करपून जातो, हा प्रकार दोन्हीकडे आला आहे. सासऱ्याला पडणाऱ्या जादा खर्चाचे निमित्त करून बलराम श्रीकृष्णाची थट्टा करतो हाही प्रकार दोन्हीकडे सारखाच दिसतो.

कवी नरिंद्राच्या 'रुक्मिणी स्वयंवरा'चाही प्रभाव मोठ्या प्रमाणात आहे. या दोघांच्या रचनेत एवढे साम्य आहे की या ग्रंथाचे संपादक ना. ब. जोशी यांनी 'त्याने एकेपरी नरेंद्राचेच कार्य पूर्ण केले आहे' असे म्हटले आहे. संतोषमुनीला महाकवी नरिंद्राच्या बरोबरीला नेऊन ठेवण्याचा प्रयत्न संपादकाने केला आहे. अगदी याउलट शं. गो. तुळपुळे यांनी मात्र 'संतोषमुनींचे रुक्मिणी स्वयंवर म्हणजे नरेंद्रांच्या काव्याचा अनुवाद असल्याप्रमाणे आहे'[१६] असे थोडेसे अन्यायपूर्ण विधान केले आहे. या दोघांच्या रचनेत एवढे साम्य आहे की मूळ ध्वनी नरिंद्राचा असून संतोषमुनी हा त्याचा प्रत्यय आहे असे वाटते. कवी नरिंद्राने कल्याणकीर्तीसोबत आणलेल्या किन्नराला संतोषमुनीनेही आणले आहे. नरिंद्रांचे काव्य अगोदर झाल्यामुळे संतोषमुनीने त्याचा आधार घेतला असे म्हणावे लागेल.

उपरोक्त महानुभाव कवीशिवाय ज्ञानेश्वरीचाही प्रभाव संतोषमुनींच्या रुक्मिणी स्वयंवरावर पडलेला दिसतो. संतोषमुनीची भाषाशैली पाहिली तर या गोष्टींचे प्रत्यंतर येते जसे :

---

१६. महानुभाव पंथ आणि त्याचे वाङ्मय, पृष्ठ २२६ - तुळपुळे शं. गो.

संतोषमुनी-जैसी गिरी दुर्गे चालती (अध्याय १४, ओवी क्र.३५)

ज्ञानेश्वरी – गिरी दुर्ग जैसे चालते (अध्याय १, ओवी क्र. १६)

संतोषमुनी – सैन्यसिंधू (अध्याय १९, ओवी क्र.३०)

ज्ञानेश्वरी – सैन्यसिंधू (अध्याय १, ओवी क्र. ९५)

नरिंद्र, नृसिंह, ज्ञानेश्वर या प्रभावी कवींचा व त्यांच्या काव्यग्रंथांचा प्रभाव संतोषमुनीच्या रुक्मिणी स्वयंवरावर कमी-अधिक प्रमाणात पडलेला दिसतो.

कथानक :

संतोषमुनीच्या रुक्मिणी स्वयंवराची सुरुवात भीमकराजाच्या राजदरबाराने होते. उपवर झालेल्या कन्येविषयीची चिंता त्याच्या चेहऱ्यावर स्पष्ट दिसते. रुक्मिणीसाठी योग्य उपवर शोधण्याची मोहीम तो हाती घेतो. भीमकाच्या सांगण्यावरून किन्नराने पाताळ, स्वर्ग, मृत्युलोक या सर्व ठिकाणी चाचपणी केली पण रुक्मिणीसाठी योग्य वर त्याला मिळालाच नाही. शेवटी भूतलावर द्वारकाधीश श्रीकृष्ण त्याच्या नजरेत भरला. सभेत भीमकापुढे श्रीकृष्णाची स्तुती तो करतो –

'ऐसा मी हींडीनला त्रीभुवन : बहुत राये देखिले जाण ।
परी हे तुझे न देखोगुण: कवणि ठायी ॥७५×५॥'

किन्नराने केलेली श्रीकृष्ण स्तुती ऐकून भीमकाला श्रीकृष्ण योग्य वर वाटतो. आणि रुक्मिणी श्रीकृष्णास देण्यासाठी तो तयार होतो. परंतु भर सभेत रुक्मी (रुक्मिणीचा भाऊ) त्यास विरोध करतो, श्रीकृष्णाची निंदा करतो -

'आणि तया श्रीकृष्णासी जाती ना कुळ : पाहता ठावो ना मुळ
तयासी चोजवीताती देवो सकळ : परी ठायी न पडे ॥२६×८॥'

श्रीकृष्णाने जे जे अवतारकार्य केले, ज्या क्रीडा केल्या त्या सर्व रुक्मीने निरर्थक ठरविल्या. पुतनावध, कालियामर्दन या श्रीकृष्णाच्या पराक्रमावर त्याने टीका केली-

'यमुनेचा वीरूळा मारीला: तरी म्हणती येणें काळीया नाशीला
ऐसा गौळीं सब्दी शब्द वाढवीला: तेणें चढलें बीक ॥४७×८॥'

आपली बहीण जाती–कुळाचा पत्ता नसलेल्या गौळियाला न देता ती शिशुपालाला द्यावी असा सल्ला तो वडिलांना देतो. शिशुपालाचे नाव मोठ्या मुलाने पुढे करताच भीमकाला ते मान्यच करावे लागते. परंतु त्यामुळे रुक्मिणीची अवस्था अतिशय

वाईट होते. श्रीकृष्णाचे गुणवर्णन ऐकल्यापासून तिला श्रीकृष्णाशिवाय काही सुचत नाही. रुक्मिणीच्या सांगण्यावरून सुदेवभट द्वारकेला श्रीकृष्णाच्या भेटीला जातो. त्या ठिकाणी तो श्रीकृष्णाला सांगतो-

'रायें सीशुपा वरू पाहीला: तो न मनें तीयेबाळा।
तुम्ही वरीलेति गोपाळा: वेगी बीजें कीजे ॥५०×८॥'

श्रीकृष्ण सर्व सैन्यानिशी कौंडिण्यपुराकडे निघतो. श्रीकृष्ण, सुदेवभट आणि रुक्मिणी यांच्यात ठरलेल्या योजनेप्रमाणे ऐन विवाह मुहूर्तावर रुक्मिणी आईला म्हणते,

'तवं रूक्मिणी म्हणे माये: मज अंबीका स्वप्नां आली पाहे ।
त्या मज पुढारू दीधला आहे : यात्रे बोलाविले असे ॥१०६×१७।'

या रुक्मिणीच्या 'बहाण्या'ला भीमकही मान्यता देतो. अंबिकेचे दर्शन घेणे हा आमचा कुळधर्मच आहे असे तो सांगतो.

विवाहाच्या दिवशी रुक्मिणी भावकळनेसारख्या काही 'विशेष' सख्यांसह अंबिका दर्शनासाठी जाते. तेथे श्रीकृष्ण तयारच असतो. आणि –

'मग पाहीले देवी रुक्मिणी । तवं दृष्टि देखिला श्रीचक्रपाणी ।
आनंदू प्रगटला मनी । जाली संभ्रमीत ॥९२×१९॥'

आणि शेवटी श्रीकृष्ण-रुक्मिणी एकरूप झाले.

'ऐंसे अंबीके देवीचा भुवनी: श्रीकृष्णाशी माळ घातली रुक्मिणी
मग कीन्नरूकवच फीटले ततक्षेणी: वेदघोषाचे ॥११२×१९॥'

यानंतर श्रीकृष्ण-शिशुपाल, श्रीकृष्ण-रुक्मी यांच्यातील घनघोर युद्ध, रुक्मीची श्रीकृष्णाने केलेली फजिती, शिशुपालाची पंचाईत, यादव सैन्याचा विजय व शेवटी श्रीकृष्ण-रुक्मिणी विवाह समारंभ याचेही चित्रण आले आहे.

संतोषमुनीने दिलेली बहुविध माहिती :

संतोषमुनीने आपल्या या काव्यात अनेक विषयांची, पदार्थांची, वनस्पतींची, देशांची माहिती दिली आहे. वेगवेगळे विषय हाताळले आहेत. कथेत जिथे जिथे संदर्भ येतील तिथे तिथे त्याने माहिती भरली आहे. संगीतशास्त्रासंबंधीची, रागरागिण्यांची दिलेली माहिती, राजे-राजवाडे यांचे वर्णन या बाबतीत तो नरेंद्राचे अनुकरण करतो. मात्र निरनिराळ्या वनस्पती, प्राणी त्याची वैशिष्ट्ये ही स्वतंत्रपणे वर्णन केली आहेत.

स्त्रियांच्या, पुरुषांच्या वेशभूषा, तर त्याने अगदी सूक्ष्मपणे वर्णिल्या आहेत. जेवणाच्या पंक्तीचे वर्णन, त्यातील निरनिराळी उपकरणे, रांगोळ्यांची सजावट, दिव्यांची व्यवस्था वगैरे त्याने इतकी वास्तवतेने दाखवली आहेत की, राजे-रजवाडे याचा त्याने प्रत्यक्ष अनुभव घेतला आहे असे वाटते. जेवणावळीच्या वेळी कोणाचा कसा मान त्याप्रमाणे त्यास पंक्तीत स्थान असते. अशा मेजवानीत अनुभव नसलेल्या मंडळीची कशी कुचंबणा होते हे सांगण्यासही तो विसरत नाही. ब्राह्मणांची भोजनप्रियता व अधाशी वृत्ती याचे तो विनोदपूर्ण वर्णन करतो.

संतोषमुनींचा महाराष्ट्र :

श्रीचक्रधरांनी बाळगलेला 'महाराष्ट्र अभिमान' संतोषमुनींच्या रुक्मिणी स्वयंवरातही दिसून येतो. संतोषमुनीने महाराष्ट्राचा उल्लेख 'देसू मऱ्हाटा' या शब्दांत केला आणि त्याने महाराष्ट्राच्या मर्यादा स्पष्ट केल्या -

'सातलक्ष देसू मऱ्हाटा । तेथीचे राये सोहणी सुभट
आणि वेदशास्त्रे चातुर्याची पेठ। भरलिये तीये दिसे ॥२७×४॥'
'पश्चिमें त्रिंबकू पुर्वे सागर वेऱ्ही : आणि द्वादस द्वादस योजने उभयता
यैसेया गंगातटी महाराष्ट्री : वजीसे पुण्यास्तव ॥२९×४॥'

यातून महाराष्ट्राच्या सीमा सांगितल्या आहेत. महाराष्ट्रातील प्रदेशांचा उल्लेख करताना त्याच्या काळी असलेला महानुभावांच्या विशेष वस्तीचा भाग तेवढाच त्याने सांगितला आहे-

'तीय महाराष्ट्री गंगातीर महंत:तेथ सदा ईश्वर अवतार असती क्रीडत:
म्हणौनि सर्व तीर्थ देवतासहित: येती तयासि वोळगावया'

गोदातीराला तो भागीरथीप्रमाणे मानतो.

संतोषमुनींची मराठी भाषा प्रशस्ती :

'रुक्मिणी स्वयंवरा'मध्ये कवी संतोषमुनी कृष्णदासाने जसा महाराष्ट्र अभिमान बाळगला तसाच महाराष्ट्र-मराठी भाषेचाही गौरव केला आहे. तसा एकंदर महानुभावांचा विचार केला तर महानुभावांनी ठिकठिकाणी मराठीचा अभिमान बाळगून तिला स्वीकारले असे दिसते. परंतु संतोषमुनींनी केलेली मराठी भाषेची प्रशस्ती अभिनव व अपूर्व अशी आहे. अगदी सोळाव्या शतकापर्यंत संस्कृतमध्ये रचना करणे श्रेष्ठ आणि मराठी भाषेत रचना करणे कमीपणाचे समजले जाई. पण संतोषमुनीने संस्कृतविषयी कोणतीच आगपाखड न करता शिताफीने संस्कृतचा बडेजाव कमी

केला आहे-

'छप्पन भाषाचिये मुगुटि : सोभे सुहावि सुंदर मऱ्हाटी:
आणि संस्कृत वाढविले पोटि : वागवि पुढा करूनि ॥४५×१॥'
'जैसी स्नेहाळू जननि: आपत्ये वागवी करी धरूनि:
तैसी सडुभाषालागौनि: व्यापारवीत असे ॥४×९१॥'

संस्कृत हा शब्द नपुंसकलिंगी आहे तर मराठी हा स्त्रीलिंगी. याचा फायदा संतोषमुनीने करून घेतला आहे.

'मऱ्हाटी स्त्रीलिंग वाइक्ये : आणि संस्कृत तव नपुंसक
म्हणौनि बाळकत्व आइक: तेयासिचि साजे ॥'

मराठी हे संस्कृतचे अपत्य नाही; संस्कृत ही मराठीची जननी नाही, तर मराठी ही सर्व भाषांची जननी आहे हा विचार त्यांनी मांडला. संस्कृतचा कमीपणा करून मराठीचा मोठेपणा प्रतिपादन करताना मात्र त्याने कोठेही विनय सोडला नाही, कोठेही संस्कृतला हीन लेखले नाही. संतोषमुनींचा हा विचार पुढे अनेकांनी उचलून धरला. प्राचीन साहित्याचे अभ्यासक अ. ना. देशपांडे या संदर्भात म्हणतात की, 'मराठी या लोकभाषेचा विचार केला तर असे दिसून येते की, शब्दसंग्रह, वाक्यरचना पद्धती, आख्यात प्रत्यय, विभक्ती प्रत्यय याबाबतीत मराठी व संस्कृत यात कोणत्याही प्रकारचे संस्कृतातून भ्रष्ट होऊन मराठी निघाली, असे सिद्ध करण्यासारखे साम्य नाही. ज्यांचा उमग संस्कृतात सापडू शकत नाही असे जवळजवळ ऐंशी टक्के शब्द जुन्या मराठीत आणि पन्नास टक्के शब्द आजच्या मराठीत आहेत. संस्कृत ही आर्यवाणी होय. आर्यांनी तिला देववाणी बनविले, तर मराठी ही लोकवाणी आहे. संस्कृत म्हणजे संस्कार होऊन तयार झालेली भाषा. ती भाषा मूळ कशी होणार? लोकभाषा म्हणजे आई आणि संस्कृत ही तिची लेक ही कल्पना संतोषमुनीने लिंगभेदावर कोटी करून मराठीच्या अभिमानाने प्रेरित होऊन मांडली असली, तरी ती वस्तुस्थितीची, मराठी व संस्कृत यांच्यातील खऱ्या परस्पर संबंधांची द्योतक आहे.'[१७]

संतोषमुनीच्या काव्यशक्तीविषयी आणि त्याच्या सोपेपणाविषयी सांगताना अ. ना. देशपांडे म्हणतात 'कवी संतोषमुनी हा नावासारखाच संतोष देणारा आहे. संतोषमुनींच्या कवित्वशक्तीचा आविर्भाव हा नि:स्तब्धतेचे मूर्त रूपच वाटणाऱ्या

१७. प्राचीन मराठी वाङ्मयाचा इतिहास, भाग ३, पृष्ठ २५१ - देशपांडे अ. ना.

प्रशांत जलाशयासारखा आहे. सात्त्विकेतचा संस्कार करणारा आहे.'[१८] त्यांच्या या विधानावरून संतोषमुनींच्या काव्य सोज्वळतेचा परिचय आपल्याला होतो.

भागवती कथा : गोपाळकवी

'भागवती कथा' हा काव्यग्रंथ नावावरून काही वेगळा आहे असे वाटण्याची शक्यता आहे. परंतु ही एक 'स्वयंवर' कथाच आहे. तीही श्रीकृष्ण-रुक्मिणी स्वयंवर कथा. काव्य ग्रंथाच्या नावात जरी 'स्वयंवर' नसले तरी ते स्वयंवराख्यानच आहे.

या काव्यग्रंथाचा कर्ता गोपाळकवी याच्याविषयी फारशी माहिती उपलब्ध नाही. तरी पण हा सोळाव्या शतकाच्या प्रारंभी होऊन गेलेला असावा, असे काव्य ग्रंथावरून वाटते.

रचनाकाल व ओवीसंख्या :

शके १५०६ मध्ये गोपाळकवीने 'भागवती कथा' रचली. संपूर्ण काव्य सुमारे २५ प्रसंगांचे व जवळपास तीन हजार ओवीसंख्या असल्याचे समजले जाते. परंतु दुर्दैवाने सध्या तरी पहिल्या पाच प्रसंगांतील ६४६ ओव्यांचा हा ग्रंथ उपलब्ध आहे. प्राचीन साहित्याचे संशोधक ह. ना. नेने यांनी या ग्रंथाचा परिचय करून दिला आहे.[१९]

कथानक :

ही कथा रुक्मिणी स्वयंवराची असली तरी जे पहिले पाच प्रसंग उपलब्ध आहेत त्यात स्वयंवर कथा आलीच नाही. पहिल्या प्रसंगात 'नमन' येते. त्यात त्याने श्रीचक्रधरांना नमन केले आहे. दुसऱ्या प्रसंगात साहित्यशास्त्रीय विचारांच्या दृष्टीने महत्त्वाची ठरणारी अशी काव्यमुद्रिकेची पंचवीस तत्त्वे बहात्तराव्या ओवीत सांगितली आहेत. कवितेची सोळा अंगे कवीने सांगितले आहेत ती अशी :

'ललित अर्थ आणि गौरव : साहित्य संगीत शृंगार ठेव ।
पदे आणि सिध्दांतभाव'' दृष्टांत नायाधिक ।।
वर्णक उपमा श्लेषन: समयोचित प्रकरण ।
ऐसे पंचवीस तात्विकबंधन: काव्यमुद्रेचे ।।'

या दुसऱ्या प्रसंगातच गोपाळकवीने मराठीचा मोठेपणा प्रतिपादन केला आहे. मराठीचे संस्कृतपेक्षा असलेले मोठेपण सिद्ध करण्याच्या त्याच्या युक्तिवादात मार्मिकता

---

१८. तत्रैव, पृष्ठ २४७
१९. संशोधन लेखसंग्रह, भाग १, पृष्ठ १८४-१९५ - नेने ह. ना.

आहे व लोकाभिमुखताही आहे. 'महाअर्थाची रहाटी करणारी ती मऱ्हाटी' अशी शब्दकोटी तो करतो-

'सर्व सिद्धांताची कसवटी : महाअर्थाची राहाटी:
म्हणौनि नांव मऱ्हाटी : प्रसिद्ध जगी ॥६२॥
संस्कृत शब्द उच्चार: सर्व जगी न घडे व्यापार
जैसे मार्गी अडीचे नीर: तृषावंतासी ॥६३॥
तैसे नव्हे मऱ्हाटी गंगा: ते मुक्त जीवन सर्व जगा
आणि पापक्षाळणी प्रसंगा: पवित्रपणे ॥६४॥'

त्याची ही कोटी अर्थगंभीर नसली तरी कल्पना चमत्कृतिपूर्ण आहे. संस्कृत हे आडातले पाणी आहे आणि मराठी ही तर सर्व लोकांना मोकळी असणारी लोकगंगा आहे. तिसऱ्या प्रसंगात व्यासांचा गर्व, त्यामुळे त्याचे तोंड वाकडे होणे, या गोष्टी आल्या आहेत.

श्रीकृष्ण योगाचे महत्त्व सांगतात व स्वत: गृहस्थ धर्म पत्करतात. देव अहिंसेचा उपदेश करतात व स्वत: दैत्यहनन करतात, हिंसा करतात अशा काही संदेहाचे निराकरण तिसऱ्या प्रसंगात आले आहे -

'अमंगल कठीण हीण: त्यासी आणि पवित्र देवपण
मग कल्पिले मनोर्थ ग्रहण: पूर्वी सेवितयाचे ॥
तैसा श्रीकृष्ण बाण झोडी: तीही प्रकृतीची देहे फोडी
पवित्र सगुण देह घडी: दैवी प्रकृतीचे ॥'

याच प्रसंगात वसुदेव, देवकीचा पूर्वेतिहास सांगितला आहे -

चौथा प्रसंग ३१६ ते ४९२ या ओव्यांचा असून त्यात कंसाने मारलेली सात बाळे पूर्वी कोण होती? वसुदेव देवकीच्या विवाहकाली आकाशवाणी कशी झाली? वसुदेव- देवकीला बंदिशाळेत कसे ठेवले? असे श्रीकृष्ण जन्माशी निगडित असलेले प्रसंग वर्णिले आहेत. श्रीकृष्ण जन्माला आल्याबरोबर त्याला गोकुळात यशोदेजवळ नेऊन ठेवण्याचा प्रसंग वसुदेवावर येतो. त्यावेळी त्याच्या मनाची जी अवस्था होते त्याचे कारुण्यपूर्ण वर्णन कवीने केले आहे-

'प्राणासि प्राण क्रमीता: की आत्मा देहावेगळा करीता
तैसे बाळ यशोदेपुढे ठेविता: वाटे वसुदेवाशी॥

की बंदीखानी जोडले निधान: हे झणी कंसराया होईल श्रवण
तै गोकुळात ठेविले चौरूण: ठायी यशोदेची ।।'

पाचव्या प्रसंगात यादवांची पूर्वपीठिका, कंसाची कुळकथा आणि द्वारकानिर्मिती यासंबंधी निरूपण केले आहे. रुक्मिणी स्वयंवरावर पूर्वीच्या अनेकांनी काव्ये रचलेली असताना त्याच विषयावर पुन्हा आणखी नवे काव्य कशाला या संभाव्य आक्षेपाला कवी उत्तर देतो -

'मागा केले सिंधुमंथन । आता काई न करावे घुसळण ।
अथवा मशके न कीजे गमन । गरूडे केले म्हणोनिया ।।
तैसे महाकविराज: ग्रंथ आईकौनिया प्रबंधराज
मनोर्थ उपजला मज: काव्यकरणी ।।'

पाचव्या प्रसंगाच्या शेवटी कवी म्हणतो की, इतर स्वयंवरकर्त्यांनी सोडलेल्या कथा आपण सांगणार आहोत. प्रत्यक्ष काव्य पाहता अनेक अ-कथित कथा त्याने सांगितल्या आहेत.

एकंदरीत उपलब्ध असलेल्या पाच प्रसंगांवरून असे लक्षात येते की, गोपाळकवीच्या मनातून त्याला एक महाकाव्य निर्माण करावयाचे होते. म्हणूनच तर त्याने सुरुवातीच्या पाच प्रसंगांत प्रत्यक्ष रुक्मिणी स्वयंवराचा काही संदर्भ घेतला नाही, तर इतर कथा सांगूनच स्वयंवराची पार्श्वभूमी तयार करण्याचा प्रयत्न केला आहे. अर्थात त्यामुळे काव्य निष्कारण फुगले आहे.

गोपालकवीचे सामर्थ्य व दोषस्थळे :

गोपालकवीचे प्रस्तुत काव्य अपूर्ण असले तरी त्यातून गोपालकवीचे कवित्व बऱ्याच प्रमाणात स्पष्ट होते. उपलब्ध पाच प्रसंगांतील कथा ही स्वयंवराख्यानाच्या दृष्टीने निरर्थक असली तरी कवीच्या बहुश्रुत व रोचक शैलीमुळे त्याचे लिहिणे कंटाळवाणे होत नाही. साहित्यशास्त्राच्यादृष्टीने महत्त्वाचे असणाऱ्या काव्यमुद्रिकेची पंचवीस तत्त्वे कवीने सांगितली आहेत.

संस्कृतपेक्षा मराठी श्रेष्ठ आहे हे सांगण्यासाठी त्याने केलेली शब्दकोटी अर्थगंभीर नसली तरी कल्पना चमत्कृतिपूर्ण आहे. समाजातील अज्ञानी, अडाणी, बहुजनसमाजातील लोकांना संस्कृत अवघड वाटणारच. पण मराठी भाषा ही सोपी, सहज आहे. म्हणूनच ती लोकभाषा झाली आहे. संस्कृत म्हणजे अवघड विहीर-तहानलेल्यांना त्याचा उपयोग करून घेणे कठीणच. मराठी तशी नसून ती सर्व जगाला 'मुक्त जीवन' देते, ती लोकगंगाच आहे. गोपाळ कवीने वापरलेली ही उपमा

अगदी चपखलपणे बसते.

गोपाळकवीच्या या काही विशेषांबरोबरच त्यांच्या रचनेत काही उणिवा दिसून येतात. प्रस्तुत काव्य 'स्वयंवरकाव्य' असूनसद्धा पहिले पाच प्रसंग होऊनही रुक्मिणीचा संदर्भसुद्धा येत नाही. रुक्मिणी स्वयंवर पुढेच राहिले. तसेच रुक्मिणी स्वयंवर काव्यात कवीने श्रीकृष्णाचा जन्म, वसुदेव-देवकीचा विवाह सोहळा, आकाशवाणी एवढेच नव्हे, तर वसुदेव-देवकीचा पूर्वेतिहासही सांगितला आहे, हे अप्रस्तुत आहे.

नवखंड रुक्मिणीस्वयंवर : कवी कृष्णमुनी 'डिंभ'

श्रीकृष्ण-रुक्मिणी विवाहकथेवरील कृष्णमुनी डिंभाचे 'रुक्मिणी स्वयंवर' हे काव्य उठावदार झाले आहे. प्रस्तुत काव्य नवखंडात्मक असल्याने वरील नावाने ओळखले जाते. छंदशास्त्राच्यादृष्टीने प्रस्तुत काव्य वाचनीय झाले आहे.

ग्रंथकर्ता- कृष्णमुनी 'डिंभ'

महानुभाव साहित्यात 'डिंभ' नावाचे जवळपास एकवीस कवी होऊन गेले आहेत. त्याची सविस्तर यादी डॉ. कुंदा चौधरी यांनी दिली आहे.[२०] 'डिंभ' या शब्दाचे विविध भाषांत विविध अर्थ होतात. पैकी महानुभाव शब्दकोशात 'डिंभ' या शब्दाचा अर्थ लहान बालक किंवा अज्ञानी व्यक्ती असा होतो.

पुन्हा भरास भर म्हणून कृष्णमुनी डिंभ नावाने लेखन करणारे दोन कवी महानुभाव साहित्यात होऊन गेले. एक तेराव्या शतकात व एक सोळाव्या शतकात. अन्वय मालिकाकार कृष्णमुनी आणि वैराट देशकार कृष्णमुनी. वैराट देशकार कृष्णमुनी हाच प्रस्तुत काव्याचा कर्ता कृष्णमुनी डिंभ असून तो सोळाव्या शतकातील आहे. तो उपाध्य आम्नायातील होता असे डॉ. शं. गो. तुळपुळे यांनी म्हटले आहे.[२१]

कृष्णमुनी डिंभ हा मोठ्या प्रमाणावर ग्रंथरचना करणारा एक साहित्यकार होता. त्याच्या पंचवीस ग्रंथांची ओळख कै. वि. ल. भावे यांनी सर्वप्रथम करून दिली आहे. रुक्मिणी स्वयंवर, आत्मतीर्थप्रकाश, स्ववृद्धाचार प्रबंध, श्रीकृष्ण जन्माष्टमी व्रताख्यान, लक्ष्मणा स्वयंवर इत्यादी लक्षणीय ग्रंथांवरून कृष्णमुनी डिंभाच्या लेखनाची व्यापकता लक्षात येते.

लेखनकाल व ओवीसंख्या :

नवखंड रुक्मिणी स्वयंवरकर्ता कृष्णमुनी डिंभ हा सोळाव्या शतकातील

---

२०. महानुभाव कवी कृष्णमुनी डिंभ: व्यक्ती आणि वाङ्मय, पृष्ठ १६ - डॉ. चौधरी कुंदा

२१. महानुभाव पंथ आणि त्याचे वाङ्मय पृष्ठ २२९ - तुळपुळे शं. गो.

आहे हे निश्चित झाल्यावर काव्यग्रंथाचा लेखनकाळ निश्चित करता येतो.

"शाके वेद धराधरेषु कमिते माझेच शुक्रे गुडौ" या ओवीतील शब्दांचा अर्थ लावण्याचा प्रयत्न केला गेला. वेद-चार, धराधरेशु-शेष (आठतोंडी सर्प) यावरून महंत दत्तराज महानुभाव यांनी ठरवलेला शके १५२४ हा लेखनकाळ बाजूला सारून वि. भि. कोलत्यांनी शके १५७४ असा सांगितला आहे. परंतु कृष्णमुनी डिंभाचा सविस्तर अभ्यास करणाऱ्या डॉ. कुंदा चौधरी यांनी मात्र शके १५८४ असा लेखनकाळ सांगितला आहे. म्हणून लेखनकाल निश्चितीच्या भानगडीत न पडता तिन्ही अभ्यासकांचे मत नोंदवून ठेवू.

नऊ खंडांत विभागलेले हे काव्य त्याच्यातील अनेकविध वैशिष्ट्यांमुळे लक्षवेधक ठरले आहे. काव्याची एकूण ओवीसंख्या ७२१ एवढी भरते प्रत्येक खंडांतील श्लोकांची गणनापद्धत स्वतंत्र आहे.

प्रस्तुत काव्याचे नवखंड रूक्मिणी स्वयंवर हे खंडदर्शक नाम आहे. स. गं. मालशे यांनी या काव्याला 'कल्पद्रुम' असेही एक नाव दिले आहे.[२२]

कथानक :

कृष्णमुनी डिंभाच्या प्रतिभेचा थाट अगदीच निराळा आहे. रुक्मिणी स्वयंवराची कथा सांगताना त्यांनी विविध वृत्तांचा व विविध छंदांचा उपयोग केला आहे. भीमकाची कन्या रुक्मिणी शृंगार करून आपल्या सख्यांसमवेत भीमकाच्या दरबारात येते. दरबारात किन्नराच्या तोंडून रुक्मिणी श्रीकृष्णाचे वर्णन ऐकते. बालपणाच्या पराक्रमाचे, चाणुर-मुष्टिका सोबतच्या युद्धातील त्याच्या शौर्याचे पोवाडे तो गातो. किन्नराच्या तोंडून श्रीकृष्ण वर्णन ऐकल्यानंतर भीमकराजा रुक्मिणी श्रीकृष्णास देण्यासाठी तयार होतो.

रुक्मिणीचे लग्न श्रीकृष्णाशी हे ऐकून रुक्मी संतापतो, चवताळतो-

'ऐसे भिमक बोलता खवळला तो रुक्मिया कोपला
रक्ता-जाळ-विशाळ-नेत्र करूनी कंपा धरी दाटला ।'

तो सगळा कल्लोळ ऐकून श्रीकृष्णाच्या प्रेमात पडलेल्या रुक्मिणीला विरह निर्माण होतो. तिची विरहव्यथा दूर व्हावी म्हणून केलेले उपाय पाहा-

'लाविती चंदन सर्व शरीरा । घालीती मंडळ विजन वारा ।
औषधी आणुनी वाटुनी निरा । काढीती सत्वा तिथे उपचारा ॥'

---

२२. मराठी वाङ्मयाचा इतिहास, पृष्ठ ४६५ - मालशे स.गं.

रुक्मिणी सुदेवा हाती श्रीकृष्णाला पत्र पाठविते-

'आर्ताचा जरी वत्सळू म्हणविसी फेडि हे साकडे ।
घालू पाहत रूक्मिया अति बळे त्या चैध काळापुढे ॥
सिंहाची वनिता शृगाल वरिता तै लाज कोणा पडे ।
तैसा मी तवदासि किंकरी असे चैद्यासी कै सापडे ॥'

अखेर श्रीकृष्ण सैन्यासह येतो आणि चैद्यार्णवात बुडत चालेल्या रुक्मिणीला आपल्या हाताने अलगद वर काढतो. रुक्मिणीहरणाचे हे नेहमीचेच कथानक आहे.

कृष्णमुनी डिंभाचे वेगळेपण :

कृष्णमुनीच्या या काव्याचा विशेष म्हणजे त्यात पंचाक्षरी वृत्तापासून तो वीस अक्षरी वृत्तापर्यंत अनेक प्रकारचे छंद वापरले आहेत. या त्याच्या छांदिष्टपणाबद्दल स. गं. मालशे यांनी 'कवी डिंभासारखा विविध वृत्ते योजणारा महानुभावीय वाङ्मयात काय परंतु सबंध मराठी वाङ्मयात दुसरा कोणी कवी झाला नाही'[२३] असे प्रशंसोद्गार काढले आहेत. या छंदात उज्ज्वला, चंदनवल्ली, फणींद्रा, सुरती, संभोगवृत्ती अशी कितीतरी अपरिचित नावे आढळतात. किंबहुना आपले छंदप्रभुत्व दाखविण्यासाठीच त्याने हे काव्य रचले असावे असे वाटते. जवळपास ४९ छंद त्याने योजिले आहेत. आतापर्यंत मुद्रणसंस्कार झालेल्या मराठी काव्यग्रंथांमध्ये ज्यांच्या नुसत्या नावाचासुद्धा पत्ता लागत नाही, असे अनेक छंद या काव्यात आहेत. 'रमण' या छंदाचे उदाहरण पाहा-

'रुक्मिणी पावलि मंगळ मुर्तिवरा
वंदुनि बैसलि वामभुजे चतुरा ।
श्रीमुख सुंदर लोकित कामभरा
प्रेमकळा तिसी संचरली प्रवरा ॥६×९६॥'

परंतु त्यात काव्यरसापेक्षा विविध छंदांची व शाब्दिक कसरतीचीच दाटी झाली आहे. तसेच प्रमाणबद्धतेचाही अभावच दिसतो. रुक्मिणी स्वयंवराचे आख्यान श्रीकृष्णाच्या जन्मापासून सांगण्याचे कारण काय? परंतु कवीने ते सांगितले आहे. त्यापायी काव्याचा प्रारंभीचा बराचसा भाग निष्कारण खर्ची घातला. यातील रुक्मिणीने श्रीकृष्णास पाठविलेली पत्रिका मात्र सरस ठरली आहे. ही पत्रिका लिहिण्याची तयारी तिने कशी केली पाहा-

---

२३. तत्रैव, ४६६

'तेव्हा रुक्मिणी नेत्र-आंजन करें काढौनिया शुक्तिके।
घालौनि जयनांब ते मसि करी ताटांकपत्री निके ।।
हाती हाल्लक दंड लेखनि तदा घेऊनिया शुक्तिके।
लीहीताय मनोहरा कुशलता चातुर्यता पत्रिके ।।'
प्रेमाश्रुंनी लिहिलेली प्रेमपत्रिका भावोत्कट उतरली आहे.

रूक्मिणी स्वयंवर हरणकाव्य : पंडित लक्षधीर :

मुरारीमल्ल विद्वांस यांचा शिष्य पंडित लक्षधीर याच्या रुक्मिणी स्वयंवराची पोथी पुण्याच्या 'भारत इतिहास संशोधक मंडळा'च्या पोथीशाळेत उपलब्ध आहे. पंडित लक्षधीर याचे मूळ नाव बचराज अभटराव असे आहे. या स्वयंवर काव्याचे सोळा प्रसंगच उपलब्ध असून त्याची ओवीसंख्या दोन हजारांच्या जवळपास आहे.

याच कवीच्या 'ज्ञानमार्तण्ड' या ग्रंथामध्ये आपल्या ग्रंथलेखनाचा काल शक त्याने शके १५४४ असा दिला आहे. अपुऱ्या उपलब्ध कृतीमुळे त्याचा रुक्मिणी स्वयंवर हा अखेरचा ग्रंथ असावा व त्याने तो सोळाव्या शतकाच्या पंचविशीत तो लिहिला असावा असे वाटते.

लक्षधीर कवी त्याच्या साहित्यशास्त्रीय लेखनामुळे प्रसिद्ध पावला आहे. या स्वयंवर कथेतून किन्नरमुखाने आपल्या संगीतशास्त्रातील ज्ञानाचीही चुणूक त्याने दाखावली आहे. 'श्रीकृष्णाने रुक्मिणीचे हरण केले होते, हे पौराणिक सत्य असूनसुद्धा बहुतांश आख्यानकवींनी 'रुक्मिणी हरण' असे न म्हणता 'रुक्मिणी स्वयंवर' असेच शीर्षक दिले आहे. या संदर्भात डॉ. नेरलेकर यांनी 'देवावर हरणाचा आरोप करणे केवढे पाप' अशी कवींची धारणा असावी.[२४] असे मत मांडले. पण त्यांच्या या मतास मात्र पंडित लक्षधीर यांच्या 'रुक्मिणी हरणा'ने तडा जातो.'

रूक्मिणी स्वयंवर : आयमुनी कारंजकर

शके १५८४ च्या सुमाराचे आयमुनी कारंजकराचे फक्त ६३ ओव्या असलेले 'रुक्मिणी स्वयंवर' प्रा. व. दा.कुलकर्णी यांनी महानुभाव मासिकाच्या मार्च १९७५ च्या अंकातून प्रसिद्ध केले आहे. 'एक उत्कृष्ट भक्तिकाव्य' म्हणून कुलकर्णी त्याची वाखाणणी करतात. कवी आयमुनी हे कारंजकर शाखेतील कमलाकर मुनींचे शिष्य होत.

इतर उपलब्ध रुक्मिणी स्वयंवर काव्ये :

---

२४. महानुभाव, २१,१० - प्रा. नेर्लेकर

महानुभाव ग्रंथ संग्रहालयात वर अभ्यासलेल्या रुक्मिणी स्वयंवर काव्यांव्यतिरिक्त आणखी बरीच 'रुक्मिणी स्वयंवर' काव्ये उपलब्ध आहेत, जी की वेगवेगळ्या कालखंडांतील आहेत. परंतु या रुक्मिणी स्वयंवर काव्यांचे मुद्रित रूप समोर आले नाही. काही अपुरी आहेत, काही गहाळ झालेली आहेत, तर काही मागचा पुढचा संदर्भ नसलेली आहेत. महानुभाव पंथात निरनिराळ्या ठिकाणी उल्लेख असलेले पण उपलब्ध नसलेल्या 'रुक्मिणी स्वयंवर काव्यांची' यादी महाराष्ट्र साहित्य परिषदेने दिली आहे.[२५]

१. रुक्मिणी स्वयंवर : नारोव्यास बहाळिये
२. रुक्मिणी पत्रिका: नारोव्यास बहाळिये
३. रुक्मिणी स्वयंवर (१०८ ओव्या): प्रेमाबाई कपाटीन
४. रुक्मिणी स्वयंवर (२० अध्याय): बाळकृष्ण कवी संन्यासी
५. रुक्मिणी स्वयंवर (२७० ओव्या): मलयनाथ तळेगावकर
६. रुक्मिणी स्वयंवर (१३३ ओव्या): चिमाबाई पाळेकर
७. रुक्मिणी स्वयंवर (३७७ ओव्या, २ प्रसंग): पुरुषोत्तम कवी
८. रुक्मिणी स्वयंवर (३२ ओव्या) : अमानकवी

याशिवाय २९ ओव्यांचे श्रीकृष्ण रुक्मिणी विवाहावरचे एक वचन हाती आले आहे.

आठै सैंवर किंवा अष्टनायिका विवाह : कवी एल्हण :

बहुतांश महानुभावीय कवींनी श्रीकृष्णाच्या रुक्मिणीबरोबर झालेल्या विवाहवरच काव्यरचनेचा रमणीय संस्कार केलेला दिसतो. पण श्रीकृष्णाचे परिणयन केवळ एका विवाहापुरते थोडेच मर्यादित राहिले आहे? त्याचा राणीवसा तर सोळा सहस्र आणि आठ एवढ्या स्त्रियांच्या मंजुळ ध्वनिलहरींनी आंदोळलेला आहे. त्याच्या समग्र विवाह व्यापाराला काव्यविषय बनविण्याचे प्रतिभा सामर्थ्य एल्हण नावाच्या कवीने 'अष्टनायिका विवाह'या कथाकाव्याच्या रूपाने प्रकट केले आहे.

काव्यकर्ता : कवी एल्हण :

'आठै सैंवर किंवा अष्टनायिका विवाह' काव्याचा कर्ता कवी एल्हण आहे. परंतु डॉ. अ. ना. देशपांडे यांनी एल्हण की एल्हणा ? असा प्रश्न उपस्थित केला आहे. कवी एल्हण (येल्हण) असे गृहीत धरले तर एल्हण नेमका कोणता? कारण महानुभाव वाङ्मयाच्या इतिहासात एल्हण या नावाचे ग्रंथकार एकाहून अधिक

---

२५. मराठी वाङ्मयाचा इतिहास, खंड २ भाग १, पृष्ठ ४७३- मालशे स. गं.

आहेत. या सर्वांचा विचार करून प्रस्तुत काव्याचा कर्ता एल्हण हा मुरारीमल्लाचा शिष्य आणि 'बाळक्रीडा'कार विद्वांस कवीचा गुरू जो एल्हण मंडळीक त्याहून भिन्न होय असा निष्कर्ष या काव्याचे संपादक प्रा.भुसारी यांनी काढला आहे.[२६] प्रा. भुसारी यांच्या या मतास य.खु.देशपांडे यांनीही दुजोरा दिला आहे.[२७]

कवी एल्हण यांचा कार्यकाल पंधराव्या शतकातील म्हणजेच 'बाळक्रीडा'कार एल्हणाच्या काळातलाच असावा.

लेखनकाल व ओवीसंख्या :

प्रस्तुत काव्य शके १४२२ च्या सुमाराचे असावे असे प्रा. भुसारी यांनी अभ्यासांती ठरविले आहे.

या ग्रंथात एकूण बारा अध्याय आणि सुमारे आठशे ओव्या आहेत. अकरा प्रसंगांत अष्टनायिकांबरोबर श्रीकृष्णाचा विवाह आणि बाराव्या प्रसंगात सर्व कांतासह श्रीकृष्णाने वसंतक्रीडा केल्याचे वर्णन आले आहे.

महानुभाव पंथात कवी एल्हणाच्या या काव्याचे भिन्न पाठ उपलब्ध असून महाराष्ट्र सारस्वतकार वि. ल. भावे यांनी त्यांना मिळालेल्या बारा प्रसंगी पाठातून उद्‌धृत केलेला अखेरचा वसंतक्रीडेचा प्रसंग प्रा. भुसारी यांनी संपादित केलेल्या पाठात नाही. तसेच रुक्मिणी स्वयंवराचा पहिला प्रसंगही त्यात नाही.

कथानक :

या काव्यग्रंथाच्या नावावरून यात श्रीकृष्णाचे आठ नायिकांसोबतच्या विवाहाचे वर्णन आलेले असावे असे वाटते. कवीनेही 'आठै सैंवरे' शब्दसगुण केले आहेत. पण वस्तुत: स्वयंवरे नऊ आहेत. मोजणी स्वत: कवीचीच आहे-

'प्रथम रूक्मिणीसैंवर १ दुसरे जांबोवंती सैंवर२
तिसरे सतीभामा सैंवर ३ चौथे सुमित्राविंदा ४
पाचवे नग्नजीती ५ साहवे लक्ष्मणा ६
सातवे भद्रा ७ आठवे काळींद्र ८
नववे सोळा सहश्रांचे ९ ऐसी आठै जाणावी ॥'

पहिली कथा रुक्मिणी स्वयंवराची आहे. रुक्मिणी स्वयंवराची कथा अनेकांनी गायिलेली आहे. ती पुन्हा आळवण्यात काय स्वारस्य आहे? कवी एल्हणाने अवघ्या अर्ध्या ओवीत तिचा निरोप घेतला आहे.'

२६.आठै सैंवर, प्रस्ता., पृष्ठ ७ - संपा. भुसारी र. म.
२७.महानुभावीय मराठी वाङ्मय, पृष्ठ ५७ - देशपांडे य. खु.

'शुके म्हणे अवधारी गा भारता: श्रीकृष्णे हरून भीमकाची सुता ॥'

पहिले स्वयंवर एवढ्यावरच संपते.

स्वयंवर कथेचे वर्णन बहरास आले ते जांबुवतीच्या वेळी. श्रीकृष्णाने एकदा भाद्रपदाला चौथीचा चंद्र पाहिला आणि त्याच्यावर स्यमंतक मणी चोरल्याचा खोटा आळ आला. मूळचा द्वारकेतील सत्रजित, महाजनाच्या मालकीचा तो मणी, त्याचा लहान भाऊ प्रसेन गळ्यात बांधून फिरत असे. तो शिकारीला गेला असता सिंहाच्या अपघाताला तो बळी पडला. तो मणी कंठनाळी घालून त्याच्या प्रकाशात सिंह रात्री अंधारात वनात फिरू लागला. त्या मण्यासाठी सिंह व जांबुवंताचे युद्ध झाले. त्यात जांबुवंत विजयी झाला. त्याने तो मणी मुलीच्या पाळण्याला बांधला. इकडे श्रीकृष्णाने मण्यासाठी प्रसेनाला मारले असा प्रवाद पसरला. तो खोटा कलंक पुसून टाकण्यासाठी श्रीकृष्ण बलराम व सैन्यासह मण्याच्या शोधार्थ निघाले. रस्त्यात घनदाट वन लागले.

या गर्द अरण्यात श्रीकृष्ण सैन्याला अरण्याबाहेरच ठेवून एकटेच निघाले. फिरता फिरता जांबुवंताच्या विवरद्वाराजवळ पोहोचले. भल्या थोरल्या शिळेचे द्वार कितीही जोर लावला तरी बोटभरसुद्धा न सरकणारे पण श्रीकृष्णांनी चमत्कार घडवला-

'ते देवै आवळीला श्रीचरणे:
उलथूनि टाकिली क्षणे ॥'

आत घोर अंधार. चालता चालता श्रीकृष्ण महालात गेले. तिथे जांबुवंत व श्रीकृष्ण यांच्यात युद्ध होते. युद्धात पराभूत झालेला जांबुवंत श्रीकृष्ण महाराजास मण्याबरोबर आपली कन्या जांबुवंतीही अर्पण करतो. मणी शोधायला गेलेल्या योगेश्वराला मण्याबरोबर रूपखणीही मिळाली.

तिसरा विवाह सत्रजिताच्या कन्येशी-सत्यभामेशी. महत्प्रयासाने मिळालेला मणी भरल्या सभेत सत्रजिताला भेट देतात. तेव्हा सत्रजित खजील होतो. त्याला पश्चात्ताप होतो. उद्धवाच्या सूचनेवरून तो आपली कन्या सत्यभामा व मणी श्रीकृष्णास अर्पण करतो. तेथे श्रीकृष्ण-सत्यभामा विवाह थाटात पार पडतो.

श्रीकृष्णाचा चौथा विवाह सुमित्रविंदेशी होतो. तिची आई तिला श्रीकृष्णाला द्यावयाचे ठरविते. पण भाऊ विरोध करतात. स्वयंवर मांडतात. त्यावेळी सुमित्रविंदा भावांना अव्हेरून श्रीकृष्णाच्या गळ्यात माळ घालते. श्रीकृष्ण इतर राजांचा पराभव करून सुमित्रविंदेला घेऊन जातात.

पाचवा विवाह नाग्नजितीशी. अयोध्येच्या नाग्नजित राजाची मुलगी. ती सुंदर

तर होतीच, पण शिवाय-

'ते सतवंती सदाचार: जपतपध्यान धारणी सादर
हरिकथा श्रवण कीर्तनी निरंतर: वेच राजकुमरीसी ॥'

ती रात्रंदिवस श्रीकृष्णाचे स्मरण करते. 'केशवा त्र्यैलोक्य सुंदरू जगन्नीवास: डोळा देखिजैल म्हणे' असे तिला होऊन जाते. श्रीकृष्ण तिची आर्त जाणून मागणी घालण्यासाठी अयोध्येस येतात. सात दांडग्या बैलांना एका हाताने वठणी आणण्याचा राजाचा पणही जिंकतात. मग कृष्ण-नाग्नजितीचा थाटात विवाह होतो. राजा भरपूर आंदण देतो.

सहावा विवाह भद्रदेशाच्या बृहत्सेन राजाच्या लक्ष्मणानामक कन्येशी. लक्ष्मणा ही लावण्यराशी:

'तीएचेया करण-चातुर्य-गुण:आडखळे कामशास्त्र ॥'

तिला श्रीकृष्णाचा वेध लागला. तिच्या वडिलाने रचलेला राधायंत्राचा पण श्रीकृष्ण महाराजांनी जिंकला. लक्ष्मणाने श्रीकृष्णाच्या गळ्यात माळ घातली.

सातवा विवाह कैकएपुरीचा राजा वैकुंठ व राणी श्रुतकीर्ती यांच्या भद्रानामक कन्येशी. भद्रा असामान्यपणे रूपवती होती.

'की शृंगारे स्त्रीत्वाची ठेव: धरिली सूजावा भावांची वोडव
की ते कातत्वाचे सावेव: मुर्त जाले ॥'

तिने श्रीकृष्णाचा ध्यास घेतला. आर्त करुणाकर श्रीकृष्ण तेथे धावून गेले. विवाह झाला.

आठवा विवाह सूर्यनंदिनी कालिंदी हिच्याशी झाला. एकदा श्रीकृष्ण व अर्जुन यमुनेच्या तीरावरील वनस्थळी फिरत होते. श्रीकृष्णांनी अर्जुनाला पाणी आणायला पाठविले. त्यावेळी त्याला तप करत असलेली कालिंदी दिसली. तिने हे तप श्रीहरीचा लाभ व्हावा म्हणून आरंभिले होते. अर्जुनाकडून हे वृत्त कळताच श्रीकृष्ण तेथे येतो व तिचा स्वीकार करतो.

श्रीकृष्णाचा शेवटचा समूहविवाह भौमासुराने त्रिभुवनात धाडी घालवून आणलेल्या सोळा हजार स्त्रियांशी. श्रीकृष्ण-भौमासुर युद्धात भौमासुर ठार होतो व स्त्रियांना मुक्ती मिळते. त्यांची जबाबदारी स्वत:कडे घेऊन श्रीकृष्ण सोळा हजार रूपे धारण करून त्यांच्याशी विवाहबद्ध होतात. या कृष्णपत्नी तर सुंदर होत्याच पण कवीने त्यांच्या सौंदर्याचे केलेले वर्णनही तितकेच सुंदर आहे. या सर्व कांतांसह श्रीकृष्णाने वसंतक्रीडा

केल्याचे वर्णन कवीने केले आहे. मदनाने मस्त होऊन इष्काचा कैफ चढलेल्या त्या सुंदर कामिनींच्या मनोगंगेचे धरण फुटून शृंगाराच्या लोंढ्यासरशी वाहत जाऊन कामपौर्णिमेच्या विषयोद्यानांत रतिसागराला कसे मिळाले हे सुंदर शब्दांनी कवीने वर्णिले आहे-

'पायी रूळती नुपुरे। चालता गाजती गंभीरे ।
तया नादचिनि गजरे । गगन गज ।।'

अशा पद्धतीने कवीने श्रीकृष्णाच्या सर्व विवाहकथा या ग्रंथात वर्णिल्या आहेत.

वेगळेपण :

कवी एल्हणाच्या 'अष्टनायिका विवाह'ला भागवत व पद्मपुराण यांचा आधार आहे. पण त्याने आपल्या कथा रंगविताना मुळात बराच बदल केलेला आहे. विवाहाचा क्रम बदलून टाकलेला आहे. भागवतातील जांबुवंती उपवर झालेली आहे. परंतु कवी एल्हणाच्या काव्यात तिची आई तिला पाळण्यात घालून झोपविते. मुळात भद्रा ही कैकय देशाच्या श्रुतकीर्तीनामक राजाची कन्या आहे. एल्हणच्या आख्यानात कैकएपुरीचा राजा वैकुंठ व राणी श्रुतकीर्ती यांची ती कन्या आहे.

अशा प्रकारे भागवतात, पद्मपुराणातील मूळ कथांत बहुतांश महानुभाव कवींनी बदल केलेले आहेत. कवी एल्हणानेही 'अष्टनायिका विवाह' या कथेत बदल केले आहेत.

लक्ष्मणा स्वयंवर : कृष्णमुनि 'डिंभ' :

लक्ष्मणा ही श्रीकृष्णाच्या अष्टनायिकांपैकी एक. रुक्मिणी ही श्रीकृष्णांची पट्टराणी असल्यामुळे मध्ययुगीन कवींनी तिला जास्त महत्त्व दिले आहे. म्हणूनच रुक्मिणी स्वयंवर या कथेवर जवळपास एकेचाळीस ग्रंथ उपलब्ध आहेत. पण त्या तुलनेत इतर श्रीकृष्णास्त्रिया काव्यदृष्ट्याही उपेक्षित राहिल्या. या उपेक्षित श्रीकृष्ण स्त्रियांपैकी 'लक्ष्मणा' ही एक. तिला यथोचित न्याय देण्याचा प्रयत्न कवी कृष्णमुनी डिंभाने केला आहे. कवी कृष्णमुनी डिंभाच्या पूर्वी कवी एल्हण आणि कवी मल्लिनाथ यांनी लक्ष्मणा स्वयंवर ही कथा घेऊन लिहिण्याचा प्रयत्न केला. परंतु ती स्वतंत्र अशी रचना नव्हती, तर आठ स्वयंवरांपैकी एक असे त्याचे स्वरूप होते. परंतु लक्ष्मणा स्वयंवरावर सर्वप्रथम स्वतंत्र काव्य निर्माण करण्याचे कार्य कवी कृष्णमुनी डिंभाने केले. केवळ महानुभाव साहित्यातच नव्हे, तर संपूर्ण मराठी साहित्यात या विषयावर ग्रंथरचना करणाऱ्या कवींमध्ये कवी डिंभाचा प्रथम क्रमांक लागतो.

ग्रंथनाम :

प्रस्तुत काव्यग्रंथ सर्वत्र 'लक्ष्मणा स्वयंवर' या नावानेच ओळखला जातो; परंतु काव्याच्या २७ व्या प्रसंगात कवीने या ग्रंथाचे नाव 'विवेकविलास' असे दिले आहे.

'श्रीगुरू मार्ग प्रसन्नता स्फुरणे। सवेत विलासे दाविती विवेकरत्ने ।
म्हणौनिया ग्रंथा नाव म्हणणे । विवेकविलास ॥२९॥ '

यावरून कवीला विवेकविलास हे नाव अभिप्रेत दिसते. म्हणजेच 'विवेकविलास' हे मूळ ग्रंथनाम होय. रुक्मिणी स्वयंवराची कथा असलेले 'रुक्मिणी स्वयंवर' तसे लक्ष्मणा स्वयंवराची कथा असलेला ग्रंथ 'लक्ष्मणा स्वयंवर' या न्यायाने प्रस्तुत ग्रंथनामच पुढे रूढ झाले असावे.

लेखनकाल व ओवीसंख्या :

'लक्ष्मणा स्वयंवरा'च्या प्रती केवळ श्रीकृष्णदास महानुभाव, हैदराबाद व महंत नागराजबाबा, औरंगाबाद यांच्या संग्रहातच उपलब्ध आहेत. हैदराबाद प्रतीत प्रस्तुत ग्रंथाचा प्रत लेखनकाल शके १६२६ असा आहे. पण महंत नागराजबाबा यांच्याकडील पोथीत तो १५८४ असा आहे. ती प्रत स्वत: कवीच्या हस्ताक्षरात असल्यामुळे १५८४ हा प्रत लेखनकाल नसून तो ग्रंथलेखन काल ठरतो.

लक्ष्मणा स्वयंवर हे काव्य ओवीबद्ध असून त्यांचे पूर्वार्ध आणि उत्तरार्ध असे दोन विभाग आहेत. एकूण २७ प्रसंग असलेल्या या काव्यग्रंथातील पूर्वार्धाची १७४५, तर उत्तरार्धाची ओवीसंख्या १२८५ अशी मिळून ३१३० एवढी आहे. प्रत्येक प्रसंगाच्या समाप्ती मुद्रेत कवीने त्या त्या प्रसंगाचे नाव दिलेले आहे.

कथानक :

जंबुद्वीपावरील महेंद्र देशाचा राजा बृहत्सेन आणि राणी पट्टवर्धना यांच्या उदरी लक्ष्मणेचा जन्म होतो. तिच्या लावण्याचा डंका त्रिलोकात पसरतो. खुद्द पार्वती व नागकन्या यांनाही तिच्या सौंदर्याचा हेवा वाटू लागतो.

एकदा दरबारात राजा नारदाला भवसागर तरून जाण्याचा उपाय विचारतो. तेव्हा भगवान श्रीकृष्ण हेच मोक्षदाता असून मोक्षप्राप्तीसाठी उपवर कन्या लक्ष्मणा श्रीकृष्णाला अर्पण कर असे सांगतो. श्रीकृष्णाच्या गुणवर्णनाने लक्ष्मणाही मोहित होते. परंतु काही दुर्जन त्याला आक्षेप घेतात व जो कोणी 'राधायंत्र' भेदील त्यालाच लक्ष्मणा माळ घालील असा 'पण' ठेवण्याची सूचना करतात.

श्रीकृष्णाचा वेध आणि राधायंत्राची अवघड रचना यामुळे ती व्याकूळ होते. व्याकूळ झालेली लक्ष्मणा आजारी पडते. तिच्यावर सख्या उपचार करतात. हा प्रसंग

कवीने 'रुक्मिणी स्वयंवरा'तील रुक्मिणीची व्याकूळता नजरेसमोर ठेवून केल्याचे दिसते. खाली पाण्यात पाहून वर फिरणाऱ्या मत्स्याचा बाण मारून मस्त्यभेद करायचा. जर पाच प्रयत्नांत हे जमले नाही तर त्या राजाने राज्य सोडून वनवास स्वीकारायचा, अशी अवघड अट घातली जाते.

कोणत्याही राजास 'राधायंत्राचा भेद' करता येत नाही. शिशुपाल, दुर्योधन, कर्ण अयशस्वी होतात. (महाभारतातील प्रत्येक राजकन्येच्या स्वयंवरात उडी घ्यायची व पराभूत व्हायचे असा जणू त्यांनी विडाच उचलला आहे!) प्रत्यक्ष विवाहवेळचा तो दरबार, विवाहप्रसंग, मत्स्यभेद हे वाचल्यावर वाचकांना 'द्रौपदी स्वयंवरा'ची आठवण झाल्याशिवाय राहत नाही. श्रीकृष्ण राधायंत्राचा भेद करतात आणि मंगलवाद्यांच्या निनादात लक्ष्मणा श्रीकृष्णास वरमाला घालते. पण पराभूत झालेले सर्वजण विरोध करतात व श्रीकृष्णास लक्ष्मणा हरण करून नेण्याचे आव्हान देतात. सर्वजण युद्धास तयार होतात. भीमार्जुनाच्या साहाय्याने श्रीकृष्ण त्यांचा पराभव करतात व लक्ष्मणेला द्वारावतीला घेऊन जातात.

कवीचे नवनिर्माण कौशल्य :

कोणत्याही भाषेचा वाङ्मयेतिहास पाहिला, तर पूर्वसुरींनी आखून दिलेल्या चाकोरीबद्ध मार्गाने जाणाऱ्या साहित्यकारांची संख्या बरीच मोठी आहे असे दिसून येते. उदाहरणार्थ, रुक्मिणी स्वयंवर. परंतु प्रस्तुत कवी पूर्वसुरीपेक्षा वेगळे करून दाखवण्याचे धाडस करतो. उपेक्षित असलेल्या 'लक्ष्मणे'ला तो आधार देतो.

प्रस्तुत लक्ष्मणा स्वयंवर हा ग्रंथ कवी कृष्णमुनी डिंभाच्या नवनिर्माण शक्तीचे उत्तम उदाहरण होय. श्रीमद्‌भागवताच्या दशम स्कंधातील ५८ व्या अध्यायात ५६ क्रमांक असलेल्या फक्त एकाच श्लोकात लक्ष्मणा स्वयंवराचा उल्लेख येतो. 'भद्र देशाच्या राजाची सुलक्षणी कन्या लक्ष्मणा हिचे स्वयंवर चालले असता गरुडाने जसा अमृताचा कलश हरण करावा तद्वत श्रीकृष्णाने एकट्याने जाऊन तिचे हरण केले.' या एका श्लोकावर कवी एल्हणाने ३१ तर मल्लिनाथाने ३६ ओव्यांत लक्ष्मणा स्वयंवर वर्णिले; परंतु कवी कृष्णमुनी डिंभाने हीच कथा तब्बल २७ प्रसंग आणि ३१३० इतक्या ओव्यांत कथन केले आहे. हेच त्याचे मोठेपण ठरते.

लक्ष्मणा स्वयंवर : ओंकारमुनी चोरमागे :

अप्रसिद्ध असणाऱ्या एका लक्ष्मणा स्वयंवराची नोंद शं. गो. तुळपुळे यांनी केली आहे.[२८] ओंकारमुनी चोरमागे असे ग्रंथकर्त्याचे नाव त्यांनी दिले आहे.

---

२८. महानुभाव पंथ आणि त्याचे वाङ्मय, पृष्ठ २३३ - तुळपुळे शं. गो.

'आडनावा'चीही मोठी गंमत आहे. याच्या कोणा पूर्वजास 'चोर' म्हणून सुळी देत असता त्यास एका महानुभावपंथी साधूने सोडविले व त्यास आपल्या पंथात घेतले. म्हणून त्यास 'चोरमागे' हे उपनाव पडले. हा 'पळसी' गावचा राहाणारा असून कोणा पहाडसिंग राजाचा आश्रित होता असे तो लिहितो.

४४२ श्लोकांचे हे स्वयंवर काव्य शके १६३० मधले आहे. कवी ओंकारमुनीने या काव्यात विविध वृत्तांची आणि चित्राकृतिबंधाची लयलूट केली आहे. 'विविध वृत्ते आणि नानाविध चित्राकृतिबंध यांची रचना करणारा एक समर्थ कवी या नात्याने महाराष्ट्र सारस्वतात ओंकारमुनी चोरमागे या कवीचे निश्चितपणे महत्त्वाचे स्थान आहे'[२९] असे मत प्रा. व. दा. कुलकर्णी यांनी मांडले आहे.

ओंकारमुनीच्या या रचनेत भक्तिकाव्याचे प्रयोजन नाही व महानुभाव तत्त्वज्ञानाचाही त्याने कसलाच परिपोष केला नाही. ओंकारमुनीने अष्टदल कमल, द्वादशदल कमल, षोडशदल कमल, वृख, चक्र, व्यंजन, माला, छत्र, चामर, वापी, गुच्छ, स्वस्तिक, धनुर्बाण, उष्ट्र, अश्व आदींचे चित्राकृतिबंधही आपल्या काव्यात योजले आहेत. तेव्हा कलेपेक्षा कारागिरीचे स्तोम माजवणाऱ्या उत्तरकालीन पंडित कवींच्या मोहजालात हा कवी सापडलेला आहे असे दिसते.

द्रौपदी स्वयंवर : कवी काशीदास

श्रीकृष्ण-रुक्मिणी विवाहकथेनंतर लोकांच्या कायम स्मरणात असलेली स्वयंवर कथा म्हणजे द्रौपदी स्वयंवराची कथा. महाभारतातली द्रौपदी आणि पाच पांडव सर्वसामान्य लोकांनाही माहीत आहेत. महानुभावांच्या आख्यानकाव्यात या कथेवरचे एक-दोन काव्य उपलब्ध आहेत.

महाभारतातील द्रौपदी स्वयंवराची कथा मोठी रंजक आहे. द्रुपदराजाने स्वयंवरात ठेवलेला तो अवघड पण, ब्राह्मण वेषातील पांडव, अर्जुनाने उकळत्या तेलात पाहून वर फिरणाऱ्या माशाच्या डोळ्याचा नेम साधणे आणि आईच्या आज्ञेने जिंकलेली द्रौपदी पाच पांडवांची पत्नी होणे या घटनाच मोठ्या विलक्षण वाटतात. कवी काशीदास (अवचितसुत काशी) यांनी द्रौपदी स्वयंवराच्या या एकाच कथानकावर दोन काव्ये लिहिलेली आहेत. पैकी एक श्लोकबद्ध, तर दुसरे ओवीबद्ध आहे.

काव्यकर्ता : अवचितसुत काशी :

प्राचीन कवींविषयी व त्यांच्या कालखंडांविषयी अनेकदा अपुरी माहिती असते अथवा बरेच वाद उत्पन्न झालेले असतात. परंतु अवचितसुत काशी किंवा काशीदासाने

---

२९. महानुभाव, २५.७ - प्रा.कुलकर्णी व. दा.

स्वत:विषयीची माहिती ग्रंथातच दिली असल्यामुळे याबाबतीत काही अडचण येत नाही.

प्रस्तुत कवी शिवकालीन आहे. काव्यात दिलेल्या माहितीवरून कवी चंद्रवंशीय क्षत्रिय कुळातील मराठा असल्याचे लक्षात येते. सोळंखी आडनाव असणारा हा कवी नाशिक जिल्ह्यातील भारम या गावचा आहे.

परंतु काशीदास हे कवी महानुभाव होते का ? असा प्रश्न अभ्यासकांनी उपस्थित केला आहे. कवी काशीदासाचे वडील अवचितराव हे एक विठ्ठलभक्त होते. त्यामुळे काशीदास महानुभाव नव्हते की काय? अशी शंका प्रस्तुत काव्याचे संपादक वा. दा. गोखले यांनी उपस्थित केली आहे.[३०] शिवाय कवीने ग्रंथारंभीचे नमन गणपतीला केले आहे. तसेच पंथीय तत्त्वज्ञानाच्या खुणा ग्रंथात कोठेच दिसत नाहीत. या बाबी पुढे करून डॉ. शं. गो. तुळपुळे यांनीही कवीच्या महानुभावत्वाविषयी शंका उपस्थित केली आहे.[३१] परंतु काही अभ्यासकांनी मात्र कवी काशीदास हे महानुभावीय असल्याबद्दलचा निर्वाळा दिला आहे. कै. ज. र. अजगावकर यांनी 'महाराष्ट्रकवी चरित्रा'मध्ये 'काशी कवी महानुभावपंथी असल्यामुळे या ग्रंथाचे त्या लोकात मोठे महत्त्व आहे.' असे म्हटले आहे. तसेच य. खु. देशपांडे यांनी त्यांच्या 'महानुभाव मराठी वाङ्मय' या ग्रंथात कवी काशीदासाच्या द्रौपदी स्वयंवराचा उल्लेख केला आहे. पोथीची बांधणी महानुभावीय पोथ्यांप्रमाणे आहे आणि महानुभावीय परंपरा काशीदास हे महानुभावच होते असे मानते आणि परंपरा निर्माण होण्यासाठी काही आधार तर असतोच. या सर्व बाबींचा विचार करता कवी काशीदास महानुभावीय होते, यात तिळमात्र शंका नाही.

लेखनकाल आणि ओवीसंख्या :

कवी काशीदासांची दोन द्रौपदी स्वयंवर काव्ये आहेत. पैकी एक श्लोकबद्ध आहे ज्याची रचना शके १५८३ मध्ये झाली असून त्यात सुमारे सहस्र श्लोक आहेत, तर दुसरे द्रौपदी स्वयंवर हे शके १६१८ मधील असून त्यात २९ प्रसंग व ३६३८ एवढ्या ओव्या आहेत. प्रस्तुत ठिकाणी आपण ओवीबद्ध द्रौपदी स्वयंवराचा अभ्यास करणार आहोत.

कथानक :

काव्याचा आरंभ द्रौपदीच्या रहस्यमय जन्माने होतो. उपवर झालेल्या द्रौपदीच्या विवाहाची द्रुपदाला लागलेली चिंता, अर्जुनाशी तिचा विवाह व्हावा ही मनीषा,

---

३०. द्रौपदी स्वयंवर, प्रस्ता., पृष्ठ २८ - संपा. गोखले वा. दा.

३१. महानुभाव पंथ आणि त्याचे वाङ्मय, पृष्ठ २३५ - तुळपुळे शं. गो.

पांडवांचे वारणावतास गमन, द्यूतगृहदाह, कृष्णकृपेने पांडवांचे संकटहरण, हेडंबवध, भीम हिडिंबाविवाह, द्यूतगृहात पांडव दग्ध झाले हे ऐकून द्रुपदाला झालेले दु:ख, द्रुपद-कृष्ण भेट, स्वयंवराची तयारी, श्रीकृष्णाचे आगमन, इकडे वनात किरमीर-पांडवांचा संघर्ष, कामाख्यादेवीपुढे पांडवांचे बलिदान, भीमाचे साहस व त्यामुळे टळलेला अनर्थ, बकासुर वध, पांचाल देशगमन, गंधर्व पराभव, स्वयंवर प्रसंग, ब्राह्मण वेषात पांडवांची उपस्थिती, दुर्योधनाची फजिती, अर्जुनाने केलेला मस्त्यभेद व त्यामुळे उद्भवलेला युद्धप्रसंग, भीमार्जुनाचा पराक्रम, कौरवांचा पाडाव, पाच पती व एक वधू यामुळे निर्माण झालेला पेचप्रसंग, व्यास ऋषींनी प्रगट होऊन द्रुपद राजाची घातलेली समजूत, नारदाने सांगितलेले सुंदोपसुंद आख्यान या सर्व एकावर एक अशा बहारदार घटना कवीने आपल्या प्रसादमय भाषेत साजेशा वृत्ताच्या आधारे मोठ्या रसिकतेने सांगितल्या आहेत.

मराठी व महाराष्ट्र याविषयी अभिमान :

महानुभावांच्या साहित्यातून महाराष्ट्र व मराठीविषयीचा अभिमान ठिकठिकाणी ओसंडून वाहतो. याची प्रचिती आपणास द्रौपदी स्वयंवरात येते. द्रौपदीचा शृंगार 'मराठमोळा' आहे. त्याचे वर्णन कवीने असे केले आहे-

'भाषामधी प्राकृत राष्ट्रिक हो मऱ्हाटी
वाहे विशेष कविवंशकुळी मऱ्हाटी
ते दक्षणेसि तनया कुळही मऱ्हाटी
शृंगार यास्तव करी मग ते मऱ्हाटी ॥'

राखडी, मोरबोर, वेणीतील सुवर्ण शलाका, कानात पखे, वाळ्या, तिसडी, चंदनहार, कांकणे मुद्रिका इत्यादी महाराष्ट्रीयन अलंकार चढवून कवींनी द्रौपदीला अस्सल महाराष्ट्रीयन नववधू बनवून वाचकांसमोर आणले आहे. महाराष्ट्र प्रेमापोटी कवीने द्रौपदी स्वयंवराप्रसंगी 'मराठे' कुळातील राजेही बोलावले आहेत-

'शिसोदे, शिरसाट, वाघ, चवरे, शेलार, साठे, बरे
गाडे, गायकवाड, घोरपडीये, श्रीघाटगे, डेवरे ॥'

महाभारतकालीन लोक महाराष्ट्रीय पदार्थ मिटक्या मारत खात होते त्याचे वर्णन असे केले आहे -

'धृतादी शर्करोदऱ्या पवित्र पोळिया पुऱ्या

घडीत घारिया बऱ्या मधूसगर्भ सांजुऱ्या
करूनि भात पर्वडी विशेष वाढिती कढी ।।'

शेवटी तर कवीने उपसंहारात्मक भागात विनवणी करतानाही 'मराठी'पणा सोडला नाही.

'मऱ्हाटी टीका देशभाषा मऱ्हाटी
मऱ्हाटी कुळी जन्मवाणी मऱ्हाटी
गुरूग्रंथही सेविला म्या मऱ्हाटी
करावी क्षमा न्यूनते पूर्ण दृष्टी ।।'

अशा पद्धतीने कवीने मराठी भाषा व महाराष्ट्रावर असणारे प्रेम संपूर्ण ग्रंथात व्यक्त केले आहे.

हंसुबाई सैंवर : धानाईसा :

महानुभावीय आख्यानकाव्यात पंचकृष्णांपैकी श्रीकृष्ण चरित्रविषयक विवाहकाव्यांचीच संख्या जास्त आहे. महानुभावांचे आराध्य दैवत असणाऱ्या श्रीचक्रधरस्वामींच्या जीवनावर मात्र आख्यानांची संख्या जवळपास नाही म्हटले तरी चालेल; कारण आख्यानकाव्य आणि स्वयंवरकथा यातील परस्परसंबंध अतिशय जवळचा असल्याने श्रीचक्रधर स्वामींच्या अवतारकार्यात अशा प्रसंगाला स्थान नाही. हंसांबा स्वयंवरासारख्या एकमेवाद्वितीय प्रसंगावर एक स्फुट स्वरूपाचं आख्यानकाव्य पंथीय परंपरेत 'हंसाबा स्वयंवर' किंवा 'हंसुबाई सैंवर' या नावाने आढळते.

काव्यकर्ती : धानाईसा

सतराव्या शतकात होऊन गेलेल्या धानाईसा या कवयित्रीच्या नावावर हा ग्रंथ आढळतो पण महानुभाव साहित्याचे साक्षेपी अभ्यासक डॉ. यू. म. पठाण या ग्रंथाचा कर्ता हा अनामिक आहे असे म्हणतात. त्यांच्या मताप्रमाणे 'लीळा चरित्रातील लीळा एक प्रकारे लोकसाहित्यच आहे आणि कालांतराने या लीळेत वर्णिलेल्या विशिष्ट प्रसंगावर पुन्हा ओव्या रचल्या जाऊ लागल्या. म्हणजेच लोकसाहित्यातून पुन्हा लोकसाहित्यच निर्माण झाले. प्रस्तुत आख्यानकाव्यसुद्धा लोकसाहित्यच असल्याने त्याचा कर्ता अनाम असून पंथीय परंपरेत ते मौखिक पद्धतीने रूढ झाले आहे.'[३२]

परंतु डॉ. शं. गो. तुळपुळे यांनी कै. वि. ल. भावे यांच्या 'महानुभाव कवी काव्यसूची'चा हवाला देत आणि डॉ. य. खु. देशपांडे यांच्या भूमिकेचे समर्थन करीत

---

३२. महानुभाव साहित्य संशोधन, खंड १ पृष्ठ ११९ - डॉ. पठाण यू. म.

धानाईसा ही या काव्याची कवयित्री आहे असे म्हटले आहे. उपरोक्त विद्वानांच्या मतांचा, पंथीय परंपरेचा विचार करता आणि काव्यातील स्त्रीसुलभ भाषाशैली लक्षात घेता प्रस्तुत काव्य हे धानाईसेने रचले आहे, असे मला वाटते.

महानुभावांच्या इतिहासातल्या दोन धानाईसांचा उल्लेख तुळपुळेंनी केला आहे.[३३] एक उपाध्ये आम्नायातील मयंकराजाची गुरू बहीण असून दुसरी त्याच आम्नायातील सारंगधर बासाची शिष्या आहे. पैकी प्रस्तुत काव्याची काव्यकर्ती धानाईसा नेमकी कोणती? असा प्रश्न निर्माण होतो. परंतु कोणतीही धानाईसा असली तरी ती सतराव्या शतकातील व उपाध्ये आम्नायातीलच होती एवढे मात्र निश्चित.

लेखनकाल आणि ओवीसंख्या :

प्रस्तुत आख्यानकाव्याचा निश्चित असा लेखनकाल सांगता येणार नाही. परंतु धानाईसेच्या कालनिश्चितीमुळे प्रस्तुत काव्य हे सतराव्या शतकातील होय एवढेच विधान आपणास करता येईल.

सुमारे सव्वाशे (१२९) एवढी ओवीसंख्या असलेले हे काव्य आहे. या काव्यातील रचनेत वापरलेला छंद हा 'ओवी' व 'अभंग' या छंदाच्या सीमारेषेवर असल्यामुळे तुळपुळेंनी त्याचा उल्लेख करताना 'ओवी किंवा अभंग' असे म्हटले आहे.[३४]

काव्याधार :

प्रस्तुत आख्यानकाव्याच्या कथेचे मूळ 'लीळा चरित्रा'च्या एकांकातील सोळाव्या क्रमाकाच्या 'विव्हावो स्वीकारू' या लीळेत आहे. वरंगळ (कर्नाटक) येथे श्रीचक्रधरांचा हंसाबिकेशी झालेला विवाह अशा आशयाची ती लीळा आहे. 'हंसाबा स्वयंवरा'ची जडणघडण पूर्णत: लीळेवरून झाल्याचे आपल्या लक्षात येते.'हंसूबाई सैंवर' आणि 'विव्हावो स्वीकारू'या लीळेतील साम्यस्थळे लक्षात येण्यासारखी आहेत-

लीळा- 'जी जी : माते कन्यारत्न एक असे : तीचेया रूप अनुरूप वरू कव्हणे:ठाइं नाही: तर तीते गोसावी आपुली दासी करिती तरि तेणे मी कृत्याकृत्य होए' यावरून -

ओवी - 'माझीये घरी: एक कन्यारत्न असे:
ते तुवा परेंसे: स्वीकारावे ॥२२॥'

---

३३. महानुभाव पंथ आणि त्याचे वाङ्मय, पृष्ठ २३६ - तुळपुळे शं. गो.
३४. तत्रैव, पृष्ठ २३७

लीळा - 'सर्वज्ञे म्हणीतले: एथ जातिकुळ नाही: खुंटदावे नाही:' यावरून
ओवी - 'आइकोनी विनवणी: बोले जगन्नाथु;
जात-कुळ एथ : नाही दोन्ही ॥२६॥'

प्रस्तुत कथा पूर्णत: 'विव्हावो स्वीकारू' या लीळेवर आधारित आहे, हे आपल्या उपरोक्त उदाहरणावरून लक्षात येते.

कथानक :

श्रीचक्रधर स्वामी परिभ्रमण करत असताना कर्नाटकातील वरंगळ या ठिकाणी पोहोचतात. तिथे वेव्हाराच्या (घोड्याचा व्यापारी) घरी हंसाबा ही उपवर झालेली कन्या होती. तिच्या लग्नाची चिंता आई-वडिलांना पडली. तिच्या योग्य एकही वर मिळेनासा झाला. नगरात आलेल्या स्वरूपवान श्रीचक्रधरांवर त्याची नजर बसते. त्यांच्या रूपाविषयीचे वर्णन तो पत्नीपुढे करतो-

'सर्वांगी सुहावा चांपेगौर कांती
नर सुर बेढती दृष्टीपाते ॥१४॥'

पत्नीच्या अनुमतीने तो श्रीचक्रधराकडे जातो आणि त्यांना लग्नाविषयी विचारतो पण श्रीचक्रधर स्वामी त्यांच्या मूळ स्वभावधर्मानुसार जातीकुळीचे निमित्त पुढे करून लग्नास नकार देतात, पण तो म्हणतो -

'गोसावीची जाती गोसावीची कुळ
करावे सुफळ जन्म ईएचे ॥२७॥'

त्याच्या विनंतीचा विचार करून स्वामी त्याच्या घरी जातात. सर्व नगरजनांची स्वामींना पाहण्याची एकच धावपळ उडते-

'मनुष्याची दाटी । श्रीमुर्त न दीसे दृष्टी ।
तया थोर चटेपटी । वीयोगाची ॥३९॥'

श्रीचक्रधरांचे रूप, लावण्य पाहून सर्व स्त्रिया हंसाबा खरेच भाग्यवान आहे, तिच्याशी रुक्मिणीशिवाय कोणीच बरोबरी साधू शकत नाही असे म्हणतात-

'हंसुबाईचीया भाग्या न पुरे वो कोन्ही
एकी रुक्मीनी वाचोनीया ॥५२॥'

हंसाबाच्या सख्यांपैकी कोणी चंदन लावते, कोणी पुष्पहार घालते, तर कोणी

औक्षण करते व कोणी लिंबलोण उतरविते. हा सर्व शृंगार, साज श्रीचक्रधरांच्या अंगावर पाहून नवरीची आई नवरदेवाला दृष्टच लागते की काय, अशी भीती व्यक्त करते.

मुहूर्त शोधला, सर्वांना पत्रिका पाठवल्या आणि विवाह सोहळा आनंदात पार पडला. तो विवाह सोहळा पाहून सुरवर, देव गगनात जमले-

'सुरवर देव बैसोनी वीमानी
पुष्पवृष्टी आंगणी करिताति ॥८०॥'

श्रीचक्रधर-हंसाबा यांच्या या विवाहाची तुलना कवयित्रीने श्रीकृष्ण-रुक्मिणी स्वयंवरा बरोबर केली आहे. हंसाबाला प्रेमानंद प्राप्त झाल्यानंतर काही दिवसांनी हेडाऊ गावाकडे जाण्यासाठी विनवू लागतो. पण श्रीचक्रधर त्याचे न ऐकता तेथून निघून गेले. तेथे ग्रंथ संपतो.

'हंसाबा स्वयंवरा'चे वेगळेपण :

'वीव्हावो स्वीकारू' ही मुळात गद्य असलेली लीळा कवयित्रीने कल्पनाशक्तीच्या आधारावर काव्यमय बनवली आहे. यातले कवयित्रीचे कौशल्य असे की, मुळात कमी असलेला कथाभाग किंवा मूळ लीळेत नसलेला भाग या ठिकाणी आणलेला आहे. उदाहरणार्थ, विवाह प्रसंगाचे वर्णन, नगराचे वर्णन, सख्यांची लगबग या सर्व बाबींचे खुमासदार चित्रण केले आहे.

प्रस्तुत काव्याची कथा 'काव्यनामा'प्रमाणे 'सैंवर' पार पडले की थांबते. 'वीव्हावो स्वीकारू' या लीळेच्या शेवटी श्रीचक्रधर स्वामी एका संन्यासाला पाहतात व त्यांना संन्यास घेण्याची उपरती येते. 'आता येथौनि ऐसिया होइजैल' असे ते म्हणतात व हंसाबा मूर्च्छित होते हा प्रसंग कवयित्रीने हेतुपुरस्सरपणे वगळला आहे. यावरून कवयित्रीने आख्यानकाव्याचा शेवट शोकात्म न होता तो सुखात्म कसा होईल, याची काळजी घेतल्याचे दिसते.

'हंसुबाई सैंवर' हे आकाराने लहान असलेले काव्य वाङ्मयीनदृष्ट्या मात्र उत्कृष्ट आहे. मूळ प्रसंगाच्या अनुषंगाने अन्य विविध प्रसंगांची कलात्मक गुंफण कवयित्रीने केली आहे. ज्या कारणामुळे डॉ. यू. म. पठाण यांनी 'प्रस्तुत काव्य मौखिक परंपरेने चालत आलेले लोकगीत आहे' असे म्हटले ते म्हणजे या ग्रंथात आलेली लोकभाषा होय. कवयित्रीने वापरलेल्या लोकभाषेमुळे कथेला जिवंतपणा आला आहे.

उषाहरण कथा : कविनंदन :

महानुभावांची काशी-रिधपूर येथील महंत गोपीराज ग्रंथसंग्रहातून कविनंदनकृत 'उषाहरण कथा' हा ग्रंथ प्राप्त झाला आहे. त्याचे संपादन डॉ. वि. बा.प्रभुदेसाई यांनी

केले आहे. यापूर्वी प्राचीन साहित्यात प्रसिद्ध असणारे चोंभा कवीचे 'उखाहरण' हा महानुभावीय काव्यग्रंथ आहे असा समज होता. परंतु तो समज डॉ. यू. म. पठाण यांनी संशोधनांती खोटा ठरवला आहे.

काव्याचे नाव :

प्रस्तुत काव्याचे नाव 'उषाहरण कथा' आहे. काव्याच्या प्रारंभी निरनिराळ्या देवतांना वंदन केल्यावर कवी म्हणतो-

'उसं म्या नमिला संमस्ता: त्याची घेऊनी प्रसन्नता:
उषाहरण कथा : अखीली जाना'

काव्याच्या समाप्ती लेखातही असाच उल्लेख आला आहे -

'असी उषाहरन कथा:पातकं जाती आईकता:
आईकीलया हरे पाप व्यथा : जनमांतरीची'

यावरून प्रस्तुत काव्याचे नाव 'उषाहरण कथा' आहे हे उघड आहे. परंतु बऱ्याच ठिकाणी कवी 'ष' आणि 'ख' या दोन्हीही अक्षरासाठी 'ष' चा वापर करीत असल्याने प्रस्तुत काव्यातील 'उषा' हा शब्द 'उखा' असेल की काय, अशी शंका येते. काही ठिकाणी कवीने यमक वापरले आहेत. उदाहरणार्थ,

'माझया वलभा सारीया : कोठची नाही देषा:
असं बोलताये उषा: वेळोवेळा'

या ओवीच्या अर्थावरून यातील 'देषा' हे 'देखा' असे असावयास पाहिजे असे वाटते. परंतु कवीने त्याच्या स्वत:च्या लकबीनुसार 'ख' साठी 'ष' वापरले आहे. कवीच्या या शब्दबदलाच्या धोरणामुळे काव्याचे संपादक डॉ. वि. बा. प्रभुदेसाई यांची उषाहरण की उखाहरण, की उषाहरण व उखाहरण एकच? अशी मोठी गफलत झाल्याचे आपल्या लक्षात येते.[३५]

काव्यकर्ता : कविनंदन :

प्रस्तुत काव्यात ठिकठिकाणी 'म्हणे कविनंदनु', 'म्हणे कविश्वरसुत', 'म्हणे वैधाचा सुत' असा स्वत:च्या नाममुद्रिकेचा उल्लेख कवी करतो. ही तिन्ही टोपणनावे आहेत. नाममुद्रिका आहेत. त्याचे खरे नाव व कुलवृत्तांत अज्ञातच आहे. तेव्हा प्राप्त परिस्थितीत, काव्यात अधिक वेळा आलेले 'कविनंदन' हेच नाव आपण गृहीत धरू.

---

३५. कविनंदन विरचित उषाहरणकथा, प्रस्ता., पृष्ठ १ - संपा. प्रभुदेसाई वि. बा.

'उषाहरण' हे महानुभाव कवीचेच आहे का? या डॉ. वि. भि. कोलते यांनी उपस्थित केलेल्या प्रश्नाला कविनंदन हा महानुभावच असावा असे उत्तर शं. गो. तुळपुळे यांनी दिले आहे.

महानुभाव पंथाचे तत्त्वज्ञान किंवा पंचकृष्ण, आचारधर्म याच्या पाऊलखुणा या ग्रंथात स्पष्ट दिसतात. सुरुवातीला कवी 'परमेशायेनमा', 'देवकीसुता', 'श्रीदत्तात्रयासी' असे वंदन करताना दिसतो. परमेश्वराचे श्रेष्ठत्व वर्णन करतानाही कवीने महानुभाव ढंग वापरला आहे.

काव्याधार :

'उषाहरणा'ची प्रस्तुत कथा ही भागवतातून घेतल्याचे मत स्वत: कवीच मांडतो –

'कथा सांघैन सूनीळ:भागवत केवळ'
'भागवतीचे बोल: मीयां तुज सांघीतलं:
तुझ जीवीत्व उधरीलं:राया परक्षेता:'

असे असले तरी भागवतातील कथानक जसेच्या तसे कवीने घेतलेले दिसत नाही. कथानकाच्या तपशिलात खूपच तफावत आहे. भागवतात नसलेली अनेक वर्णने कवीने केली आहेत. कविनंदनाने चोंभा कवीच्या 'उखाहरणा'शी जसे नामसाधर्म्य दाखवत 'उषाहरण' केले तसेच यातील भाषावर्णने यातही मोठे साम्य जाणवते. तसेच नरेंद्राच्या रुक्मिणी स्वयंवराचाही आदर्श कवीच्या डोळ्यांपुढे असावा.

लेखनकाल आणि ओवीसंख्या :

काव्याच्या रचनेचा किंवा नकलून घेण्याचा कालनिर्देश प्रस्तुत काव्यात कोठेही आढळत नाही. परंतु डॉ. वि. बा. प्रभुदेसाई यांना नागपूर विद्यापीठात उपलब्ध झालेल्या बाडात तीन काव्ये समाविष्ट आहेत. पैकी 'अभिमन्यू विवाह' या काव्याच्या समास लेखनावरून अभिमन्युवीवाहो या बरोबरच 'उषाहरणकथे'चे लेखन झाडी मंडळातील म्हणजेच गौंडवनातील चंद्रपूर जिल्ह्यात त्यांचे लेखन संपले असे संपादक म्हणतो.[३६] हस्ताक्षराच्या बाबतीत मात्र दोन व्यक्तीचे निर्देश आहेत. त्यावरून मूळ वाईंदेसकरच्या हस्ताक्षरात असलेली काव्याची पोथी 'कुस्तोबा दाऱ्हवेकर' यांनी नकलून घेतली असावी, असे दिसते. तसेच दोन्ही काव्यांतील वैदर्भी बोलीभाषेतील संदर्भावरून ते झाडी मंडळात तयार झाल्याची खात्री होते. पण इसवीसनाच्या बाबतीत स्पष्ट उल्लेख आढळत नाही.

---

३६. तत्रैव, पृष्ठ २

प्रस्तुत काव्यात एकूण ९७३ एवढी ओवीसंख्या असून ही कथा ९ प्रसंगांत विभागली गेली आहे.

कथानक :

बळीराजाचा मुलगा बाणासुर शंकराची भक्ती करतो. प्रसन्न होऊन भगवान शंकर त्यास सहस्त्रबाहूचं वरदान देतो. बाणासुर शूर योद्धा होता व त्याचे राज्य मोठे होते. परंतु आपल्याशी युद्ध करायला कोणी शूर योद्धाच नाही याची त्याला खंत वाटते व तो पुन्हा शंकराकडे जातो-

'मजसी संग्राम करी: असा विर देई भारी
हेचि देई वो लवकरी : उमेयात्मजा ॥४२×१॥'

अशी मागणी करतो. तेव्हा शंकर तुझ्या ध्वजावरचा मोर तुटोन तुझ्याशी युद्ध करेल असा त्यास वर देतो. बाणासुर योद्ध्याची वाट पाहू लागला.

बाणासुराची मुलगी उषा. ती दररोज पार्वतीच्या पूजेला जाते. एकदा शंकर-पार्वती आनंदाने खेळत असतात. तेव्हा उषा जाते. पण आपणाला पती नाही ही रुखरुख तिला वाटते. उषेच्या सौंदर्याचे चित्रण कवीने केले आहे -

'ते राजस पुतळी: की चंद्राची कोवळी
सर्वांग वेल्हाउळी: कंचेन प्रभा ॥७१×२॥'

पार्वती तिला वर देते की तुला जो स्वप्नात दिसेल तोच तुझा पती होईल. द्वादशीच्या दिवशी एक तरुण तिच्या स्वप्नात येतो. संभोग करून निघून जातो. उषा त्यामुळे बेचैन होते. तेव्हा प्रधान कुमारी चित्ररेखा तिचं सांत्वन करून सगळ्या लोकांची चित्रं मी काढते तू त्यातील तुझा पती ओळख, असं तिला सांगते.

चित्ररेखेने काढलेल्या भिंतीवरील चित्रात द्वारकेतील अनिरुद्ध दिसतो व तोच रात्रीचा पुरुष होय असे ती सांगते. चित्ररेखा तिला तो मिळवून देण्याचे वचन देते.

चित्ररेखा द्वारकेत येऊन अनिरुद्धला अलगद उचलून आकाशमार्गे उषेच्या घरी येते. उषा आणि अनिरुद्धचा गंधर्व विवाह होतो. त्याची खबर ऐकून बाणासुर क्रोधित होतो. बाणासुर अनिरुद्धावर चाल करून येतो -

बाणासूर व अनिरुद्ध यांच्यातील युद्धाचे वर्णन पाचव्या प्रसंगात आले आहे -

'जैसा पाऊस वर्से सीळाधारी: तैसे बान येती अजोर्धावरी
मग काये करी तीये अवस्वरी। मदनकुमरू तो ।
असा बाणासुर कोपला: जैसा कव्हनी रूद्र खवळला:

भुजा तोलिता जाला: कोप करूनीया ॥'

जोपर्यंत त्याच्याजवळ पंचगरुडाची मुद्रिका आहे तोपर्यंत त्याचा पराभव होत नाही, असे जेव्हा नारद बाणासुरास सांगतो तेव्हा बाणासुर अनिरुद्धला पकडून बांधतो. पुढे मुलाच्या मदतीसाठी श्रीकृष्ण धावून येतो, तर तिकडे बाणासुराच्या मदतीसाठी महादेव येतो.

महादेव श्रीकृष्ण युद्धात महादेवाच्या खांद्यावर जखम होते व तो शरण येतो. महादेवाच्या सांगण्यावरूनही बाणासुर माघार घेत नाही. पर्यायाने बाणासुर-श्रीकृष्ण घनघोर युद्ध होते. बाणासुराचे खांद्यापासून दोन भाग होतात. बाणासुर शरण येतो. शेवटी अनिरुद्ध-उषा विवाह होतो. अशा प्रकारे 'उषाहरण' हे काव्य अनिरुद्ध व उषा यांच्या विवाहाच्या लोकप्रिय कथानकावर आधारित आहे. बाणासुराची कन्या उषा हिचे अनिरुद्धाने केलेले हरण हा जरी प्रस्तुत काव्याचा मुख्य विषय असला तरी त्या अनुषंगाने श्रीकृष्णाने केलेले बाणासुराचे गर्वहरण या विषयालाही त्यात तेवढेच महत्त्व आहे. त्यामुळे रसिकांना या काव्यात शृंगाराच्या जोडीने भक्तिभावनेचाही आस्वाद घेण्याचे श्रेय लाभते.

उषाहरण कथेचे वेगळेपण :

प्रस्तुत काव्यात शृंगार-वीर या दोन रसांना प्राधान्य मिळालेले आहे. वीररसापेक्षाही शृंगाराच्या बारीकसारीक छटा त्याने व्यक्त केल्या आहेत. मूळचीच सर्वांगसुंदर, त्यात तारुण्याचा भर आलेल्या उषेचे थोडेसे उत्तान वर्णन कवी करतो-

'आधीची वय हे चांगली: बरी मानुसपना आली:
ते रूप सांघता बोली: झनी संत कोपती:'

अनिरुद्ध व उषा यांच्या मीलनास अत्यंत पोषक वातावरण कवीने निर्माण केले आहे. युद्धात अनिरुद्धच्या हातातील 'पंचगरुडांची अंगठी' मागून आणण्यासाठी बाणासुर उषेला पाठवतो. त्यावेळी ती अनिरुद्धात रममाण होते. पुढे महेश यादवांवर मोहिनी बाण सोडतो. त्यावेळच्या सुंदर स्त्रियांच्या मोहक हालचाली यातही शृंगाररसाचा उत्तम परिपोष झालेला आहे –

'येकी वीडीया करूनी देती: येकी मांडीवरी बैसती:
येकी चवरा ढाळीती: यादवादी देषा'

बाणासुराला स्वत:च्या सहस्त्रभुजांच्या सामर्थ्यांचा झालेला गर्व, शंकराने अपेक्षित वर दिल्यावर बाणासुराचे स्वरस्त्रीशी झालेले संभाषण, पुढे चित्ररेखाने

निरनिराळ्या देशांतील राजांचे हुबेहूब चित्रण करून त्याचे यथासत्य स्वरूपदर्शन उषेला घडविणे आदी प्रसंगांतही कवीचे कौशल्य दिसते.

अभिमन्ये विव्हावोः विप्र विश्वनाथ

महानुभावांच्या संग्रहात आढळणारे परंतु महानुभावत्वाच्या फारशा खुणा नसलेले आख्यानकाव्य म्हणजे कवी विप्र विश्वनाथकृत 'अभिमन्ये विव्हावो'. आपण अभ्यासलेल्या बहुतेक स्वयंवराख्यानांच्या शीर्षकात कथानायिकेचा उल्लेख आहेच. जसे रुक्मिणी स्वयंवर, लक्ष्मणा स्वयंवर, हंसाबा आख्यान इत्यादी, परंतु प्रस्तुत एकमात्र आख्यानकाव्य असे आहे की, ज्या शीर्षकात केवळ नायकाच्या नावाचा उल्लेख आहे. अभिमन्यू व विराटकन्या उत्तरा यांचा विवाह झाल्याची कथा महाभारतात आहे. परंतु प्रस्तुत आख्यानकाव्यात अभिमन्यू आणि बळिभद्र कन्या वत्सला यांच्या विवाहाची कथा आली आहे. प्रस्तुत काव्याचे संपादन डॉ. वि. बा. प्रभुदेसाई आणि प्रा. व. दा.कुलकर्णी यांनी स्वतंत्रपणे केले आहे.

ग्रंथकर्ता : विप्र विश्वनाथ :

प्रस्तुत काव्याचे कर्ते विप्र विश्वनाथ नेमके कोणते या विषयीचा ठोस निर्णय दोन्ही संपादकांना देता आलेला नाही.'महाराष्ट्र सारस्वता'मध्ये 'एकनाथांच्या वेळचे काही इतर कवी' यात विप्र विश्वनाथांचा उल्लेख सारस्वतकारांनी केला आहे. याचा आधार घेत आणि काव्यातील गणेश, सरस्वती यांना केलेले वंदन पाहून 'तो महानुभाव वाटत नाही'[३७] असे विधान डॉ. वि. बा. प्रभुदेसाई यांनी केले आहे.

कविकाव्यसूचीतील कृष्णदास विश्वनाथ, विश्वनाथ (ज्याने महाभारतातील अनेक कथांवर रचना केल्या.) आणि विप्र विश्वनाथ एकच आहेत, असे मतही डॉ. प्रभुदेसाई यांनी मांडले आहे.[३८]

महाराष्ट्र सारस्वतकारांनी एकनाथांच्या वेळेचे काही इतर कवी म्हणून विप्र विश्वनाथांचा उल्लेख केला आहे म्हणजेच पंधरावे शतक हा त्याचा कालखंड ठरतो. परंतु प्रा.व.दा. कुलकर्णी यांनी तो सोळाव्या शतकातील आहे असे म्हटले आहे.

लेखनकाल व ओवीसंख्या :

महाराष्ट्र सारस्वतकारांनी केलेल्या उल्लेखावरून संत एकनाथांचा काळ म्हणजे शके १४५५ ते १५२१ पर्यंतचा होय. यावरून प्रस्तुत काव्याची रचना साधारणतः पंधराव्या शतकाच्या पूर्वार्धात झाली असावी असे वाटते.[३९] याच काव्याचे

---

३७. विप्र विश्वनाथ विरचित अभिमन्यूविव्हावो, प्रस्ता., पृष्ठ ३१- संपा. प्रभुदेसाई वि. बा.

३८. तत्रैव, पृष्ठ १४

३९. तत्रैव, पृष्ठ १४

दुसरे संपादक प्रा. व. दा.कुलकर्णी यांच्या मते 'विप्र विश्वनाथ हा सोळाव्या शतकाच्या पूर्वार्धातील कवी असून महानुभाव पंथाचा स्वीकार करण्यापूर्वी त्यांनी या काव्याची रचना केली असावी' असे म्हटले आहे. म्हणजेच प्रस्तुत काव्याचा निश्चित असा लेखनकाल सांगता येत नाही. स्वत: कवीने काव्यात तसा उल्लेख कोठे केल्याचे आढळत नाही.

डॉ. वि. बा. प्रभुदेसाई यांनी जवळपास सात हस्तलिखित पोथ्यांचे सूक्ष्म निरीक्षण केले आहे. त्यात वेगवेगळ्या प्रतीतील ओवीसंख्या कमी-अधिक असल्याचे लक्षात येते. मूळ कथानक निरनिराळ्या प्रतींतील काव्यात ११ ते १४ प्रसंगांत विभागलेले आहे. सर्व प्रतींचा अभ्यास करून डॉ. प्रभुदेसाई यांनी १५८० ही मूळ काव्याची ओवीसंख्या असावी असे मत व्यक्त केले आहे, तर प्रा. व. दा. कुलकर्णी यांनी वापरलेल्या प्रतीत १२३० एवढी ओवीसंख्या दिसते.

काव्याधार

अभिमन्यूचा विराटकन्या उत्तरेसोबत झालेल्या विवाहाचे वर्णन जसे महाकवी व्यासांच्या महाभारतात (विराट पर्वात) आढळते; तसेच वत्सलेशी झालेल्या विवाहकथेचे मूळ मात्र कोठे आहे ते अद्यापही सापडलेले नाही.

वत्सलाहरणाच्या या कथेतील उत्तर भागाचे सुभद्रा हरणाच्या कथेशी बरेच साम्य आहे. कृष्णकारस्थान ही या दोन्ही आख्यानांची मध्यवर्ती शक्ती. येथे श्रीकृष्ण दुर्योधन पुत्राशी लग्न ठरल्याची हकीकत विदुराच्या घरी राहणाऱ्या सुभद्रेच्या कानी पाडण्याचे कारस्थान करण्यापुरता आला आहे इतकेच. बाकी घटोत्कचाचे साहाय्य, घटोत्कचाने नायिकेचे घेतलेले सोंग, त्यामुळे निर्माण झालेला पेचप्रसंग दोन्हीकडे सारखाच आहे. अर्जुनाप्रमाणे इथे अभिमन्यूचे फारसे काम नाही.

याज्ञवल्कीच्या 'कथाकल्पतरू'या ग्रंथाच्या नवव्या स्तंभकातील (द्रौपदी वस्त्रहरण, सुभद्रेने केलेली पुत्रनिर्भर्त्सना व त्याचा विवाह) कथाभागाशी या कथाकाव्याचे फार मोठे साम्य आहे.

सहदेव आणि त्यासंबंधीचा पूर्वभाग हा लोकगंगेतील रूढ असा लोककथासदृश भाग आहे.

कथानक :

अभिमन्यू आणि वत्सला यांच्या विवाहाचे कथानक विस्ताराने वर्णन करण्यासाठी विप्र विश्वनाथांनी जवळपास चौदा प्रसंगांची योजना केली आहे. प्रत्यक्ष सात प्रसंग होईपर्यंत मूळ कथाच सुरू होत नाही. धर्मराजाची सभा, सहदेव वत्सलेला मागणी घालण्यासाठी द्वारकेला जातो, पांडव-कौरवांची द्यूतक्रीडा, द्रौपदीचे वस्त्रहरण,

पांडवांचा वनवास हे प्रसंग कवीने वर्णिले आहेत.

आठव्या प्रसंगापासून मुख्य कथानकाला सुरुवात होते. पांडव वनवासाला गेल्यावर दुर्योधनाने शकुनीस द्वारकेला पाठवले. आपल्या पुत्राला म्हणजे लक्ष्मणाला वत्सला द्यावी यासाठी त्याने प्रयत्न केला. बलरामाने त्यास होकारसुद्धा भरला आणि इकडे त्याच्या पूर्वीच श्रीकृष्णांनी सुभद्रेला वचन दिले होते की, वत्सला तुझ्या अभिमन्यूला देईल म्हणून. परंतु श्रीकृष्णाचे काही चालेना.

विदुराघरी आलेली वत्सला-लक्ष्मण यांच्या विवाहाची पत्रिका पाहून सुभद्रेच्या अंगाचा तिळपापड होतो.

'ते आईकोनी तळमळी: जैसी पानीया वेगळी मासोळी:
झुरे आंसुवे गाळी: सुभद्राते ।।७३६।।'

शिकारीहून अभिमन्यू परत आल्यावर सुभद्रेने सगळा वृत्तांत त्यास सांगितला परंतु अभिमन्यूवर त्याचा काही परिणाम झाला नाही. तो शांतपणे आईला म्हणतो-

'ते नोवरीये कायेकाज: आनी कवनासी येईल लाज:
मी सीकवीतो तुज: उगी राहे ।।७६४।।'

अभिमन्यूच्या या उत्तराने स्वाभिमानी सुभद्रेला अधिकच राग आला व ती संतापाने अभिमन्यूला चेतवू लागली -

'तू आलासी माझेया गर्भवासा: मरमर पापीया नीरासा:
लाज केली वंसा: पांडवांचीया : ।।७६९।।
माझा गर्भू गळता : तरी ऐसा पुत्र नव्हता:
तूवा लाजवीला पीता: अर्जून देखा: ।।७७०।।'

आईच्या या बोलण्यामुळे अभिमन्यूच्या अंगात वीरश्री संचारते आणि आईला सारथी बनवून तो चढाई करण्यासाठी निघतो. पुढे राक्षसवनात अपरिचयामुळे घटोत्कच आणि अभिमन्यू घनघोर युद्ध होते परंतु ओळख पटल्यावर घटोत्कच त्याच्या मदतीला येतो. लग्नघटिकेच्या समयी वत्सलेचे हरण करून घटोत्कचाने नवरीचे सोंग घेतले व तो बोहल्यावर उभा राहिला. लग्नघटिका जवळ येताच ब्राह्मणांनी वेद पठण करीत व धवळी, मंगळी गात लग्न लावले पण तेवढ्यात चमत्कार घडला-

'नोवरा पाहे अनुमान : तंव नोवरीचे सुपा येव्हढे कान:
'नोवरा हालवी मान : म्हने भले नव्हे ॥११२३॥'

ही संधी साधून नोवरीचे सोंग घेतलेल्या घटोत्कचाने भयंकर रूप धारण केले. राक्षस व कौरव सैन्यात घनघोर युद्ध झाले. शेवटी दुर्योधनाला पळवून लावून अभिमन्यू व घटोत्कच विजयी झाले. सुभद्रादेवीने घटोत्कचाला ओवाळले आणि घटोत्कचाने आपल्या हाताने नवरा-नवरीला ओवाळले येथे कथानक थांबते.

या मुख्य काव्यांव्यतिरिक्तही इतर एक-दोन विवाहकथेवरच्या आख्यानकाव्याचा उल्लेखही या ठिकाणी करता येईल. श्रीकृष्ण-धापसी विवाहाची हकिकत दत्तुदास चोरमागे याने 'धापसी चरित्र' या आख्यानकाव्यात सांगितली आहे. ताडमाड, आकराळविकराळ अशी ही राक्षसकन्या कृष्णगोपक्रीडा रंगली असता नवरी होण्यासाठी श्रीकृष्णाकडे येते. आपण तुझ्याशी फार चांगला संसार करू असे ती सांगू लागताच सारेजण हसू लागतात. श्रीकृष्णाने तिचा उत्कट भाव लक्षात घेऊन तिच्या मस्तकी कर ठेविल्यावर तिचे षोडषवर्षीय सुंदर राजकन्येत रूपांतर झाले व मग श्रीकृष्णाने तिच्याशी लग्न केले. भुजंगप्रयात वृत्तात रचलेल्या या काव्यातील गोपाळांची क्रीडा, धापसीचे भयंकर रूप आणि तिचा इतरांनी केलेला उपहास नाट्यपूर्णतेने वर्णिला आहे.

केवळ २७ ओव्यांचे 'टढद्वयैक्षरी गुंफुनीया माळा' म्हणजे प्रत्येक ओवीची सुरुवात ट अथवा ठ या अक्षराने असलेले एक वैशिष्ट्यपूर्ण लघु आख्यान म्हणजे आयमुनी कारंजकरकृत 'वसुदेवविवाह व कंसवध' होय. उग्रसेनाचा पराभव करून देवकीशी विवाह करणारा वसुदेव प्रामुख्याने यात वर्णिला आहे. कंसवध शेवटी नावालाच उल्लेखलेला आहे.

०००

प्रकरण चौथे
इतर आख्याने

महानुभावांच्या आख्यानकाव्यांवर नजर टाकली तर असे दिसते की, यातील बहुतांश काव्ये ही श्रीकृष्ण चरित्रपर आहेत. त्यातही श्रीकृष्णांच्या प्रत्येक स्वयंवरास जाण्याचा मोह कवींना आवरता आला नाही, असे दिसते.

'इतर आख्याने' या चौथ्या प्रकरणात आपण काही इतर विषयांवरील आख्यानांचा विचार करणार आहोत. विष्णुदासनामा, कृष्णदासनामा, कवी मैराळ, कवी नवरसनारायण इत्यादी कवींनी महाभारताच्या विविध पर्वांवर लिहिले आहे. परंतु आपण उपरोक्त कवींपैकी केवळ नवरसनारायणाचा विचार करणार आहोत. कारण विष्णुदासनामा व कृष्णदासदामा यांचे महानुभावीत्व संशयित वाटते. विष्णुदासनामाच्या संदर्भात डॉ. सरोजिनी शेंडे यांनी 'विष्णुदासनामा कोणत्याही विशिष्ट संप्रदायाचा किंवा परंपरेचा वाटत नाही असे म्हटले आहे, तर डॉ. नेने यांनी 'विष्णुदासनामाच्या काव्यात कृष्णकथेच्या प्रेमाशिवाय महानुभाव तत्त्वज्ञानाचा अंशमात्रही सापडत नाही' असे म्हटले आहे. परंतु महानुभावांच्या संग्रहात मात्र ते उपलब्ध आहे. या संदर्भात डॉ. शं. गो. तुळपुळे यांनी 'विष्णुदासनामा महानुभाव पंथीय असेल, तर भारतीय कथेवर लिहिणारा तो पहिला कवी ठरेल'[१] असे म्हटले आहे. तीच गत कृष्णदासनामाची आहे. 'त्याचे नाव महानुभावी दिसत असले तरी त्यांच्या ग्रंथात त्या पंथाच्या खुणा कोठेच आढळत नाहीत' असे ना. घ. पाटील यांनी म्हटले आहे. आता प्रश्न उरतो कवी मैराळाचा मैराळ कवीचे सकळ लिपीत लिहिलेले 'द्रोणपर्व' एका पोथीत मिळाल्याचे डॉ. वि. भि. कोलते यांनी म्हटले आहे.[२] पण त्या विषयी अधिक माहिती उपलब्ध नाही. राहिले नवरसनारायणाचे 'शल्यपर्व' त्याचा विचार आपण

---

१. महानुभाव पंथ आणि त्याचे वाङ्मय, पृष्ठ २३८ - तुळपुळे शं. गो.
२. शिशुपालवध, प्रस्ता., पृष्ठ ४ - संपा. कोलते वि. भि.

सर्वप्रथम करणार आहोत.

भारतीय शल्य पर्वः नवरसनारायण :

महाभारतातील शल्य पर्वावर लिहिणारा नवरसनारायण हा एक महत्त्वाचा कवी आहे. कवीच्या नावावरून (नारायण) तो महानुभाव नाही की काय असे प्रथमदर्शनी वाटू शकते. पण शल्य पर्वाचा अभ्यास केल्यावर त्याच्या महानुभावत्वाविषयी शंका घेण्याचे कारण उरत नाही.

ग्रंथकर्ता : नवरसनारायण :

'महानुभावातला महाभारतकार' असा नवरसनारायणाचा लौकिक आहे. नवरसनारायण आणि शार्ङ्धर भोजने या दोन्ही व्यक्ती एकच आहेत असा संभ्रम आजपर्यंत बहुतेक सर्वांचा होता, कारण वि. ल. भावे यांनी ग्रंथातील एखाद दुसऱ्या ओवीचा आधार घेत 'याचे खरे नाव शार्ङ्धर पंडित व उपनाव भोजने असून आपल्या ग्रंथात तो स्वत: नवरसनारायण म्हणवितो'[३] असे म्हटले होते.

'शल्य पर्व'या ग्रंथाचे संपादक डॉ. यू. म. पठाण यांनी मात्र हा संभ्रम दूर केला आहे. त्यांनी 'शल्य पर्वा'चा कर्ता हा उपाध्ये आम्नायातील असून भोजने कुळातील शार्ङ्धर पंडिताचा शिष्य होय. त्याचे खरे नाव नारायण असून 'नवरस हे आत्मगौरव दाखविणारे पद आहे.'[४] असे अभ्यासान्ती निर्णायक मत मांडले आहे.

'भोजने सारंगधरू । अद्‌भुत ज्ञानशेक्तीचा मेरू ।।
तया सीषै तो कवेश्वरू । म्हणे नवरसनारायण ।।१३३।।'

यासारख्या ओव्यांचा संदर्भ घेऊन व डॉ. यू. म. पठाणांच्या मताचा साधार संदर्भ देत शार्ङ्धर भोजने आणि नवरसनारायण या दोन व्यक्ती आहेत, या निष्कर्षापर्यंत येऊन मी थांबतो.

शल्य पर्वाच्या पहिल्या प्रकरणात महाभारतातील आधीच्या नऊ पर्वांचा व शल्य पर्वानंतर येणाऱ्या अकराव्या शांतिपर्वाचा उल्लेख आला आहे. त्यावरून नवरसनारायणाने शल्य पर्वाबरोबरच महाभारताच्या इतर पर्वांवर काव्य केले असावे असे काही विद्वानांचे मत आहे. परंतु केवळ काव्यातील उल्लेखावरूनच इतरही पर्व कवीने लिहिली असावीत असे म्हणणे तितकेसे योग्य वाटत नाही; कारण जो कथारंभ आहे त्याचा संदर्भ लक्षात यावा म्हणूनही आधीच्या पर्वाचा उल्लेख झालेला असणे

---

३. महाराष्ट्र सारस्वत, पृष्ठ १७७ - भावे वि. ल.
४. भारतीय शल्य पर्व प्रस्ता., पृष्ठ ८ - डॉ. पठाण यू. म.

शक्य आहे. बरे! ग्रंथ संपवितानाही कथेचा ओघ पुढे असा वळणार आहे, अशी सूचनाही कोठे आढळत नाही, हेही लक्षात घेतले पाहिजे. ग्रंथसमाप्ती करताना 'येथुनी ग्रंथ आला समाप्ती' असा ग्रंथसमाप्तीचा निर्देश स्वत: कवीनेच केला आहे. त्यामुळे डॉ. अ. ना. देशपांडे या प्राचीन साहित्याच्या अभ्यासकाने 'नवरसनारायणाने केवळ शल्य पर्वच लिहिण्याची शक्यता जास्त आहे'[५] अशी मोघम भूमिका घेतली आहे. बरं! महाभारताचे इतरही 'पर्व' त्याने लिहिले असते, तर जसे शल्य पर्व उपलब्ध आहे तसेच बाकीचे पर्व उपलब्ध असते, पण ते नाहीत. मग ते गेले कोठे? अगदी या उलट शल्य पर्वाचे संपादक डॉ. यू. म. पठाण मात्र 'नवरसनारायणाचे केवळ शल्य पर्वच उपलब्ध आहे म्हणून संपूर्ण महाभारत त्याने लिहिले नसावे हे म्हणणे तर्कशुद्ध वाटत नाही'[६] अशी भूमिका घेतात.

काव्याचे नाव :

प्रस्तुत ग्रंथाच्या 'शल्य पर्व' या काव्यनामावरून ही कथा म्हणजे शल्य व पांडव यांची कथा असली पाहिजे असे वाटणे साहजिक आहे. परंतु प्रत्यक्ष कथाभाग पाहिला, तर प्रस्तुत ग्रंथाचे शल्य पर्व हे नाव भ्रामक वाटते, कारण या ग्रंथाच्या अठरा प्रकरणांपैकी शल्य व पांडव यांच्या युद्धाचा प्रारंभ हा अकराव्या प्रकरणात झाला आहे. (जसे-श्रीभास्करभट्टांनी 'शिशुपालवध' या त्यांच्या ग्रंथात केवळ दीडशे ओव्यांतच शिशुपालवध आटोपला आहे.) पुन्हा या ग्रंथातील समग्र आख्यानात शल्याची भूमिका अगदीच गौण दिसते. खरे पाहता 'रामकृष्णकथा' (राम म्हणजे बलराम) हे नाव या ग्रंथाला शोभून दिसण्यासारखे आहे आणि खुद्द कवीनेच 'रामकृष्णकथा पद्मरूषी जाला निर्माता' असे म्हटले आहे.

लेखनकाल व ओवीसंख्या :

डॉ. पंडित आवळीकरांना मिळालेली शल्य पर्वाची प्रत संपूर्ण लिहिलेली असून तिच्यात १८ प्रसंग व २३५० ओव्या आहेत-

'शके १७५१।। वीकारीनाम सवछरे।। माघमासे सुक्तपक्षे पंचमे मंदवासरे सूभ नक्षत्रे देवराय नारायणाचे सूत त्याचे हस्तक लीखीत...।।'

असा कालोल्लेख व प्रत करणाऱ्याचा नामोल्लेख प्रतीच्या शेवटी येतो. म्हणजेच शके १७५१ या कालातील हे प्रतलेखन आहे.

परंतु डॉ. यू. म. पठाणांनी त्यांना पाच हस्तलिखित पोथ्या उपलब्ध झाल्याचे

---

५. प्राचीन वाङ्मयाचा इतिहास, भाग ३ पृष्ठ ३०७ - डॉ. देशपांडे अ. ना.
६. भारतीय शल्यपर्व प्रस्ता., पृष्ठ ९ - डॉ.पठाण यू. म.

सांगून पैकी एका पोथीचा लेखनकाळ शके १६१५ असा नोंदवला आहे.[७]

कथानक :

शल्य पर्वाच्या कथानकाला महाभारताचा आधार आहे. जी कथा व्यासांनी पूर्वी महाभारतात सांगितली होती तीच आपण मराठीत सांगणार आहोत, असे कवीचे म्हणणे आहे -

'पूर्वी व्यास महामुणि । कथा बोलीलि संस्कृतवाणि ।
ते मऱ्हाटीया करूणि । सांगीतली श्रोतीयासी ।।'

कवी असे म्हणत असला तरी प्रत्यक्षात त्याने महाभारतातील मूळ कथेचा चेहरा मोहराच बदलून टाकला आहे. ज्या पद्धतीने कान्हो त्रिमलदासाने रामकथा बदलून सांगितली त्याप्रमाणे त्याच्या समकालीन असणाऱ्या नवरसनारायणाने कृष्णकथा बदलून सांगितली असे वाटते. अनेक अभिनव व चमत्कृतिपूर्ण प्रसंगांचा मसाला त्याने आपल्या कथेत भरला आहे.

शल्य पर्वात 'सौप्तिक पर्वा'मधील रात्रीयुद्ध, सर्वसंहार, दुर्योधनाला सौप्तिक कथन, दुर्योधनाचा मृत्यू या प्रसंगांचा समावेश केला आहे. स्त्रीपर्वातील गांधारीचा विलाप व मृतांच्या और्ध्वदेहिक क्रिया 'शल्य पर्वा'च्या शेवटी येतात. व्यासांचे आगमन होते. त्यांच्या सूचनेप्रमाणे धर्माची प्रतिष्ठापना होते. नंतर 'अनंताची पूजा' होते. बलराम व कृष्ण द्वारावतीला जाण्यासाठी निघतात. बरोबर भीमार्जुन असतात. वाटेत भीष्माची भेट होते. द्वारावतीस गेल्यावर आनंदी आनंद होतो. भीमार्जुन सात-पाच दिवसांनी परत येतात. येथे शल्य पर्व संपते.

या काव्यग्रंथास 'शल्य पर्व' असे जरी नाव दिले असले तरी यातील 'शल्या'ची भूमिका अगदीच नगण्य वाटते. श्रीकृष्ण शल्याचा परस्पर काटा कसा काढतात एवढा जर प्रसंग सोडला, तर कथानकात 'शल्या'ला फारच गौण स्थान दिले आहे.

शल्य पर्वाचे वेगळेपण :

या काव्यासाठी महाभारत, पद्मपुराण यांचा आधार घेतल्याचे कवी सांगतो. परंतु यातील बऱ्याच कथांचा आढळ पद्मपुराणात होत नाही. त्याने मूळ भारतीय कथा त्याला हवी तशी वेडीवाकडी फिरवली आहे.

कवी पद्मपुराणाचा आधार घेतल्याचे सांगतो आणि पद्मपुराणात, तर शल्याची

---

७. तत्रैव

कथा कवीने वर्णिल्याप्रमाणे नाही. 'म्हणजेच प्रचलित पद्मपुराणापेक्षा महानुभावांचे पद्मपुराण वेगळे असावे' असा जो अभ्यासकाचा अंदाज आहे तो या ठिकाणी बळावतो. दुसरीकडे ज्या पद्धतीने कान्हो त्रिमलदासाने रामकथा बदलून सांगितली त्याप्रमाणे नवरसनारायणाने मूळ कृष्णकथा बदलून टाकली असे भागवतकार म्हणतात.

शल्य पर्वातील पहिल्या प्रसंगातच दत्तात्रेयांच्या भेटीला नारद आले तेव्हा जय-विजयांनी त्यांचा उपमर्द केला. नारदांनी शाप दिला व हेच पुढे हिरण्यकश्यपू-हिरण्याक्ष, रावण-कुंभकर्ण, शिशुपाल-वक्रदंत झाले अशी कथा येते. पण पद्मपुराणात जय-विजयांची मूळ कथा वेगळी आहे. ते दोघे भांडले आणि दोघांनाही परस्परांचा शाप लागला. जय हत्ती झाला, विजय मगर झाला आणि विष्णूला गजेंद्रमोक्ष करावा लागला.

याखेरीज काही आडकथाही कवी देतो. पण त्या आडकथा प्रत्यक्ष व्यासांनीच दिल्या असल्याचे सांगून तो मोकळा होतो. उदाहरणार्थ, शरपंजात शकुनीला कोंडले आणि दारासी हनुमंताला बसविले. तेव्हापासून नगररक्षणार्थ बाहेरच हनुमंताची स्थापना होऊ लागली. ही आडकथा सांगताना -

'कथेसी जाली आडकथा । म्हणोनि न कोपावे श्रोता।
व्यासि सांगितली भारता । म्हणोनि वदलो मी ।।'

असा खुलासा तो करतो.

महाभारतातील शल्य पर्व आणि नारायणाचे शल्य पर्व यांची तुलना करता मुळातील शल्यसैनापत्याभिषेक, ह्रदयप्रवेश, गदायुद्ध, सारस्वतोपाख्यान, अर्जुनरथज्वलन, अश्वत्थाम्यास सैनापत्याचा अभिषेक या गोष्टींचा आढळ येथे होत नाही.

नवरसनारायणाच्या कथेचे हे वेगळेपण पाहून 'महाराष्ट्र सारस्वत'कार वि. ल. भावे यांनी 'ग्रंथकार जुन्या कथा पालटून नवीन ठिगळे देतो व आपल्या विशिष्ट पंथाची छाप त्यावर मारतो' असे म्हटले आहे. नवरसनारायणाच्या या स्वतंत्र कथानकाविषयी डॉ. यू. म.पठाणांनी मांडलेले - 'मुळाशी इमान राखण्याचे त्याने हेतुपुरस्सर टाळले असावे व शल्य पर्वाप्रमाणेच शल्य पर्वपूर्ण भारतीय पर्वाची रचना करून एक स्वतंत्र महाभारत त्याने रचले असावे व पंथीय तत्त्वज्ञानानुसार व आवश्यकतेनुसार त्यात फेरफार केले असावेत.'[८] हे मत चिंतनीय आहे.

---

८. तत्रैव, पृष्ठ १०

कवीचे नामसार्थकत्व :

'नारायण' नाव असणाऱ्या कवीने 'नवरस' ही आत्मगौरवपर उपाधी नावापूर्वी धारण केली. शल्य पर्वातील रसाविष्काराचा विचार करता नवरसनारायण हे कविनाम सार्थ असल्याचा प्रत्यय येतो. 'कथा सांगेन नवरसु' अशी कवीची भूमिका आहे. काव्यरचनेत रसाविष्कारास किती महत्त्व असते, याची जाणीव कवीस असल्याने त्याने त्याविषयी पुढील उद्‌गार काढले आहेत -

'आदी कथां-मूळ पाहीजे । पुढा तैसा रस उत्तरीजे ।
म्हनोनि कथालाग बोलीजे । काव्ये करनं ॥३३४॥'

वीररस, भक्तिरस, शृंगाररस, बीभत्सरस, हास्यरस आदी रसपरिपोषाची लयलूट कवीने शल्य पर्वात केली आहे.

परंतु नवरसनारायणाच्या नामसार्थकतेविषयी मात्र डॉ. अ. ना. देशपांडे यांनी प्रश्नचिन्ह उभे केले आहे. ते म्हणतात, 'कवीने स्वत:ला नवरसनारायण म्हटलेले आहे. नाव मोठे पण दर्शन खोटे असा प्रकार आहे. नवरसनिर्मितीला लागणारी प्रतिभेची झेप या कवीजवळ आहे, असे म्हणणे कठीण आहे. या कवीने युद्धवर्णने पुष्कळच केली आहेत पण वीररसनारायण म्हणवून घेण्याचासुद्धा अधिकार मिळविण्यात तो असमर्थ आहे. त्याच्या लेखणीत वीररसनिर्मितीला आवश्यक असे ओज व तेज नाही हे सहज लक्षात येण्यासारखे आहे.'[९] परंतु डॉ. अ. ना. देशपांडेचे हे विधान म्हणजे थोडेसे अन्यायपूर्णच आहे, असे मला वाटते.

पद्मपुराण : पंडित दामोदर :

महानुभावीय आख्यानकाव्यात 'पद्मपुराण' या एका स्वतंत्र विषयावरच्या काव्यग्रंथाची गणना केली पाहिजे. ज्याचे महानुभावत्व त्याच्या शब्दाशब्दांतून हिंदळत आहे, अशा ग्रंथापैकी एक ग्रंथ म्हणजे पद्मपुराण. पंथीय तत्त्वज्ञानाचा एवढा जबरदस्त पगडा या ग्रंथावर आहे की तो पंथीय प्रसारासाठीच लिहिला आहे की काय असा प्रथमदर्शनी भास होतो. परंतु सर्वांगाने जर विचार केला तर आख्यानकाव्याची बरीचशी वैशिष्ट्ये प्रस्तुत ग्रंथात दिसतात.

काव्यकर्ता : पंडित दामोदर :

प्रस्तुत 'पद्मपुराणा'चा रचयिता पंडित दामोदर हा उपाध्ये आम्नायातील सेवलेकर वंशातील होय. तो 'वच्छाहरणकर्ता' दामोदर पंडितापेक्षा भिन्न होय. त्याचा

---

९. प्राचीन मराठी वाङ्मयाचा इतिहास, भाग३ पृष्ठ ३०६ - डॉ. देशपांडे अ. ना.

कार्यकाल हा पंधराव्या शतकातील असून तो उपाध्ये आम्नायातील नवव्या पिढीचा आचार्य होता, अशी माहिती डॉ. कोलते देतात. कोलतेंचे हे मत ग्राह्य धरून प्रस्तुत 'पद्मपुराणा'चे संपादक डॉ. प्रभाकर मांडे यांनीही तो पंधराव्या शतकातीलच असल्याचे म्हटले आहे.[१०] परंतु शं. गो. तुळपुळे यांनी मात्र कवी पंडित दामोदर हा सोळाव्या शतकातीलच होता[११] असे मत नोंदवले आहे.

कवीच्या गुरूपरंपरेविषयी निश्चितपणे असे सांगता येत नाही. कवीने ग्रंथारंभी नमन करताना 'दत्तराज उदारू' असे म्हटले आहे. यावरून डॉ.मांडे यांनी दत्तराज मराठे हे त्याचे गुरू असावेत, असे म्हटले आहे; कारण ईश्वराला वंदन झाल्यानतर गुरूला नमन करणे क्रमप्राप्त आहे. परंतु 'दत्तराज उदारू' असे आदिगुरू श्रीदत्तात्रेयाला म्हटले नसेल कशावरून?

लेखनकाल व ओवीसंख्या :

कवी पंडित दामोदरांच्या कार्यकालाबाबतीतच अनिश्चितता असल्यामुळे 'पद्मपुराणा'चा लेखनकाल निश्चित करणे अवघड आहे. डॉ. प्रभाकर मांडे यांना (राजुरीनवगण जि. बीड येथे सापडलेली हस्तलिखित प्रत) प्राप्त झालेल्या ग्रंथाची विभागणी १६ प्रसंगांत झाली असून ओवीसंख्या ३००० एवढी आहे, तर डॉ. तुळपुळे यांनी मात्र प्रस्तुत ग्रंथ २९०० ओव्यांचा असून तो १९ अध्यायांत विभागल्याचे म्हटले आहे.[१२]

काव्याधार :

महानुभावीय आख्यानकाव्यांवर पंथीय तत्त्वज्ञानाचा प्रभाव असला तरीही त्यातील मूळ कथा महाभारत, भागवत, पुराण यातून घेतलेली दिसते. कवी पंडित दामोदर यांनी आपण हे काव्य संस्कृत पद्मपुराणाच्या आधारेच रचल्याचे म्हटले आहे-

'संस्कृत पूर्वीचे: ते मऱ्हाटी बोलिलो वाचे ॥२८७०॥
संस्कृत आचाट । उच्चारिता खष्ट।
पर मऱ्हाटिया वाचा नीट । सांगैन मी ॥१७६६॥'

संस्कृत भाषा कठीण व उच्चारणासाठी 'खष्ट' असल्यामुळे आपण ते

---

१०. पद्मपुराण प्रस्ता., पृष्ठ १ - डॉ. मांडे प्रभाकर
११. महानुभाव पंथ आणि त्याचे वाङ्मय, पृष्ठ २४० - तुळपुळे शं.गो.
१२. तत्रैव

मराठीत सांगत आहोत अशी भूमिका ते घेतात. पण प्रत्यक्षदर्शी पंडित दामोदरांनी रचलेले पद्मपुराण प्रचलित पद्मपुराणापेक्षा एवढे वेगळे आहे की, त्यावरून डॉ. कोलते यांनी 'हे महानुभावीय पद्मपुराण कोणत्याही संस्कृत ग्रंथाच्या आधारे रचले नसून ते पूर्णपणे स्वतंत्र आहे'[१३] असे विधान केले आहे.

या विधानाच्या पुष्टीसाठी डॉ. कोलते यांनी महाकवी नरेंद्रांनी 'रुक्मिणी स्वयंवरा'मध्ये आणलेल्या कल्याणकीर्ती व किन्नराच्या उपाख्यानाचा संदर्भ देत ते पद्मपुराणातून घेतल्याचे म्हटले आहे. परंतु नरेंद्राच्या डोळ्यांपुढे असणारे पद्मपुराण म्हणजे काही पंडित दामोदरांचे नव्हे, कारण कवी नरेंद्राचा काळ म्हणजे तेरावे शतक, तर पंडित दामोदरांच्या पद्मपुराणाचा लेखनकाळ पंधरावे-सोळावे शतक ठरतो म्हणजेच कवी नरेंद्रांच्या डोळ्यांपुढे असणारे पद्मपुराण हे वेगळे असावे ज्याचा आदर्श पंडित दामोदरांनीही घेतला असावा.

मूळ संस्कृत पद्मपुराणाशी साधर्म्य दाखविण्यासाठी कवीने त्यातील काही संस्कृत श्लोक ग्रंथात अधूनमधून देण्याचा प्रयत्न केला आहे. परंतु त्यातील संस्कृत इतके विचित्र आहे की, ते पाहून 'महानुभाव ग्रंथकारांनी संस्कृतचे स्वतंत्र रूप सिद्ध केले होते की काय?' [१४] असा प्रश्न डॉ. मांडे यांनी उपस्थित केला आहे.

काव्यविषय तथा कथानक :

प्रस्तुत पद्मपुराण हे मुळात श्रीदत्तात्रेयाने पद्मऋषीला व नंतर त्याने मांधाता ऋषीला सांगितले आहे. पहिल्या प्रसंगात पंचकृष्ण नमन आणि गुरू महिमा वर्णन केल्यानंतर दुसऱ्या प्रसंगात मांधाता ऋषी 'या ब्रह्मांडाचा निर्माता कोण?' असा प्रश्न पद्मऋषीला विचारतो, तेव्हा तो ईश्वरशक्तीचा महिमा कसा आहे, भक्ती केल्याने कैवल्यपदाची प्राप्ती कशी होते, याविषयी सांगतो.

'तैंसे व्यक्तिमते ईश्वरे । ब्रह्मविद्येंचेनि पसरें ।
भक्ता कैवल्यपद साचोकारे । देयावया तो ॥६७×२॥'

पुढे मांधाता ऋषीचे शंका निरसन करत असताना पद्मऋषीने दशावतारांच्या कथा सांगितल्या आहेत. आठव्या प्रसंगात 'वामन अवतारकथा' आली आहे.

'आतां वामन म्हणे बळीराया । हेंची गहुं पेरणिया ।
आउठ पाडे देऊनिया । पृथ्वी मज ॥९२×८॥'

---

१३. नरेंद्रकृत रुक्मिणी स्वयंवर, प्रस्ता. पृष्ठ २५-२६ - संपा. कोलते वि. भि.
१४. पद्मपुराण प्रस्ता., पृष्ठ ७ - डॉ. मांडे प्रभाकर

नृसिंह, राम या अवतारांच्या कथा घाईने आटोपून शेवटी श्रीकृष्ण कथा मात्र त्याने मन लावून रंगविली आहे. नृसिंह, राम, वामन आदी अवतारांनी वध केलेले दैत्यच पुढे श्रीकृष्णाच्या अवतारकार्यात जन्म घेऊन आले, कारण बाकीच्या अवतारांनी जरी हिरण्यकश्यपू, रावण, बिभीषण आदींचा वध केला असला, तरी ते त्यांना मोक्षपद देऊ शकले नाहीत. श्रीकृष्णांनीच त्यांना मोक्ष दिला असे कवी सांगतो -

'हे मागा पाठविले अवतार। येक येका प्रति जाले थोर ।
परि सरस्ता दैत्यांचे अंकुर । न खंडवतीची ॥२००१×९॥'

म्हणजे श्रीकृष्णमहिमा वर्णनाला कवीने महत्त्व दिले आहे.

या दशावतारांच्या कथांबरोबरच इतर काही उपाख्यानेही प्रसंगानुरूप सांगितली आहेत. यातील जंबुद्वीपवर्णन, मेरूवर्णन हे वाचनीय आहेत.

पंडित दामोदरांनी लिहिलेले हे पद्मपुराण संस्कृतमधील पद्मपुराणापेक्षा निश्चितच वेगळे आहे, हे आपल्या लक्षात येते.

डंगवै पुराण : संजीवन अनंतप्रसादे :

महानुभावांच्या पोथीसंग्रहात आढळणारे परंतु महानुभावीय तत्त्वज्ञान न सांगणारे असे एक विचित्र पुराण म्हणजे 'डंगवै पुराण' होय. महानुभावीय आख्यानकाव्य परंपरेपेक्षा प्रस्तुत काव्य हे वैशिष्ट्यपूर्ण वाटते. योगेश्वर श्रीकृष्ण आणि धनुर्धर अर्जुन परस्परांशी लढण्यास सज्ज झाले आहेत असा रोमहर्षक व फारसा परिचित नसणारा कथाभाग डंगवै पुराणात आला आहे.

काव्यकर्ता : संजीवन अनंतप्रसादे :

डंगवै पुराण लिहिणारे संजीवन व संजीवन अनंतप्रसादे असे दोन कवी आहेत. महानुभावांच्या ग्रंथसामुग्रीत आढळणाऱ्या 'डंगवै पुराणा'चे रचयिते 'संजीवन अनंतप्रसादे' हे आहेत. काव्यात कवीने स्वत:चा उल्लेख 'संजीवनः अनंतप्रसाद' असा केला आहे. दुसऱ्या एका संजीवननामक कवीपासून भेद राखण्यासाठी कवीने स्वत:चा उल्लेख 'संजीवन अनंतप्रसादे' असा केला असावा[१५] असे मत प्रस्तुत काव्याचे संपादक डॉ. व. दा. कुलकर्णी यांनी मांडले आहे. शं. गो. तुळपुळे यांनी मात्र 'अनंतप्रसादे' हे तृतीयेचे रूप असून ते कर्त्याचे नाव नव्हे, तेव्हा 'संजीवन' इतकेच कविनाम मानणे बरे![१६] असे म्हटले आहे.

---

१५. संजीवन अनंतप्रसादेकृत डंगवै पुराण प्रस्ता., पृष्ठ ८ - प्रा. कुलकर्णी व. दा.
१६. महानुभाव पंथ आणि त्याचे वाङ्मय पृष्ठ २४१ - तुळपुळे शं.गो.

कवीच्या गुरू-परंपरेविषयी फारशी माहिती उपलब्ध नाही. कवीच्या 'संजीवन: अनंतप्रसाद' या नामाभिधानावरून संजीवन हे त्याचे नाव असावे व अनंत हे गुरूचे नाव असावे असे आपल्याला म्हणता येऊ शकते. परंतु एखाद्या वेळेस त्यातील 'अनंत' ही परमेश्वर उपाधीही असू शकते.

काव्यनाम :

या आख्यानकाव्याला काही अभ्यासकांनी 'पुराण' म्हणून संबोधले आहे. स्वत: कवीनेही 'डंगवै पुराणकथा' असा काव्याच्या शेवटी निर्देश केला आहे. परंतु पर्व, प्रतिसर्ग, वंश, मन्वंतर, विस्तार ही पुराणाची सर्वमान्य पाच लक्षणे या काव्यात कोठेही आढळत नाहीत. 'आपल्या काव्याला प्रतिष्ठा मिळविण्यासाठी संजीवन अनंतप्रसादे जरी त्यास 'पुराण' म्हणून संबोधित असला, तरी ते वस्तुत: आख्यानकाव्यच आहे' असे मत या काव्याचे संपादक प्रा. व. दा.कुलकर्णी यांनी व्यक्त केले आहे.

लेखनकाल व ओवीसंख्या :

'डंगवै पुराण' काराने ग्रंथात लेखनकालाचा उल्लेख केला नसल्यामुळे या काव्यग्रंथाचा निश्चित असा लेखनकाल सांगता येत नाही. परंतु भाषेच्या स्वरूपावरूनच का होईना या काव्याचा कालखंड हा पंधराव्या शतकापूर्वीचाच असावा, असे वाटते. संपादकाने हाताळलेल्या देवदेवेश्वर माहूर प्रतीत नलोपाख्यान-डांगवी आख्यान-अभिमन्यू विव्हावो असा काव्याचा क्रम आला आहे. नलोपाख्यान (शके १५६८) व अभिमन्यू विव्हावो (शके १५६९), असा समाप्तीकाल स्पष्टपणे दिला आहे. या दोहोत डांगवी आख्यानाचा समावेश आहे आणि म्हणून प्रस्तुत आख्यानकाव्याच्या लेखनकालाचाही अंदाज बांधता येतो.

प्रा. व. दा. कुलकर्णी यांना अभ्यासासाठी हाताळलेल्या वेगवेगळ्या प्रतीत येणारी ओवीसंख्या कमी-जास्त आहे. उदाहरणार्थ श्रीदेवदेवेश्वर प्रतीत ४५०, भारत इतिहास संशोधक मंडळाच्या प्रतीत ४६६, श्रीगोपीराज संग्रहालय, रिधपूर ४५० आणि दुसऱ्या एका प्रतीत ४१० अशी ओवीसंख्या सापडते.

डंगवै-आख्यानाचे मूळ :

या कथेला पुराण, महाभारत किंवा भागवत यापैकी कोणत्याच महाकाव्याचा आधार नाही. कोणत्याही कवीच्या 'डांगवी-आख्याना'ची नोंद 'महाराष्ट्र सारस्वता'मध्ये नाही. परंतु प्रथम 'कथा कल्पतरू'तही कथा आली आहे आणि 'कथाकल्पतरू'कार प्रस्तुत कथा महाभारताच्या आदि पर्वात असल्याचे सांगतात. पण यातील गंमत अशी की, कथाकल्पतरूकाराने सांगितल्याप्रमाणे ही कथा 'आदि पर्वा'तच काय पण संपूर्ण महाभारतात कोठेही आलेली आढळत नाही.

महाभारत-भागवतात नसलेल्या अनेक कथा समाजात प्रचलित होत्या, त्या लोकप्रियही होत्या. मौखिक परंपरेने त्या समाजात रूढ होतात. कदाचित 'डांगवी आख्याना'चेही तसेच झाले असावे.

लोककथेची पुटेही थोड्या फार प्रमाणात या कथेवर चढलेली दिसतात. लोककथेतच अगदी सामान्य स्वरूपाचे फेरफार करून हे 'पुराण' रचण्यात आले नसेल कशावरून? प्रचलित लोककथांवर आवश्यक ते संस्कार करून त्यांचा उपयोग धार्मिक विचारांचा प्रसार करण्यासाठी करावयाचा ही प्रवृत्ती जैन व महानुभाव या दोन्ही परंपरांतून आढळून येते. लोकचरित्रात अशा अनेक लोककथा आल्या आहेत. 'डंगवै पुराण' हे लोककथेचे रूपांतर आहे; तसेच ते कोणत्या तरी पंथाचा संस्कार घेऊन उभे आहे.

कथानक :

दुर्वास ऋषीचे इंद्रिय अतितपश्चर्येने थकतात व विषयवासनेची इच्छा प्रकट करतात. त्यानुसार ऋषी इंद्राकडे जातो. इंद्र दरबारातील अप्सरा असणाऱ्या उर्वशीला दुर्वास ऋषीची विषयवासना तृप्त करण्यास सांगतो. ऋषीची कुरूपता पाहून, अवतार पाहून ती ऋषीला हिणवते –

'तरि माझे सुंदर्ये ऐसे : रंभा मेनीकेते पुसे
हा तापसु ऐसें: मज कळले नीभ्रांत ॥४६×१॥'

ही अवहेलना ऐकून दुर्वास ऋषी तिला शाप देतो की तू, पृथ्वीवर डंगवै देशात (नेपाळ नगरीत) राहशील. दिवसा घोडीचे शरीर व रात्री सुंदर स्त्री होशील.

नगरात आल्यानंतर ती घोडी बागेत चरायची; फुले खायची. जेव्हा राजाच्या माळ्याने ही चमत्कारिक घोडी पाहिली, तेव्हा राजाला निरोप दिला आणि माहिती दिली की, दिवसभर असणारी ही घोडी रात्र होताच सुंदर स्त्री होते. माळ्याने दिलेल्या माहितीची राजा शहानिशा करून तिच्याबरोबर विवाह करतो व तिला नगरात घेऊन येतो. इकडे नारदाला मात्र बरेच दिवस झाले, कळ लावली नाही म्हणून चैन पडत नाही.

नारद श्रीकृष्णास घोडीविषयी चिथावणी देतो व श्रीकृष्ण घोडीच्या मोहात पडतात व ती घोडी आपणास द्यावी, असा निरोप राजाकडे पाठवतात.

'मग आवेसला अनंतुः दूत पाठविले त्वरीतू
तुवा पळावें दोन्ही दीसांतुः ऐसे म्हणीतले असे ॥२९×२॥'

श्रीकृष्णांची ही धिटाई पाहिल्यावर राजा उद्विग्न होतो. मातेकडे राज्याची जबाबदारी सोपवून घोडीच्या रक्षणासाठी समुद्र, वासुकी, कुबेर, धर्म या सर्वांकडे जातो पण ते सगळे जण श्रीकृष्णास टक्कर देण्याची असमर्थता दर्शवतात. धर्म त्याला उपदेश करतो की श्रीकृष्ण उदार आहे. तू त्यांना शरण जा ते तुला हवी ती मदत करतील-

'शरण गेलेया रूसीकेसा:घोडी नेघे हा भर्वसा
प्रसन्न होईल कैसा: जे मागसि ते देइल ।।८६।।'

कंटाळून डंगवै राजा अग्निकाष्ठ घेण्यासाठी गंगातीरावर जातो. तिथे श्रीकृष्णाची बहीण सुभद्रा हिची भेट होते, त्याचे दुःख पाहून सुभद्रा त्याला रक्षणाचे अभिवचन देते. भीम तुझं रक्षण करेल असे सांगून भीमाकडे घेऊन येते. भीम त्यास अभिवचन देतो-

'हे शरणांगता देणे: तरी अवज्ञा करणे
की कोंतींचा उदरी जन्मणे: वृथा भूमीभारू ।।६८।।'

सुरुवातीला भीमाला एकटे पाडणारे पांडव नकुलाच्या सांगण्यावरून एकत्र येतात. दुर्योधनही मदतीला येतो. शेवटी श्रीकृष्ण व पांडव यांच्यात घोडीसाठी युद्ध होते. योगेश्वर कृष्ण आणि अर्जुन एकमेकांविरुद्ध लढण्यास सज्ज होतात, असा गमतीदार प्रसंग या ठिकाणी आला आहे.

शेवटी श्रीकृष्ण सुदर्शन चक्र सोडतात. त्याला थोपवण्यासाठी भीम गदा सोडतो. या दोन्हीच्या भयंकर युद्धात सृष्टीचा नाश होईल या भीतीने श्रीकृष्ण हनुमंताला पाचारण करतो. चक्र, गदा, हनुमंत या तीन वज्राचा तेव्हा संयोग होतो. ते तिन्ही वज्र झेलण्यासाठी भीमास तयार राहण्यास सांगतो. भीम ते वज्र अर्ध्या शरीरावर घेतो. दुर्वास ऋषीनेच दिलेल्या उशापाप्रमाणे साडेतीन वज्र एकत्र आल्याबरोबर उर्वशीची शापमुक्तता होते-

'आउठा वज्रा मेळावा जाला: उर्वशीची उपस्त्रापु प्रगटला
देवी पुष्पी वरीषाओ केला: वीस्मयो वर्तिला सकळीकासी ।।२०।।'

उर्वशी स्वर्गात जाते. युद्ध थांबून सगळ्यांचे मनोमीलन होते.

डंगवै पुराण : महानुभावीय काव्य ? हो! महानुभावीय काव्य!!

संजीवन अनंतप्रसादेकृत 'डंगवैपुराण' या काव्याच्या बहुसंख्य प्रती महानुभावीय

ग्रंथसंग्रहालयातून उपलब्ध झालेल्या आहेत. भारत इतिहास संशोधक मंडळातून प्राप्त झालेली या कवीच्या काव्याची प्रतही मुळात महानुभावी असावी. परंतु प्रस्तुत काव्याच्या संपादकांनी डंगवै पुराणाच्या महानुभावत्वाविषयी शंका घेतली आहे. काव्यग्रंथाच्या कथाविषयाचा विचार केला, तर त्यात महानुभावी तत्त्वज्ञान कोठेही आलेले दिसत नाही. तसेच काव्याच्या आरंभी श्रीचक्रधर, श्रीदत्तात्रेय या पंचकृष्णांपैकी कुणालाही वंदन केलेले नाही. सरस्वती, गणेश या देवतांना मात्र कवीने अगदी जिवाभावाने वंदन केले आहे. येथेच ग्रंथाच्या महानुभावत्वाला बाधा येते. केवळ हा ग्रंथ महानुभावांच्या संग्रहात आहे म्हणून तो महानुभावीय आहे असे म्हणणे हास्यास्पद ठरेल. कारण विवेकसिंधू, उखाहरण इत्यादी महानुभावेतर ग्रंथही महानुभावांच्या संग्रहात उपलब्ध आहेत

१) मग ते ग्रंथ पण महानुभावीय म्हणायचे का? असा प्रश्न उपस्थित केला आहे.

२) पण मी मात्र 'डंगवै पुराण' हे महानुभावीयच काव्य असं ठामपणे म्हणजे, कारण...

३) डॉ. व. दा. कुलकर्णी यांनी ज्या आधारावर डंगवै पुराणाच्या महानुभावत्वाविषयी शंका घेतली ते मुद्दे फारसे टिकणारे नाहीत. 'महानुभावांच्या संग्रहात प्रस्तुत ग्रंथाची केवळ प्रत सापडल्याने तो महानुभावीयच आहे, असे म्हणता येत नाही.'[१७] असा एक मुद्दा त्यांनी मांडला आहे. पण जे संग्रहात फारसे उपलब्ध नाहीत पण ते ग्रंथ महानुभावीय आहेत त्याचे काय? उदाहरणार्थ उषाहरण वगैरे

४) बरे! डंगवै पुराणाच्या बहुसंख्य प्रती वेगवेगळ्या ठिकाणी महानुभावांकडे उपलब्ध आहेत. त्या अर्थी या पाठीमागे काही परंपरा निश्चितच असेल. कवीने ग्रंथारंभी गणेश, सरस्वती इत्यादी देवतांना वंदन केल्यामुळे तो महानुभाव ठरत नाही असा दुसरा मुद्दा संपादकाने मांडला आहे. तसे असेल तर महाकवी नरेंद्रांनी तरी 'पंचकृष्णा'ला वंदन केले होते काय? त्यांनीही सरस्वती, गणपतीचा उल्लेख केला होता मग कवी नरेंद्र पर्यायाने 'रुक्मिणी स्वयंवर' महानुभावीय काव्य नव्हे, असे धाडस आपणास करता येईल काय? म्हणजेच डॉ. व. दा. कुलकर्णी यांच्या शंकेला फारसा आधार आहे असे वाटत नाही.

५) डॉ. शं. गो. तुळपुळे यांनी 'महानुभाव पंथ आणि त्यांचे वाङ्मय' या ग्रंथात महानुभाव आख्यानकाव्याच्या परंपरेत डंगवै पुराणाचा स्पष्ट उल्लेख केला

---

१७. संजीवन अनंतप्रसादेकृत डंगवै पुराण, प्रस्ता., पृष्ठ ८ - प्रा.कुलकर्णी व. दा.

आहे.

६) म्हणजेच नि:संशयपणे डंगवै पुराण हे महानुभावीयच काव्यग्रंथ आहे, यात तिळमात्र शंका नाही.

७) या प्रकरणात विचार केलेल्या तीन आख्यानकाव्यांचे वेगळेपण असे की यात वर्णिलेल्या कथा ह्या रूढ कथेपेक्षा वेगळ्या आहेत त्या बरोबरच या कथा फारशा 'ख्यात' असलेल्या दिसत नाहीत.

०००

प्रकरण पाचवे

महानुभावीय आख्यानकाव्यांतील तत्त्वदर्शन

आख्यानकाव्यातून वर्णिलेल्या कथा या लोकांमध्ये 'ख्यात' असलेल्याच कथा असतात. त्या कथा बहुतेक भागवत, पुराण यातून घेतलेल्या असतात. त्यामुळे एकाच कथेवर अनेक आख्यानकाव्य निर्माण झालेले दिसतील, असे असले तरी प्रत्येक काव्य हे स्वतःचे स्वतंत्र अस्तित्व दाखवते, कारण त्या कथेवर काव्यकर्त्याच्या संस्काराचा प्रभाव पडलेला असतो, त्याच्या सांप्रदायिक भूमिकेचे प्रतिबिंब त्यात उमटलेले असते. रुक्मिणी स्वयंवराच्या एकाच कथेवर नाथांचे रुख्मीणी स्वयंवर महाकवी नरेंद्राचे रुक्मिणी स्वयंवर आपापले सांप्रदायिक अस्तित्व दाखवत वाचकापुढे येते.

महानुभावांचे आख्यानकाव्यही त्यास अपवाद नाहीत. आख्यानातील कथाविषय, वर्ण्यविषय हे पौराणिक असले, तरी त्यावर पंथीय तत्त्वज्ञानाचा संस्कार करूनच ती कथा वाचकांपुढे प्रस्तुत करण्याचा प्रामाणिक प्रयत्न काव्यकर्त्यांनी केला आहे.

श्रीचक्रधर निरूपित सूत्र, वचन आणि त्यातून व्यक्त होणारे स्वामींचे तत्त्वज्ञान याचा आधार घेत आख्यानकर्त्यांनी कथानकाच्या अनुषंगाने संधी मिळेल त्या ठिकाणी वाचकांवर पंथीय तत्त्वज्ञान बिंबवण्याचा प्रयत्न केला आहे.

ग्रंथाची सुरुवात पंचकृष्ण नमनाने

प्राचीन संत साहित्यातील कोणताही काव्यग्रंथ उघडला तरी त्याची सुरुवात ही विशिष्ट देवता पूजनाने, ईश्वराच्या नामस्मरणानेच होताना दिसते. 'त्याच्या' कृपेमुळेच आपण हे कवित्व करू शकत आहोत ही त्याची प्रामाणिक धारणा असते. म्हणूनच तर गणेशस्तवन, सरस्वती वंदन, गुरूला नमन या बाबी ग्रंथारंभी येतात.

महानुभावीय आख्यानकाव्यांतही तसा प्रघात पाहावयास मिळतो. महानुभावांचे आराध्य श्रीपंचकृष्ण यांच्या मंगलाचरणाने महानुभाव कवी काव्यारंभ करतात.

रुक्मिणी स्वयंवरकर्ता कवी नरिंद्र कथेला प्रारंभ करताना संकेताप्रमाणे

गणेशाचा उल्लेख करतो. मात्र गणेश व सरस्वती यांचा केवळ निर्देश करून त्यांनी श्रीचक्रधराला वंदन केले आहे -

‘श्रीचक्रधराचा वर्णिता कीर्तिचंद्र : चढवीन सुखाचा समुद्र
जळसेन करीन म्हणे नरींद्र: सभेचे लोक ॥१५॥’

तसेच महाकवी नरिंद्रांनी श्रीगोविंदप्रभू व श्रीचक्रपाणी यांचाही उल्लेख केला आहे -

‘याकारणे देवकी नंदनेसी : आणिक देव न पवेती सरिसी
म्हणौनि श्रीप्रभूची चरित्रे गोडसी : सकळ शास्त्रे पातां ॥१९॥’
‘आंतुली दो पवळिचा रवणी : सवाये लक्ष ब्रह्मपुरिया कवणी
तिया व्येव्हाइलिया चक्रपाणी : ऋषी-ब्राह्मणांशी ॥ ८७७ ॥’

(नरिंद्रकृत रुक्मिणी स्वयंवर)

कवी संतोषमुनी श्रीदत्तात्रेयांना नमन करतात -

‘सकळ वेदविद्या देवतागण : अखंड वोळगती जयाचे चरण
तया साष्टांगी नमन : श्रीदत्तात्रया ॥१×७॥’

(संतोषमुनीकृत रुक्मिणी स्वयंवर)

या पंचकृष्णनमनाबरोबरच पथाचे आद्य आचार्य श्रीनागदेवाचार्य यांचाही आदरपूर्वक उल्लेख करून त्यांच्याविषयी कृतज्ञता व्यक्त केली आहे -

‘ना तरि जाणौनि सारासारवस्तुविचारू : घेउनि वैराग्याचा कुठारू
तोडिला संसार-तरू : जेणे नागार्जूने ॥१२॥’

(श्रीभास्करभट्टकृत शिशुपालवध)

कवींनी पंथात प्रवेश केल्यानंतर काव्यनिर्मिती केलेली दिसते म्हणून त्यांच्या निर्मितीत पंथीय तत्त्वज्ञानाप्रमाणे पंचकृष्णांविषयीची भक्ती व आदर व्यक्त होताना दिसतो. तर नरिंद्रासारख्या कवीने पंथात येण्यापूर्वीच ‘रुक्मिणी स्वयंवर’ रचले असले तरी पण ग्रंथप्रारंभाविषयीची त्याची भूमिका इतर ग्रंथकर्त्याप्रमाणेच दिसते.

ईश्वर, ब्रह्म, देवता यांचे स्वरूप

महानुभाव तत्त्वज्ञानाने जीव, देवता, प्रपंच,परमेश्वर या चारही बाबी अगदी पूर्णत: स्वतंत्र सांगितल्या आहेत. ईश्वराच्या स्वरूपाविषयीची जी लक्षणे महानुभाव तत्त्वज्ञान प्रतिपादन करते, ती लक्षणे आख्यानकाव्यात दिसतात. ‘शल्य पर्वात’नवरसनारायणाने वर्णिलेली श्रीदत्तात्रयाची व श्रीकृष्णाची लक्षणे बहुतांशी

जुळतात. अनादी, नित्य, अनंत, अमूर्त, अव्यक्त, स्वयंप्रकाशी, आनंदमय, ज्ञानमय, केवळ, अच्युत, अविक्रिय आणि शक्तिरूप गुणधर्म धारण करणारा इत्यादी ईश्वर स्वरूपाची लक्षणे पंथीय तत्त्वज्ञानात सांगितलेली आहेत. शल्य पर्वात नवरसनारायणाने केलेले श्रीदत्तवर्णन पाहा -

'सर्व समर्थ शरीरी । दीसे पूर्ण तेजाचा कल्लोळ ।
सूध स्वरूप माहानिर्मळ । प्रभे नंठेल पुर्न मंडळ ।।
अंतरीक्ष जयाची आसन । तेजोमयो सुलक्षन।
पाहाता सोमसूर्याची कीर्न । झाकोनी ठेली ।।'

अठराव्या प्रसंगातील श्रीकृष्णाची आरती ईश्वर स्वरूप लक्षणाच्या दृष्टीने विशेष महत्त्वाची आहे.

'जये जये गा जगन्नाथा.... जगदात्मा तु जगन्नाथा ।
जये जये गा जगद्पति । जये जये कैवल्यमूर्ती ।।'
(शल्य पर्व-नवरसनारायण)

ईश्वर हा ज्ञानमय आहे, चैतन्यमय आहे, वेदांनाही व शास्त्रांनाही त्याचा ठाव लागत नाही. श्रुती त्याच्या स्वरूपाचे वर्णन 'नेति नेति' म्हणून करतात, त्याने साकार मूर्ता धारण केली. तेव्हा उपनिषदांना 'दशाजाली' आणि योगशास्त्र मते विस्तारली आणि त्यांच्यामुळे विद्यावंतास विद्या प्राप्त झाली, असे वर्णन सतराव्या प्रसंगात केले आहे.

ईश्वर, ब्रह्म आणि देवता या तिन्हींत मूलभूत फरक आहे, असे प्रतिपादन पंथीय तत्त्वज्ञान करते. नवरसनारायणाने 'ना ते ब्रह्मयाचे लक्षण' असे म्हणून हा भेद स्पष्ट केला आहे.

इतर देवदेवता या परमेश्वराच्या सेवक आहेत असे प्रतिपादन करताना कवी म्हणतो,

'ब्रह्म तेथील अवश्वरी । वीस्णु आंगलग सेवा करी ।
रूद्र पुढे कामारी व्यापारावी समस्ताते ।
इंद्र तो चवर धरी आपने । कुबीर भंडारी सुलक्षणे ।। १×४४-४५ ।।'
(नवरसनारायणकृत शल्य पर्व)

श्रीभास्करभट्ट बोरीकरकृत 'शिशुपालवधा'तील -

'स्थुळासूक्ष्मा वेगळा : कैवल्याचा पुतळा
तेणे तुवां मायावेषू धरिला : कृपावशे ॥४३३॥'

या ओवीवर श्रीचक्रधर निरूपित सूत्रातील 'कृपावशे सावेव साकारू होय'[१] या सूत्राचा प्रभाव पडलेला स्पष्टपणे जाणवतो.

परमेश्वर- देवता भिन्नत्व :

महानुभाव तत्त्वज्ञानात जीव, देवता, प्रपंच, परमेश्वर हे चार घटक सांगितले आहेत. हे चारही घटक पूर्णतः स्वतंत्र आहेत. एका ब्रह्मांडात एकूण एक्याऐंशी कोटी सव्वा लक्ष दहा देवता आहेत. या देवता जीवाला मोक्ष देऊ शकत नाहीत. फक्त त्या मनुष्याच्या 'कर्माची फलनिष्पत्ती' देतात. चिरकाल टिकणारे 'सुख' त्या देऊ शकत नाहीत. ते चिरंतन सुख केवळ ईश्वरच (परमेश्वरच) देऊ शकतो. म्हणून 'देवता भक्ती' महानुभाव पंथास अभिप्रेत नाही. 'पंचकृष्णा'शिवाय देवतांची भक्ती निषिद्ध मानली आहे. या तत्त्वाचा प्रभाव निश्चितपणे आख्यानकांवर पडलेला दिसतो.

इंद्र, चंद्र, ब्रह्म, विष्णू आदी देवता असून त्या क्षुद्र आहेत आणि त्या परब्रह्म परमेश्वरालाच शरण येतात, असे तत्त्वज्ञान श्रीमुरारीमल्लविरचित बाळक्रीडेत पाहावयास मिळते. पंथीय तत्त्वज्ञानाला अनुसरून 'देव-देवतांचे' गौणत्व मुरारीमल्लाने आपल्या काव्यात अनेक ठिकाणी सांगितले आहे.

एका प्रसंगात इंद्राचे काहीच चालले नाही. याविषयी तो म्हणतो,

'ऐसे इंद्राचे न चले काही केले । मग कृष्णाजवळि येवूनी अस्ताविले ।
म्हणे स्वामीया माझे अनुचित झाले । म्हणौन चरणांसी लागला ॥'
(मुरारीमल्लविरचित बाळक्रीडा)

यावरून देवतांचे कनिष्ठत्व सिद्ध होते. परमेश्वर हा अगाध आहे, त्याची महती वर्णन करताना कवी मुरारीमल्ल म्हणतो -

'तवं बोलीला ब्रह्मदेवो । कृष्ण सामर्थ्याचा भावो ।
तो होईल क्षीरसागरीचा रावो । का तो परब्रह्मीचा अवतारू ॥ ७३५ ॥'
(मुरारीमल्लविरचित श्रीकृष्णबाळक्रीडा)

सर्व देवता या परमेश्वराच्या 'शक्ती' होत. त्यांना स्वतंत्र अस्तित्व नाही असे

---

१. सूत्रपाठ पूर्वी

पंथीय तत्त्वज्ञान सांगते-

'सर्व शक्तीसी नीज मंडळी । स्वानंद आणि नीजभक्त मंडळी ।
कृपा उपन्नली तयें वेळी । आणावयाजीवाची ।।१-२।।'
(कवी कृष्णमुनी डिंभकृत श्रीकृष्ण जन्माष्टमी व्रताख्यान)

देवतापूजन न करता श्रीकृष्णभक्तीची कास धरा हे मुख्य तत्त्व सांगताना कवी डिंभमुनी कृष्णदास म्हणतो,

'सांडोनि सर्व देवता धर्म । आनेन्यभावे जो स्मरे कृष्णनाम ।
तया परमानंदी वीश्राम । न पवे पुनर्भवे ।।३×११।।'
(श्रीकृष्ण जन्माष्टमी व्रताख्यान)

हिंदू धर्मात पवित्र मानल्या गेलेल्या भागवतात विष्णूचे दहा अवतार सांगितले आहेत. त्यातच पूर्ण पुरूष श्रीकृष्ण व आदर्श पुरुष श्रीराम यांचाही समावेश आहे. महानुभाव तत्त्वज्ञान मात्र श्रीकृष्ण-श्रीराम यात भेद करून श्रीकृष्ण हा साक्षात परमेश्वराचा अवतार मानतात. तथापि रामाचा अवतार विग्रहरूप मानला जातो.

याचा प्रभाव महानुभाव कवींवरही पडलेला दिसतो. कविनंदन श्रीकृष्ण-श्रीराम यांच्यातील भेद स्पष्ट करताना म्हणतो,

'मागा रामअवतार झाला: तो सीतेसाठी भुलला :
मग राम रावन मारिला : हनवंताचीने बळे ।।
तर तैसा नव्हे श्रीकृस्न : सकळ ईश्वर तेनेची करन :
हाची सकळाचा जान : देवो होय ।।१९×२१।।'
(कविनंदनकृत उषाहरणकथा)

राम अवतारातील कार्य कमीपणाचे दाखवून श्रीकृष्ण महती दाखवण्याचा प्रयत्न कविनंदनाने पुढेही केला आहे-

'त्रीतायोगी रामअवतार जाला : तो हरणापाठी लागला
ज्ञान विसरला : अवतारपनाचा ।।
तर तैसा नसे श्रीकृष्ण अवतारू : तो सकळा देवाहूनी थोरू :
तयाचा नकळा पारू: देवा आदीकरूनी ।।३७-४२।।'
(कविनंदनकृत उषाहरणकथा)

श्रीचक्रधरांच्या सूत्रातील देवतांविषयीच्या तत्त्वज्ञानाचा प्रभाव पंथीय कवीवर पडलेला दिसतो आणि पंथीय तत्त्वज्ञानाला अनुसरून ते स्वाभाविकही आहे.

अवतार-कल्पना :

महानुभाव तत्त्वज्ञानात अवतार-कल्पनेवर विशेष भर दिलेला आहे. अव्यक्तातून व्यक्त दशेत, मनुष्य देहात येणाऱ्या जिवाबरोबर त्या जिवाला ज्ञानदान करून त्याला उद्धारण्याचा मार्ग दाखवण्यासाठी परमेश्वर मनुष्य देह धारण करून या कर्मभूमीत अवतरतो, अशी अवतार कल्पना आहे.

'सृष्टीमध्ये परमेश्वरू अवतरेति: मनुष्यवेषधारीए होति'[२] या श्रीचक्रधरोक्त सूत्रातून अवतार कल्पना लक्षात येते.

महाभारत व परंपरागत पुराणांतून श्रीकृष्णासहित 'दहा अवतार' हे महाविष्णूचे मानले गेले आहेत. परंतु श्रीचक्रधरनिरूपित 'श्रीकृष्ण चरित्रा' (द्वापारलीलाप्रमाणे) श्रीकृष्ण हा महाविष्णूचा अवतार नसून तो स्वयं परब्रह्म परमेश्वर अवतार आहे. मुळात निर्गुण, निराकार असलेला परमेश्वर भक्ताच्या उद्धारासाठी सगुण साकार रूपात येतो. (कृपावशें सावेवो साकारू होय : अवतरे) हे पंथीय तत्त्वज्ञान आख्यानकाव्यात येते.

पंडित दामोदराने 'पद्मपुराणा'मध्ये ही अवतार परंपरा सांगितली आहे-

'निर्गुण तो होईल सगुण । निराकार गुण कारूण ।
तो अवतरेल यादव नंदन ।। यैसे जाण ।।९×१९९६।।'

महाविष्णुच्या पारंपरिक दशावतारांपेक्षा महानुभावांची अवतार परंपरा निराळी आहे. कृतयुग, त्रेतायुग, द्वापारयुग आणि कलियुग या चार युगांत परमेश्वराचे चार अवतार झाले, असे महानुभाव तत्त्वज्ञान सांगते. त्याची दखल नवरसनारायणाने घेतली आहे-

'कृती परमहंस परमेश्वर । त्रीती दत्तात्रयदेव दीगांभर ।
द्वापरी भगवानु ईश्वर । कळि बोधदेवा ।।१×६।।'
(नवरस नारायणकृत भारतीय शल्य पर्व)

परमेश्वर अवताराची परंपरा हंसावतारापासून थेट श्रीचक्रधरापर्यंत आणली आहे. परंपरेचा हाच धागा कवी गोपीनाथाने 'शुकदेव चरित्रात' पकडला आहे-

'त्रेती शास्त्रा सांग सप्तकृतएक । यदुरायाचे चुकविले दुःख ।
द्वापरी प्रसिद्ध गीताशास्त्र ऐक । कळयुगी ब्रह्मविद्या ।।७५।।'

---

२. उद्धरण प्रकरण, सूत्र - १

(गोपीनाथकृत शुकदेव चरित्र)

महानुभावांची 'पंचकृष्ण' अवतार- संकल्पना महानुभावांनीच सांगितलेल्या उपरोक्त अवतार- कल्पनेपेक्षा वेगळी आहे. श्रीकृष्ण, श्रीदत्त, श्रीचांगदेव राऊळ (श्रीचक्रपाणी), श्रीगोविंदप्रभू, श्रीचक्रधर असे हे 'पंचकृष्ण' आहेत. या पंचकृष्ण अवतार परंपरेत द्वापरीचा श्रीकृष्ण प्रथम स्थानावर असला, तरी त्रेतायुगी अवतार धारण करून चहुयुगी असलेला श्रीदत्तच 'आदिगुरू' मानला जातो. श्रीचक्रधरांनीच स्वत: त्या बाबतीत सांगितले आहे. (या मार्गासी श्रीदत्तात्रेय प्रभू आदिकारण)[३]

ही पंचकृष्ण अवतार परंपरा आख्यानकाव्यांतूनही आली आहे. या पाचही अवतारांच्या मुळाशी श्रीदत्तात्रेयच आहेत असे कवी नवरसनारायण 'शल्य पर्वा'त म्हणतो
-

'दत्तात्रेये धुरजेठी । गीरी सीहाद्री वसे सदा ।
तो कोन्हे येके अवस्वरी । प्रकट झाला क्षीतीवरी ॥१×२४॥'
(नवरसनारायणकृत शल्य पर्व)

ईश्वर सान्निधान आणि 'पूर्व सुकृत' :

साक्षात परब्रह्म परमेश्वराचे सान्निधान (सहवास) एखाद्या जिवाला (मनुष्याला) मिळणे म्हणजे त्या जिवाचा तो भाग्योदय होय, असे महानुभावीय तत्त्वज्ञान सांगते. म्हणून तर श्रीचक्रधर स्वामींच्या उत्तरापंथे गमनानंतर श्रीनागदेवाचार्य, म्हाइंभट, बाइसा इत्यादी. ईश्वर सान्निधानातील अधिकारी जिवांना पंथीय अनुयायांत विशेष मान होता आणि आपण ईश्वर सान्निधानातील आहोत याचा त्या जीवांनाही विशेष अभिमान वाटायचा.

ईश्वर सान्निधानाची आस कोणाला नसते? तशी ती कवींनाही आहे. महानुभावीयांच्या तत्त्वज्ञानात ज्ञान व प्रेम याला महत्त्वाचे स्थान आहे. परमेश्वराचे यथार्थ ज्ञान व त्याच्यावर अनन्य प्रेम यामुळे जीवाला सान्निधान मिळते व हाच मोक्ष होय असा सिद्धान्त आहे. केवळ मानवी 'जीव'च नव्हे, तर सर्व देवता, ऋषिमुनी ईश्वराचे, श्रीकृष्णाचे सन्निधान इच्छितात. कवी संतोषमुनी कृष्णदास म्हणतो,

'तया श्रीकृष्णाचे लहावया सन्येधान : इच्छिताती सकळै देवतागण
आणि ब्रह्मादिक देवता सुरगण : ऋषी समस्त ॥ ६×८३ ॥'
असे सन्निधान मिळण्यासाठी पुण्य लागते.

---

३. लीळा चरित्र एकांक, लीळा क्र.१ - संपा. डॉ. कोलते वि. भि.

'पद्मपुराणा'त पंडित दामोदराने, तर 'सन्निधाना'वर विशेष भर दिला आहे. पंडित दामोदराने दशावतारांच्या ज्या कथा रंगविल्या आहेत त्यामध्ये श्रीकृष्णाचा अवतार हा सर्वश्रेष्ठ असून त्याच्या 'सन्निधाना'नेच मोक्ष मिळतो हा या काव्यग्रंथाचा प्रधान वर्ण्य विषय आहे. हिरण्यकश्यपू, रावण इत्यादी दैत्य पुन: पुन्हा जन्म घेऊन पृथ्वीवर आले आणि पर्यायाने श्रीकृष्णाच्याच हातून त्यांना मोक्ष मिळाला, कारण नृसिंह, राम हे अवतार मोक्ष देऊ शकत नाहीत. श्रीकृष्ण सन्निधानानेच त्यांचा उद्धार झाला हे पंथीय तत्त्वज्ञान पद्मपुराणात मांडण्याचा त्याने प्रयत्न केला आहे.

अगोदरच्या जन्मात आपल्या हातून घडलेल्या चांगल्या-वाईट कर्मांना 'पूर्व सुकृत' असे म्हणतात. ईश्वराचे सन्निधान प्राप्त होण्यासाठी या जन्मातील पुण्य जसे महत्त्वाचे आहे तितकेच महत्त्वाचे त्या जिवाचे पूर्व सुकृतही. हा विचार मुरारीमल्ल 'श्रीकृष्णबाळक्रीडे'मध्ये मांडतात-

'धन्य गाईगोपाळांचे । जयासी संन्येधान देवाचे ।
पूर्वी जोडिलें तयाचें । आलें पुन्हा ॥८४३॥

'माया' ईश्वराची आज्ञाधारक :

देवता हा महानुभावांच्या चार नित्य व स्वतंत्र घटकांपैकी दुसरा घटक. जीवाप्रमाणे या देवताही अनेक आहेत. त्या सर्वांचे एक देवताचक्र आहे. प्रत्येक ब्रह्मांडात एकूण एक्याऐंशी कोटी सव्वा लक्ष दहा एवढ्या देवता आहेत.[४] त्या नऊ ओव्यांत किंवा गटांत विभागल्या आहेत. या नऊ ओव्यांत उच्चनीच क्रम आहे. कर्मभूमीच्या देवतांचा थोवा सर्वांत खाली असून सर्वोच्च थोवा माया देवतेचा आहे.

अर्थात 'माया' ही सर्वोच्च देवता असल्याने ती सर्वांना व्यापून राहाते. ही माया संपूर्ण सृष्टीचा व्यवहार पाहाते. सृष्टीची रचना 'माया'च करते पण ती सर्व ईश्वराच्या आज्ञेप्रमाणे; कारण 'माया' ही ईश्वराची, परमेश्वराची आज्ञाधारक आहे.

अनेक गुणदोषांनी युक्त असा अव्यक्त, निराकार जीव सृष्टीरचनेपूर्वी माया स्वरूपातील तमोभागात अनादिकालापासून पडून होता. अर्थात तो निष्क्रिय होता. त्याला क्रियादान करण्यासाठी सृष्टीरचनेच्या वेळी मायेने परमेश्वराच्या प्रवृत्तीनेच त्याला आपल्या स्वरूपाचा एक अंश दिला म्हणूनच मायेला चैतन्य, विदेह, परा व शक्ती अशीही नावे आहेत. ही माया ईश्वराची आज्ञाधारक आहे.

या पंथीय तत्त्वज्ञानाचा प्रभाव आख्यानकाव्यातूनही जाणवतो. 'श्रीकृष्ण जन्माष्टमी

---

४. पाठसमुदाय पोथी (हस्तलिखित)

व्रताख्याना’त कवी डिंभमुनी कृष्णदास माया ही परमेश्वराच्या इच्छेप्रमाणे काम करते, हा सिद्धान्त स्पष्ट करताना म्हणतात,

‘यालागी तेजौनि आत्मरमणां । मायेकरवि आनंत ब्रह्मांडे रचना ।
करौनि जीव घातले संसरना । सृष्टीमाजी ॥१×३-४॥’

अशा प्रकारे ‘माया’ ही देवताचक्रात सर्वोच्च स्थानावर असली, तरी ती परमेश्वराच्या आज्ञेतच असते. हे तत्त्वज्ञान काही आख्यानांत कथानुषंगाने आलेच आहे.

श्रीभास्करभट्ट बोरीकरांनी शिशुपालवधात हा विचार मांडला आहे. ईश्वराच्या परवानगीशिवाय माया काहीच करू शकत नाही, हे तत्त्व सांगताना ते म्हणतात-

‘ब्रह्मगोळकाचिया माळा : साजेति जीएची गळा :
असति तीए जवळा : पुण लक्षसिना ॥ ८७ ॥
तो वोळगे तुझे चरण : तु मिरवीसि राणेपण :
पुण काही न करिसी संभाषण : विसरौनिया ॥८८॥’

या ओव्या स्वामींच्या ‘निर्वचन’ प्रकरणातील ‘केवळीचिं नित्यसबंधे माया असे ॥१५॥ माया जेथ सबंधाते पातली असे तेथचि न पवे ॥ १६ ॥’ या सूत्रावर[५] आधारित आहेत.

द्वैती तत्त्वज्ञान :

वारकरी संप्रदायाचे अद्वैत तत्त्वज्ञान सर्व परिचित आहे. त्यात जीव-शिव,आत्मा-परमात्मा हे एकच आहेत किंवा ‘जीव’ स्वत:च्या कर्माने, पुण्याईने परमात्म्याच्या पातळीवर जाऊ शकतो हे अभिप्रेत आहे. महानुभावाचे द्वैती तत्त्वज्ञान अगदी याउलट आहे. द्वैती तत्त्वज्ञानाप्रमाणे जीव कधीच शिवरूप होऊ शकत नाही किंवा आत्मा ‘परमात्मा’ होऊ शकत नाही. हे दोन्ही अगदी मुळातच भिन्न आहेत. जीव, देवता, प्रपंच, परमेश्वर हे मुळात स्वतंत्र घटक आहेत. जीवेश्वर ऐक्य होऊ शकत नाही. भक्तीच्या, ‘ज्ञाना’च्या बळावर ‘जीव’ ईश्वराच्या परमानंदाचा अनुभव घेऊ शकतो परंतु ईश्वरस्वरूप होऊ शकत नाही.

या पंथीय द्वैती तत्त्वज्ञानाचा प्रभाव आख्यानकाव्यांतही पाहायला मिळतो. अद्वैत तत्त्वज्ञानाचे खंडन करून द्वैत तत्त्वज्ञान प्रस्थापित करण्याचा प्रयत्न अनेकांनी केला आहे. कवी नृसिंहाने ‘रुक्मिणी स्वयंवरा’मध्ये अद्वैताचे निरर्थकत्व स्पष्ट केले आहे-

---

५. निर्वचन प्रकरण सूत्र १५, १६

'म्हणती जीऊ ब्रह्मीचा असु । तरी का होता ए जासु ।
काइ आपणाचि आपणया ग्रासु । करी तु असे ॥
जे जे मनी संकल्पे । ते ब्रह्मार्पण म्हणौनि समर्पे ।
तरि मागौता का वासीपे । जल्पे आन काही ॥'

अशाच पद्धतीने कवी संतोषमुनीनेही द्वैती तत्त्वज्ञानाचे समर्थन करून अद्वैत तत्त्वज्ञानाला कोपरखळी मारली आहे. तो म्हणतो ज्यांच्या येथे एकाच ताटात श्रीकृष्ण-रुक्मिणीचे भोजनसुद्धा नाही तेथे 'एकत्व' येणार तरी कसे-

'ऐसे बहुवश जेवण ऐकी ठांइ । हे विचित्र नवल पाहि ।
जयाचे उचिष्ठ ब्रह्मादिका नाही । तया ऐक्येत्त्व केवी जोडे ॥ २३×२०७ ॥'
(संतोषमुनी कृष्णदासकृत रुक्मिणी स्वयंवर)

एकदा महदाईसेने श्रीचक्रधर स्वामींना प्रश्न विचारला-

'जीजी : द्वापरी श्रीकृष्णचक्रवर्ती सत्यभामे अधिन आणि येथ सर्वज्ञ बाइंसा अधिन जी :

देवा अधिन होइजे ते निके का देवो आपणा अधिन किजे ते निके :?' [६]

या महादाईसेच्या प्रश्नात श्रीचक्रधर निरूपित द्वैती तत्त्वज्ञान सामावलेले दिसते. याचे प्रत्यंतर काही आख्यानकाव्यांत येते.

वेदप्रामाण्य आणि कर्मसिद्धांत :

'महानुभाव पंथ वैदिक की अवैदिक? असा अनावश्यक प्रश्न निर्माण करून अभ्यासकांनी मोठाच घोळ घातला आहे. वि. ल. भावे[७], ल. रा. पांगारकर[८] यांनी पंथाला अवैदिक म्हटले, वि. भि. कोलते यांनी सुरुवातीला वैदिक, तर नंतर अवैदिक अशी भूमिका घेतली तर अगदी याउलट अनेक पंथीय पंडितांनी वैदिकत्व सिद्ध करण्याचा आटोकाट प्रयत्न केल्याचे आपणास पाहावयास मिळते.

महानुभाव पंथ 'वेद' प्रमाण मानत नाही. वेदाने प्रतिपादन केलेल्या देवता, त्यांची भक्ती, व्रतवैकल्ये, कर्मकांड हे सर्व त्याज्य मानले म्हणजे महानुभाव पंथ अवैदिकच! (असे असले तरी त्यांनी कधी) वेदप्रतिपादित देवतांचा अनादरही केला

---

६. लीळा चरित्र, उत्तरार्ध, लीळा क्र. ३४२ - संपा. नागपुरे पुरुषोत्तम
७. महाराष्ट्र सारस्वत, आवृत्ती पाचवी, पृष्ठ ५९-६२ - भावे वि. ल.
८. मराठी वाङ्मयाचा इतिहास, खंड- १ पृष्ठे ४२४ -४२६ - पांगारकर ल. रा.

नाही. प्रसंगी वेदाचा दाखलाही दिला आहे. प्रमाणही मानले आहे. जसे

'जेथ जैन-मार्गाचिया आड-बिदी :
वेद पंथाचिया राजबिदी :
तेथ चालतये मांदी : धर्मादिकांची ॥९७॥'
(श्रीभास्करभट्ट बोरीकरकृत शिशुपालवध)

नवरसनारायणाने 'शल्य पर्वा'तील चौदाव्या प्रसंगात दशक्रियेविषयी जे विवेचन केले आहे त्यात त्याने 'यासही वेदप्रमाणे' असे उघड म्हटले आहे. तसेच पंधराव्या अध्यायातही अशीच भूमिका घेतली आहे.

'साशास्त्र चारी वेद । ईतुकीषांचा सिद्धांतभेद ।
तो देवधर्म जानावा...॥'

महानुभावांच्या पंचकृष्णांत श्रीकृष्ण परमात्म्याचा क्रमांक वरचा आहे. पर्यायाने श्रीमद्‌भगवत गीता आणि गीताशास्त्रातील तत्त्वज्ञान हे महानुभावाच्या तत्त्वज्ञानाचे एक अविभाज्य अंग आहे. 'जसे कर्म तसे फळ' हा गीताप्रणीत कर्मसिद्धान्त आख्यानकाव्यातूनही आला आहे.

शल्य पर्वात नवरसनारायणाने कर्मसिद्धान्ताचे विवरण प्रामुख्याने आठव्या प्रसंगात केले आहे. युद्धाच्या वेळेस बलराम हा कौरव पक्षाकडे जातो आणि श्रीकृष्ण हा पांडवांच्या पक्षाकडे जातो हा वाटादेखील 'पूर्वदत्त' किंवा 'कर्मदत्त' होय, असे कवी म्हणतो. चौदाव्या व पंधराव्या प्रसंगांत कवीने-

'ज्याचे जैंसे कर्म असे तैंसे त्याचे होनार दिसे ' किंवा
'कर्माचिया संगति । जीव सुखदुख भोगति ।
येथाबिज उत्पति होति । मेघादकें करूणि ॥'

असे म्हणून कर्म सिद्धान्ताचे स्पष्टीकरण केले आहे.

विरोध भक्ती :

अध्यात्माच्या क्षेत्रात 'विरोधभक्ती'चा एक मार्ग सांगितला जातो. व्यवहारातील 'विरोधातून प्रेम' हा नियम त्याच्या पाठीमागे आहे. एखाद्या व्यक्तीविषयी जर आपल्या मनात टोकाची भूमिका असेल, आत्यंतिक राग असेल, तर त्याच्याविषयी विचार, चिंतन आपण मनात पुन्हा पुन्हा चालू ठेवतो. आत्यंतिक द्वेषातून त्याचे स्मरण व्हायला लागते. श्रीकृष्णजन्मापासून कंसाला त्याची भीती निर्माण झाली.'खाता-पिता-

झोपता आठवा आठवे।' सर्व वेळ, सगळीकडे त्याला श्रीकृष्णच दिसायचा आणि भीतीपोटी का होईना तो श्रीकृष्णाचे चिंतन करायचा. हीच आहे विरोधभक्ती.

पंथीय तत्त्वज्ञानाप्रमाणे 'विरोधभक्ती' करणारासुद्धा मोक्षास प्राप्त होतो. श्रीकृष्णच विरोधभक्तांचा (उदाहरणार्थ कंस, पूतना) उद्धार करतो हे सांगताना पंडित दामोदराने 'पद्मपुराणा'मध्ये असे म्हटले आहे की-

'अथवा जो अवतारू । जो विरोधे उधरी दातारू ।
तो श्रीकृष्ण उदारू । चींती राया ॥१०×२२५१॥'

गुरुभक्ती आणि नामस्मरणाचे महत्त्व :

इतर भक्तीसंप्रदायांप्रमाणे महानुभाव संप्रदायातही गुरुभक्तीचे माहात्म्य सांगितले आहे. स्वत: श्रीचक्रधरस्वामी किती निस्सीम गुरूभक्त होते, हे त्यांच्या 'लीळा चरित्रा'तील अनेक प्रसंगांवरून दिसते. श्रीचक्रधरस्वामी त्यांचे गुरू श्रीगोविंदप्रभूंच्या हातचा मार आनंदाने सहन करत. उलट त्यांनाच 'श्री करू दुखविती जी: पुरे कीजो जी:'[९] असे कळवळ्याने म्हणत. रीद्धीपुरात असेतोपर्यंत आपल्या भक्तांकडून पूजा पुरस्कर करून घेण्याचे कटाक्षाने टाळणारे श्रीचक्रधरस्वामी म्हणजे आदर्श गुरुभक्त होत. गुरुभक्तीचा हाच आदर्श त्यांनी आपल्या शिष्यांपुढे ठेवला. महानुभाव पंथात गुरूला अधिकरण किंवा आचार्य अशी संज्ञा आहे.

ईश्वराचे सन्निधान मिळवायचे असेल, तर पुण्य लागते, पुण्य मिळविण्यासाठी शास्त्रश्रवण करावे लागते आणि हे शास्त्रश्रवण गुरुमुखानेच करावे असे सांगताना कवी संतोषमुनी 'रुक्मिणी स्वयंवरा'मध्ये म्हणतात,

'जरी आचरों आदरीजे पुण्य : तरि आधि करावे शास्त्र श्रवण ।
नाही तरी अवघे गुरमुखेवीण : करणे वायांचि जाये ॥६×१०॥'
(संतोषमुनीकृत रुक्मिणी स्वयंवर)

गुरूची महती अगाध असल्याचे मान्य केले तरी महानुभाव तत्त्वज्ञान गुरू आणि परमेश्वर एक नाहीत हे सांगते म्हणून गुरुभक्ती विहित असली तरी ती ईश्वरबुद्धीने म्हणजे गुरूला देव समजून करणे विहित नाही.

मोक्ष मिळवायचा असेल, तर 'ईश्वराचे सन्निधान' आवश्यक आहे. आचार विचारसंपन्न गुरूचे सन्निधान म्हणजे ईश्वरसन्निधान असल्याप्रमाणे आहे, मात्र ते

---

९. लीळा चरित्र, पूर्वार्ध, लीळा, क्र. १६६ - संपा. डॉ. कोलते वि. भि.

प्रत्यक्ष ईश्वर सान्निधान नव्हे.

'ईश्वर सन्निधान' मिळवायचे असेल, तर 'स्मरण' आवश्यक आहे. परमेश्वराच्या चतुर्विध स्मरणात (नाम: लीळा : मूर्ती: चेष्टा) नामस्मरणाचे महत्त्व अधिक आहे.

'नाम म्हणजे नियत स्वीकार'. नामस्मरणाचे फायदे सांगताना नामाचे दहा ठाय सांगून-

'नाम पडते आकाश धरी ।
नाम एते विघ्न हरी ।
नाम साहयाते करी ।।'
असे म्हटले आहे.

संसाराच्या कर्मपाशापासून मुक्त होण्यासाठी नामस्मरण आवश्यक आहे. श्रीकृष्णनामाचे महत्त्व सांगताना संतोषमुनी म्हणतात,

'पठतेया वाचा जन्म होईल सुफळ :
आणि आइकतां नासति रोग दोष सकळ :
रोखि पद पावती केवळ : श्रीकृष्णगती ।। २३ ।।'
(संतोषमुनीकृत रुक्मिणी स्वयंवर)

परमेश्वराच्या नामस्मरणाने संसारातील विविध ताप नष्ट होऊ शकतात. याचे स्पष्टीकरण करताना तो म्हणतो,

'ते ईश्वरस्मरण करीता सद्बुद्धी । अनंता उपजेतीसीद्धी ।
मात्रीवीधा तापातें छेदी । हे काई म्हणावे असे ।। ९×९२ ।।'
(संतोषमुनीकृत रुक्मिणी स्वयंवर)

अशा प्रकारे नामस्मरणाचे महत्त्व कथेच्या अनुषंगाने आख्यान कवितेत आले आहे.

स्त्रीविषयक दृष्टिकोन :

श्रीचक्रधर स्वामींचा स्त्रीविषयक दृष्टिकोन हा समतावादी आहे. त्यांनी स्त्री-पुरुष असा भेद कधी केला नाही. स्त्रीयांनाही मोक्षाचा अधिकार मिळाला पाहिजे अशी त्यांची भूमिका होती. म्हणूनच त्यांच्या शिष्य परिवारात बाईसा, नागांबिका, उमाइसा, हासुबाई, आदी अनेक स्त्रिया होत्या. एवढेच नव्हे, तर मठाचा 'कारभार' बाईसानामक स्त्रीकडेच होता.

स्त्रियांविषयी तुच्छतेची भावना बाळगणाऱ्या सारंग पंडितासारख्या विद्वान

पुरुषाला ते 'हा गा: तुमचा जीऊ आणि त्यांचा काई जिऊलिया'१० असे म्हणून फटकारतात.

अशा पद्धतीने श्रीचक्रधरांनी स्त्री-पुरुष समानता मानली असली तरी दुसऱ्या बाजूने साधकाने स्त्री आणि संबंधी जन यांचे बंध तोडले पाहिजेत, असे म्हटले आहे. विषयसेवन त्याज्य मानले आहे. स्त्रीसेवनाने व्यक्तीतील 'विषय' वाढतो. म्हणूनच स्त्रीला उन्मादक द्रव्यांचा राजा असे म्हटले आहे. (स्त्री भणिजे मत्तद्रव्याचा रावो गा:)११ म्हणून श्रीचक्रधर स्वामींनी 'चित्रींची स्त्री न पाहावी' असा उपदेश साधकाला केला आहे.

स्वामींचा हा स्त्रीविषयक दृष्टिकोन आख्यानातही आलेला आहे. 'उषाहरणा'मध्ये कविनंदन म्हणतो,

'आहो जो अस्त्रीयेसी रातला : तो समुळी नागवीला ॥४×५८॥'

अशा प्रकारे स्वामींचा स्त्रीविषयक विचार आख्यान कवींनी पुढे चालू ठेवला.

मराठी भाषाभिमान :

महानुभावांचा महाराष्ट्राभिमान व मराठी भाषेविषयीचे निस्सीम प्रेम सर्वश्रुत आहे. महाराष्ट्र सारस्वतात मराठी भाषेचा अभिमान घेऊन तिच्या वापरासंबंधी टोकाची आग्रही भूमिका घेणारा दुसरा पंथ सापडणार नाही. 'मराठीचा आग्रही वापर' हे त्यांच्या तत्त्वज्ञानाचे एक अविभाज्य अंग आहे. श्रीचक्रधरांनी स्वत: मराठीचा कैवार घेतला व पुरस्कार केला. त्यात कुठेही कृत्रिमतेचा डाग दिसत नाही. श्रीचक्रधरांचे हे भाषाविषयक धोरण पंथाचे आचार्य श्रीनागदेवांनीही पुढे चालूच ठेवले. समाजातील अगदी खालच्या थरापर्यंत (म्हातारीयांपर्यंत) श्रीचक्रधरांची शिकवण पोहोचवावी अशी नागदेवाचार्यांची इच्छा असल्याने 'उद्धरण' प्रकरणाचा संस्कृतमध्ये अनुवाद करण्याची परवानगी मागणाऱ्या केशिराजबासांना ते फटकारतात आणि मराठीतूनच रचना करण्यासाठी आग्रह धरतात.

एकदा केशिराजांनी त्यांना संस्कृत भाषेतून प्रश्न केल्यावर त्याचे उत्तर न देता ते त्यांना म्हणाले,

'तुमचा अस्मात कस्मात मी नेणे गां :
मज श्रीचक्रधरे निरूपिली मऱ्हाटी: तियेचि पुसा :'१२

---

१०. लीळा चरित्र, उत्तरार्ध, लीळा क्र. १०२ - संपा. डॉ. कोलते वि. भि.
११. आचार प्रकरण, सूत्र क्र.९
१२. स्मृतिस्थळ स्मृती क्र. ६६ - संपा. देशपांडे वा. ना.

मराठीचा ज्वलंतपणे पुरस्कार करणे हे श्रीचक्रधरांच्या तत्त्वज्ञानाचे अंगच बनले. मराठीविषयीचा अभिमान पुढे पंथीय साहित्यातही व्यक्त होतो. स्वामींचे हे तत्त्व अंगीकृत करीत आख्यान कवींनीही 'मराठी'चा पुरस्कार केलेला आहे.

नरिंद्राने 'रुक्मिणी स्वयंवरा'च्या प्रारंभी मराठी भाषेचा असाच गौरव केला आहे-

'जिये भाषाचिये रसवृत्ती : सा भाषांचे कुपे कीजेति निगुती:
ते मऱ्हाटी कवण जाणे निरूती : जे रसांचे जीवन ।।४६।।'
ते मऱ्हाटे बोल रसिक : वरि दावीन देशियेचें बीक :
म्हणौनि सव्याख्यान श्लोक : मिसे वोवियेचेनि ।।४७।।'
(नरिंद्रकृत रुक्मिणी स्वयंवर)

मराठीचा गौरव करण्याच्या या कामात कवीश्वर भास्कर भट्टही मागे नाहीत. त्यांच्या 'शिशुपालवधा'तील पुढील ओवी पहा-

'साहित्याचिया खेडकुळिया : सुदेशा बोलांचिया चिपोळिया :
सिंपणे खेळती सांवळिया : रसवृत्तीसी ।।२६।।'

पंधराव्या शतकात होऊन गेलेल्या संतोषमुनी कृष्णदास या कवीने, तर आपल्या रुक्मिणी स्वयंवरात सर्व भाषांची जननी म्हणून मराठीचा गौरव करताना-

'मऱ्हाटी स्त्रीलिंग वाक्य : आनि संस्कृत तंव नपुंसक :
म्हणौनि बाळकत्त्व आइक : तयासीच साजे ।।'

असे म्हटले आहे.

संस्कृत हे मराठीचे अपत्य, अर्थात मराठी ही सर्व भाषांची जननी हे ओघाने आलेच. भगवतीकथाकार गोपाळकवी 'मराठी' सर्वसामान्यांची कशी आहे हे सांगताना म्हणतो-

'सर्व सिद्धान्ताची कसवटी : महाअर्थीची राहाटी :
म्हणौनि नाव मऱ्हाटी : प्रसिद्ध जगी ।।'
(गोपाळकवीकृत भगवतीकथा)

संस्कृत म्हणजे 'आडीचे नीर'. तृषावंताला त्याचा उपयोग काय? पण मराठी तशी नसून सर्व जगासाठी 'मुक्त जीवन' आहे असा विचार मांडताना ते म्हणतात-

'संस्कृत शब्द उच्चार:सर्व जगी न घडे व्यापार
जैसे मार्गी आडीचे नीर: तृषावंतासि।
तैसे नव्हे मऱ्हाटी गंगा: ते मुक्त जीवन सर्व जगा
आणि पापक्षाळणि प्रसंगा:पवित्रपणे।'

स्वत:चे 'संपूर्णत्त्व मराठीपण' सांगताना अवचितसुत काशी म्हणतो,

'मऱ्हाटी टिका देशभाषा मऱ्हाटी : मऱ्हाटी कुळी जन्मवाणी मऱ्हाटी ।
गुरूग्रंथही सेविला म्या मऱ्हाटी : करावी क्षमा न्युनते पूर्ण दृष्टी ।।'
(द्रौपदी स्वयंवर)

ग्रंथरचनेसाठी आपण 'मराठी'च का निवडली, संस्कृत का नाही? या प्रश्नाचे उत्तर देताना संस्कृत व मराठीची नकळतपणे तुलना केली जाते आणि मराठी कशी श्रेष्ठ हे दाखवले जाते. कवी पंडित दामोदर सांगतात –

'संस्कृत अचाट । उच्चारिता खष्ट ।
पर मऱ्हाटीया वाचा नीट । सांगैन मी ।।१७६६।।'
(पद्मपुराण)

अशा प्रकारे मराठी भाषाभिमान आख्यान काव्यांतून व्यक्त होतो.

श्रीचक्रधरोक्त श्रीकृष्णचरित्राचा प्रभाव :

श्रीचक्रधरांच्या आठवणींचा संग्रह असलेल्या 'लीळा चरित्रा'मध्ये एकांक, पूर्वार्ध, उत्तरार्ध या मुख्य विभागाशिवाय 'द्वापारीच्या लीळा', 'सह्याद्रीच्या लीळा' असे काही विभाग आहेत. श्रीचक्रधरस्वामी स्वत:ला श्रीकृष्णाचाच अवतार मानीत. त्यांच्या अनुयायांना कधीकधी साक्षात 'श्रीकृष्णदर्शना'चा आनंद मिळे.

अनुयायांना शिकवण देताना पूर्वचरित्राची आठवण देत. द्वापारयुगातील श्रीकृष्ण अवताराच्या लीळा, क्रीडा वेळप्रसंगी शिष्यांना सांगत. त्यांचा अंतर्भाव 'द्वापारीच्या लीळा' या प्रकरणात आहे. 'द्वापारीच्या लीळा'चे जर आपण अवलोकन केले, तर असे लक्षात येते की, श्रीचक्रधरांनी सांगितलेले 'श्रीकृष्ण चरित्र' हे काही प्रमाणात रूढ भागवतातील श्रीकृष्ण चरित्रापेक्षा वेगळे आहे. तोच श्रीकृष्ण चरित्राचा धागा महानुभावीय आख्यान कवींनीही पकडलेला दिसतो.

भागवतात, पुराणात वर्णिलेला 'पारंपरिक श्रीकृष्ण' थोडासा बाजूला सारून श्रीचकधरोक्त श्रीकृष्ण आणि त्याच्या लीळा आख्यानातून वर्णिल्या आहेत. आख्यानकर्त्यांनी श्रीचक्रधरोक्त श्रीकृष्ण चरित्राच्या प्रभावाखाली येऊन स्वतंत्र पात्रनिर्मिती केली.

संतोषमुनी कृष्णदासाने सुदेव ब्राह्मण व भावकळना हे पात्र 'रुक्मिणी स्वयंवरा'त आणले. सुदेव ब्राह्मण हा फक्त रुक्मिणीस श्रीकृष्ण आल्याची वर्दी देणारा निरोप्या एवढेच त्याचे स्थान भागवतात व इतर पुराणांत आहे. भावकळना कोणत्याही पुराणांत नाही. तरीही या पात्रांचा वावर संपूर्ण रुक्मिणी स्वयंवर कथेत होताना दिसतो.

श्रीचक्रधरांनी सुदेवास आणखी काही कामे केल्याचे श्रेय दिले आहे. (जे भागवतात नाही) रुक्मिणीने दिलेले रुखवत श्रीकृष्णाकडे पोहोचविण्याची जबाबदारी सुदेवावर सोपवली. श्रीकृष्णाच्या सांगण्यावरून अंबिकेच्या देवळात रुक्मिणी दर्शनास आली पाहिजे असे ठरविले. त्यानेच रुक्मिणीस श्रीकृष्णाच्या स्वाधीन केले असे सांगितले. संतोषमुनीचे हे कृत्य श्रीचक्रधरांनी वर्णिलेल्या श्रीकृष्णचरित्राला अनुसरूनच आहे.

रुक्मिणीच्या अनेक सख्यांपैकी 'जवळ'ची असणारी सखी म्हणून भावकळना नामक सखीला संतोषमुनीने पुढे आणले आहे. रुक्मिणीच्या विरहावस्थेत ती पुढे आली आहे. रुक्मिणीच्या प्रत्येक भावनांशी ती एकरूप झाली आहे. ती रुक्मिणीच्या संकटाला धावून येणारी, वेळोवेळी सल्ला देणारी, चाणाक्ष, दूरदृष्टीची व नम्र अशी आहे. रुक्मिणीची विरहावस्था पाहून तिने रुक्मिणींशी हितगुज केले व सुदेवास बोलावणे पाठविले. सर्व नियोजन, प्रश्नांची सोडवणूक तीच करते.

महानुभावीय 'रुक्मिणी स्वयंवरा'चे आणखी एक विशेष वेगळेपण म्हणजे त्यात येणारे कल्याणकीर्ती किन्नराचे उपाख्यान. नरिंद्रासह बहुतेक सर्व आख्यानकवींनी ते आपापल्या काव्यात आणले आहे.

महानुभावीय कवींनी कल्याणकीर्ती भाट व त्याला मधुवनात भेटलेला शापभ्रष्ट वेदघोष म्हणजेच किन्नर याचा उपयोग करून घेतलेला आहे. हे सर्व कवी आपण हा वृतान्त (किन्नराचे उपाख्यान) पद्मपुराणातून घेतल्याचे सांगतात पण तेथेही तो आढळत नाही. यावरून 'महानुभावांचे पद्मपुराण स्वतंत्र असून ते कोणत्याही संस्कृत ग्रंथाच्या आधारे रचलेले नाही'[१३] हे डॉ. कोलत्यांचे मत लक्षात घ्यावे लागते.

म्हणजेच रूढ श्रीकृष्णचरित्रापेक्षा महानुभावांचे श्रीकृष्णचरित्र थोडेफार वेगळे आहे जे श्रीचक्रधरांनी स्वत: सांगितलेले आहे. ते श्रीकृष्णचरित्र महानुभावांसाठी 'प्रमाण' म्हणून समोर आले, तत्त्वज्ञान म्हणून समोर आले. त्याचा प्रभाव आख्यानकाव्यांतील रुक्मिणी स्वयंवरांवर पडलेला दिसतो.

प्राचीन कालखंडातील बहुतांश वाङ्मय हे विशिष्ट पंथाच्या प्रचार-प्रसारासाठी लिहिले गेलेले आढळते. किंबहुना त्या पंथाचा, संप्रदायाचा, पंथ प्रवर्तकाचा, तत्त्वज्ञानाचा

---

१३. नरिंद्रकृत रुक्मिणी स्वयंवर प्रस्ता. - पृ.२५-२६

प्रभाव त्या त्या वाङ्‌मयावर पडणे स्वाभाविक आहे. महानुभाव पंथाचे साहित्यही त्यास अपवाद नाही (मग ते सातीग्रंथ असतील अन्यथा स्फुट अशा चौपद्या). महानुभावाचे तत्त्वज्ञान सांगणारे 'ज्ञानप्रबोध', 'मार्गप्रभाकर', 'दर्शनप्रकाश', 'ज्ञानदर्पण' आणि 'ज्ञानमार्तंड' आदी तत्त्वज्ञानपर स्वतंत्र ग्रंथ, तर आहेतच ज्यांचा उद्देशच महानुभावांचे तत्त्वज्ञान सांगणे आहे. पण महानुभावांच्या अथांग पसरलेल्या साहित्यसागरातही त्या ग्रंथाच्या कथानकानुषंगाने श्रीचक्रधरस्वामींचे तत्त्वज्ञान डोकावताना दिसते. नरिंद्राच्या रुक्मिणी स्वयंवरासारख्या महाकाव्यापासून ते चौपद्या, आरत्या यांसारख्या स्फुटरचनेपर्यंत महानुभावांचे तत्त्वज्ञान कुठे ना कुठे तरी आलेले आहेच.

महानुभावीय आख्यानकाव्यातही महानुभावांच्या तत्त्वज्ञानाचे दर्शन आपणास होते. 'आख्याना'च्या मूळ कथानकाला छेद न देता, बाधा न येऊ देता श्रीचक्रधरप्रणीत तत्त्वज्ञान वाचकांवर, श्रोत्यांवर ठसवण्याचा प्रयत्न आख्यानकर्त्यांनी केला आहे आणि काही प्रमाणात तो यशस्वीही झाला आहे. 'श्रीकृष्णभक्ती ही श्रेष्ठ आहे आणि इतर देवतापूजन निरर्थक आहे' अशा महानुभावांच्या तत्त्वप्रणालीचा रेटा कवींनी स्वयंवरकाव्यातसुद्धा चालवला आहे. ग्रंथकर्त्यांनी श्रीकृष्ण-रुक्मिणीच्या विवाहात 'मराठीचा अभिमान' व्यक्त केला आहे. अशा प्रकारे आख्यानकाव्यातून महानुभावीय तत्त्वदर्शन होत असले तरी काही ठिकाणी मात्र तत्त्वज्ञानाला बाधा येतील, असे उल्लेख आढळतात. काही अपवादात्मक ठिकाणी असा प्रकार झाल्याचे दिसते.

आख्यानकाव्याच्या रूढी-प्रथेप्रमाणे ग्रंथाची सुरुवात करताना महानुभावांनी 'पंचकृष्णा'ला वंदन जरी केले असले, तरी श्रीगणेश, सरस्वती या देवतांचाही उल्लेख त्यांनी केला आहे. नरिंद्रांनी 'रुक्मिणी स्वयंवर' या काव्यात देवतांचा उल्लेख केला आहे. 'आठ सैंवर' या आख्यानाच्या मंगलाचरणात 'अन्य देवतां'चा उल्लेख येतो. वस्तुतः महानुभावांना तसे करण्याची आवश्यकता नव्हती. या संदर्भात सफाई देण्यासाठी कोणी म्हणेल की अन्य देवतांचा केवळ उल्लेख तर केला आहे, नमन तर पंचकृष्णालाच केले आहे. परंतु श्रीचक्रधरांवर निस्सीम श्रद्धा असणाऱ्या महानुभावांना तशी करण्याची आवश्यकता नव्हती ना!

याहून पुढे जाऊन 'द्रौपदी स्वयंवर' लिहिणाऱ्या काशीदासाने, तर ग्रंथारंभी गणराजाधिराजालाच नमन केले आहे.

महानुभावांनी अन्य देवतांची भक्ती नाकारताना रामालासुद्धा नाकारले आहे. राम आणि श्रीकृष्ण यात भेद केला आहे. राम हा विष्णूच्या दहा अवतारांपैकी एक, तर श्रीकृष्ण हा साक्षात परमेश्वराचा अवतार असे पंथीय तत्त्वज्ञान सांगते; परंतु 'शल्य पर्वा'त नवरसनारायणाने मात्र 'राम-कृष्ण भेद' या पंथीय तत्त्वप्रणालीलाच

तडा दिला आहे. त्याने राम-कृष्ण यात अभेद असल्याचे सांगितले आहे. 'बलराम' या शब्दाऐवजी 'राम' असाच शब्द योजला आहे.

राम आणि कृष्ण यांच्या ऐक्यावर किंवा मूलभूत एकत्वावर भर देऊनच कवी थांबत नाही, तर रामावतारातील अन्य संप्रदायांत रूढ अशा काही पूर्वप्रसंगांचाही तो दाखला देतो-

'तुम्ही हनुमंतासी भेटी दिधली
रजकाचि फेडी फेडीली ॥'

अकराव्या प्रसंगात बिभीषण श्रीकृष्णास पूजेसाठी लंकेत आणतो, तेव्हा श्रीकृष्णाचे रूप पाहिल्यावर त्यास 'पूर्वस्थिती' आठवते-

'नेहाळून पाहिले वदने । तव तेथे रामरूप देखिले संपूर्ण ।
करी दंड धनुष्यबाणें । पूर्वस्तीती देखिली ॥'

श्रीकृष्ण हा पूर्णावतार असल्याचे महानुभाव पंथ मानतो. तथापि 'शल्य पर्व' मात्र राम आणि कृष्ण या दोन्ही अवतारांतील अभेद असल्याचे वर्णन करतो तेव्हा त्याच्या महानुभावत्वाविषयी शंका उपस्थित होते.

अशाच पद्धतीचे 'डंगवै पुराण' नावाचे, महानुभाव तत्त्वज्ञानाचा लवलेश नसलेले पण महानुभावाच्या पोथीसंग्रहात आढळणारे एक विचित्र पुराण. हे लोककथेवर आधारित आहे. यात महानुभाव मताचा जसा पुरस्कार केला नाही तसाच अन्य मताचाही केला नाही.

अशा प्रकारे महानुभावांच्या तत्त्वसिद्धान्ताला धक्का लावणारे, काही अपवादात्मक ठिकाणे जर सोडली, तर एकंदरीत महानुभावीय आख्यानकर्त्यांनी पंथीय तत्त्वज्ञानाचा हिरिरीने पुरस्कार केला आहे. कथानकाच्या संदर्भातच बाधा न येऊ देता अगदी शिताफीने तत्त्वज्ञान जोडण्याचे कौशल्य त्यांनी दाखवले आहे. असे करण्यामागे असलेले त्यांचे मनसुबे काही प्रमाणात का होईना साध्य झाले, यात शंका नाही.

० ० ०

प्रकरण सहावे

महानुभावीय आख्यानकाव्याचे भाषिक सौंदर्य

प्रस्तुत प्रकरणात महानुभावांच्या आख्यानकाव्यांचा भाषिक अंगाने आस्वाद घेण्याचा प्रयत्न केला आहे. आख्यानकाव्यांतील वैविध्यता, विषयांची व्यापकता, विविध रसांचा परिपोष, त्यात आलेली स्थलवर्णने, कथानकांतील व्यक्तिचित्रण, क्वचित आढळणारा विनोद, अलंकार योजना या गोष्टी काव्यग्रंथाचे भाषिक सौंदर्य वाढवतात. कवीला असणारी बहुविध माहिती, त्यांचा व्यासंग, त्यांचे इतर भाषाविषयक ज्ञान काव्य सौंदर्यात आणखी भर घालते.

विषयातील विविधता

महानुभावांच्या आख्यानकाव्याचा वरवर विचार केला, तर असे लक्षात येते की, यातील बहुतेक काव्ये श्रीकृष्ण चरित्राशी निगडित आहेत. त्याही पुढे जाऊन जी विवाहकथेवरची आख्याने आहेत तीसुद्धा बहुतेक श्रीकृष्णाच्या विवाह कथेवरचीच आहेत. म्हणूनच की काय शं. गो. तुळपुळे यांनी 'महानुभावीय आख्यान कवितेचा विषय काही अपवाद वगळल्यास प्रारंभापासून एकच दिसतो व तो म्हणजे श्रीकृष्ण चरित्र'[१] असे थोडेसे अन्यायपूर्ण विधान केले आहे. अर्थात महानुभावांच्या आख्यानकाव्यात श्रीकृष्ण कथेचे अधिक्य असले तरी श्रीदत्तबाळक्रीडा, श्रीचक्रधरांचा हंसाबासोबतचा विवाह, सुदाम चरित्र, द्रौपदी विवाहाची कथा, शुकदेव चरित्राची कथा अशा अनेक कथा महानुभावांनी हाताळल्या, याकडेही दुर्लक्ष करता येत नाही. त्या कथानकाच्या अनुषंगाने मुख्य कथेला बाधा न येऊ देता काही इतर विषय कवींनी हाताळले आहेत. अर्थात ते दुय्यम दर्जाचे असतील. तरी पण कवीच्या कौशल्यामुळे आणि बहुश्रुततेमुळे अनेक विषयांची भर 'महानुभावीय आख्यानकाव्या'त पडली आहे. कवीला ज्ञात असणारी बहुविध माहिती विषयांच्या रूपाने बहुतेक काव्यग्रंथांतून आलेली आपल्या नजरेस येते.

---

१. महानुभाव पंथ आणि त्याचे वाङ्मय पृष्ठ २१७. - तुळपुळे शं. गो.

'रुक्मिणी स्वयंवर' कर्त्या कवी संतोषमुनी कृष्णदासांनी त्यांच्या काव्यात अनेक विषयांची, पदार्थांची, वनस्पतींची, देशांची माहिती दिली आहे. निरनिराळ्या वनस्पती, प्राणी, त्यांची वैशिष्ट्ये सुंदर रीतीने वर्णन केली आहेत. स्त्री-पुरुषांचा पोशाख, स्त्रियांचे अलंकार यांचे अप्रतिम वर्णन संतोषमुनींनी केले आहे. जेवणाच्या पंगतीचे वर्णन, त्यातील निरनिराळी उपकरणे, रांगोळ्यांची सजावट, दिव्यांची व्यवस्था वगैरे इतकी वास्तवतेने दाखवलेली आहेत की, राजेरजवाड्याच्या अशा प्रसंगाचा अनुभव स्वत: कवीने घेतला आहे, असे वाटते. जेवणाच्या वेळी कोणाचा कसा मान ठेवावा, त्याप्रमाणे त्यास पंगतीत स्थान आहे ही गोष्ट सांगण्यास कवी विसरत नाही. जेवणाच्या वेळी मेजवानीच्या प्रसंगाचा अनुभव नसलेल्या मंडळींची कशी कुंचबणा होते, ब्राह्मणांची भोजनप्रियता, त्याविषयी लोलुपता याविषयीचे मोठे खुमासदार वर्णन केले आहे.

आख्यानकात युद्धवर्णन करताना युद्धाचे प्रकार, वापरलेली शस्त्रास्त्रे, त्यांची नावे, सैन्यांची रचना या बाबी अगदी बारकाईने काही आख्यानकर्त्यांनी दिल्या आहेत. कवी नवरसनारायणाने 'शल्य पर्वा'तील अकराव्या प्रसंगात सांगितलेले युद्ध प्रकार पहा -

'पहिले तुंबळ यौद्धे जालें । दुसरे द्वंद्वयोद्धे रचले ।
तीसरे सैल्ये आरंभीले । वीर्वान महायुद्धे ॥११×६॥ '

तुंबळ युद्ध, द्वंद्वयुद्ध, सैल्ययुद्ध आणि शेवटी महायुद्ध असे प्रकार त्यांनी सांगितले आहेत.

सहस्त्रबाण, अर्धचंद्रबाण, सहस्त्रकिरणबाण, चक्रबाण, वायुबाण यांच्या साहाय्याने झालेली शरयुद्धे, वोडंबरीविद्या, चक्षुकीविद्या, ब्रह्मशक्ती, रुद्रशक्ती यांच्या साहाय्याने झालेली 'शक्तियुद्धे', दोही दळांचा आदळ आणि 'हाका सिहीन्नादाचा बंबाळ' आहे अशा दोन पक्षांच्या सैनिकांत रणांगणावर समोरासमोर झालेली युद्धे, रात्री 'दीवटीया-हीलाळ-चंद्रज्योती' लावून दुर्गावर केलेले हल्लेही कवीने वाचकांपुढे मांडले आहेत. 'शल्य पर्वा'त वर्णिलेले युद्धांचे प्रकार व इतर माहिती यावरून कवी नवरसनारायण प्रत्यक्ष युद्धभूमीवर होते की काय असे वाटते.

कवी नवरसनारायणाचे शल्य पर्व म्हणजे बहुविध माहितीचे आगारच होय. संधी मिळेल तिथे कवीने विविध विषयांचा तपशील दिला आहे. 'वज्रयोगिनीचे आढकुमर' असा उल्लेख येताच अष्टभैरव कोणते, त्यांची नावे, त्यांची वैशिष्ट्ये कवी लगबगीने सांगतात. दत्तसभेचे वर्णन करताना नारद आणि जय-विजय यांच्यात

संघर्ष झाला याविषयी वर्णन केल्यावर कवीने पुढे नारदाच्या शापामुळे जय-विजयाने कोणकोणते जन्म घेतले इथपासून शल्य पर्वापर्यंतचा इतिहास सांगितला आहे.

अंत्यसंस्काराचा उल्लेख आला की -

'मग प्रथम येती अग्नीडाग । दुसरा तो भूमिडाग ।
तिसरा जळडाग । वणडाग चवथा ।'

हे डागांचे चार प्रकार व त्याविषयीचे विवरणही शल्य पर्वात आले आहे. सर्व निरवानिरव झाल्यावर राजे-महाराजे आपापल्या देशास परत जाऊ लागले. तेव्हा कवी 'द्रुपद' दक्षिणेस, 'मछ' वैराटास, 'कासेखरू' वाराणसीस, कांतिभोज 'कास्मीरास' आणि कंभोज 'वैरागरास' गेला, हेही सांगतो. यातून वाचकाला विविधांगी माहिती उपलब्ध होते व त्यांच्या ज्ञानात भर पडण्यास मदत होते.

साहित्यशास्त्रात महत्त्वाची ठरणारी 'काव्यमुद्रिके'ची पंचवीस तत्त्वे 'भागवतीकथे'त गोपाळकवीनी सांगितली आहेत-

'तो नवरस आणि सोळा आंगे । ते काव्य महापवित्र सांगे ।
पंचविस तत्त्वे चाले मार्गे । सीद्धांत ठाया।। '
(गोपाळकवीकृत भागवतीकथा)

'शुकदेव चरित्रा'त कवी गोपीनाथांनी 'कामशास्त्रा'विषयीचे बरेच स्पष्टीकरण केलेले दिसते. ते मुळातून पाहणे इष्ट ठरेल.

अशा प्रकारे महानुभावीय आख्यानकर्त्यांनी मूळ कथानकाबरोबर विविध विषयांची माहितीही दिली आहे. काही ठिकाणी 'उपाख्याने' (जसे किन्नराचे उपाख्यान) सांगितले आहेत. यामुळे आख्यान कवितेच्या विषयाची वैविध्यता लक्षणीय ठरली आहे.

आख्यानकाव्याचा साज :

आख्यानकाव्य हा एक अतिप्राचीन असा वाङ्मयप्रकार आहे. मराठीत आख्यान कवितेने आपला वेलविस्तार तेराव्या शतकात वाढविला. महानुभाव वाङ्मयातील आद्य कवयित्री महदंबेच्या धवळ्यापासून आख्यान कवितेचा प्रारंभ होतो. पुढे महाकवी नरिंद्रकृत 'रुक्मिणी स्वयंवर', महाकवी श्रीभास्करभट्टकृत शिशुपालवध, पंडित दामोदरबासांचे वच्छाहरण आदींनी आख्यान कवितेचा प्रांत बहरलेला दिसून येतो. रुक्मिणी स्वयंवर, शिशुपालवध या काव्यग्रंथातील भव्य-दिव्यता, त्यांचे पांडित्य, कथानकाची विस्तृतता या बाबींमुळे काही अभ्यासकांना ती 'विदग्धकाव्ये' वाटतात.

परंतु एकंदरीत आख्यान कवितेची अनेक गुणवैशिष्ट्ये या आख्यानकात

उतरली आहेत त्यांचा विचार या ठिकाणी करावयाचा आहे.

१.कथानक :

आख्यानकाव्यात कथानक प्रधान असते. कथानक आकर्षक व परिणामकारक होण्यासाठी कवीकडे असणारे कथनकौशल्य फार महत्त्वाचे आहे. सर्वांना माहिती असणारेच कथानक आख्यान कवितेत असते. पण ती कथा कशी फुलविली जाते हे महत्त्वाचे आहे. महदंबेने 'धवळयां'त हाताळलेले कथानक सर्वपरिचित आहे. परंतु लोकधारेच्या प्रवाहात असणाऱ्या त्या कवितेत गोडवा वाटतो.

२. व्यक्तिदर्शन :

आख्यानकातील व्यक्ती जवळजवळ सर्वांच्याच परिचयाच्या असतात, असे असूनही त्यांचा स्वभाव, परस्परांतील क्रिया-प्रतिक्रिया यांची आंदोलने आख्यानकर्ता रंगवतो. शिशुपालवधातील शिशुपालाचे खलनायकत्व श्रीभास्करभट्टांनी छान रंगविलेले आहे. श्रीकृष्ण सर्वांना परिचित असूनही प्रत्येक कवीने तो आपापल्या आख्यानांत अगदी नवीन व वेगळया पद्धतीने वाचकांपुढे सादर केला आहे.

३. नवीन पात्रनिर्मिती :

बहुतेक कवींनी भागवत, पुराण आदींचा आधार काव्यनिर्मितीसाठी घेतला असला तरीही काही कवींनी मात्र स्वत:च्या प्रतिभा सामर्थ्याच्या बळावर नवीन पात्रनिर्मिती केली आहे. महाकवी नरिंद्राने 'रुक्मिणी स्वयंवरा'त नवीन पात्रे आणली आहेत. किनरपक्षी आणि सुदेव ब्राह्मण यांना भागवतात स्थान नाही. नरिंद्राने ती उभी केली आहेत. तसेच कवी संतोषमुनी कृष्णदासांनी रुक्मिणीच्या अनेक सख्यांपैकी एक असणारी 'भावकळना'नावाची सखी रुक्मिणी स्वयंवरात आणली आहे.

४.रसाविष्कार :

आख्यान कवितेत रसाविष्कार अगदी ओसंडून वाहत असल्याचे आपल्या लक्षात येते. महानुभाव कवींनी तर रसांची अगदी लयलूट केली आहे. यात 'भक्तिरस' मुख्य असला तरी शृंगाररसही काव्यास काही बाधक नाही, हेही त्यांनी दाखवून दिले आहे. वीर, हास्यरस आदी रस तर आलेच आहेत.

५.चित्रात्मकता आणि वर्णन सामर्थ्य :

शब्दांच्या साहाय्याने प्रसगांची, घटनांची व व्यक्तींची वर्णने, चित्रे वाचकांच्या हृदयपटलावर हुबेहूब उभे करण्याचे सामर्थ्य आख्यान कवीत असते. श्रीभास्करभट्टांचे यमुनावर्णन, वृंदावन वर्णन, तर संतोषमुनींनी केलेले द्वारका वर्णन पाहत राहावे, (केवळ वाचत राहावे असे नाही) असे आहे.

६. नाट्यात्मकता :

आपल्या काव्याला आकर्षकता प्राप्त करून देण्यासाठी नाट्यभाव दर्शविण्याचा भरपूर उपयोग होतो. 'शिशुपालवधा'तील अग्रपूजेचा प्रसंग, तसेच 'धवळ्या'तील माडीवरून झेप घेऊ पाहणाऱ्या रुक्मिणीची अगतिकता या प्रसंगातील नाट्यात्मकता अधिक परिणाम करून जाते.

अशा प्रकारे महानुभाव कवींनी रचलेल्या काव्यग्रंथांना आख्यान कवितेचा साज अगदी उत्तम पद्धतीने चढविला आहे.

कल्पनाविलास :

महानुभावीय आख्यान कवितेच्या निर्मितीमागे 'भक्ती' ही प्रेरणा असली तरी त्यातील वाङ्मयीन सौंदर्यही नजरेत भरण्यासारखे आहे. बहुतेक महानुभाव कवी संस्कृतचे जाणकार, विद्वान पंडित असल्यामुळे त्यांची कल्पनाशक्ती ठिकठिकाणी बहरलेली दिसते. त्यांनी निर्माण केलेल्या कल्पना अप्रतिम आहेत.

कवी श्रीदामोदर पंडितांनी 'वच्छाहरणा'मध्ये आपल्या कल्पना-सामर्थ्याला विषयाच्या अनुषंगाने आकार देऊन त्यात रमणीयता निर्माण केलेली आहे. वृंदावनात वर्णन करताना कवीची कल्पना तेथील वृक्षाप्रमाणेच बहर घेते-

'तरुची देखौनी नम्रता : मुनीजन विस्मोपावता:
म्हणाल फलपुष्पी पुजा करता: चरण कमळासी ॥'
(श्रीदामोदरकृत वच्छाहरण)

वृंदावनाचा दाट निळा वर्ण जणु काही आकाशात प्रतिबिंबित होत आहे आणि प्रतिबिंबित झालेले फुले जणू काही तारांगणा होत हे सांगताना तो म्हणतो,

'कि दिस असता तारा न दिसे : ते उणे फेडावया दोसे:
वनश्रीया वेढिले जैसे : अंबर नक्षत्रिसी:'
(श्रीदामोदरपंडितकृत वच्छाहरण)

'शिशुपालवधा'तील श्रीभास्करभट्टाने केलेली कल्पना अगदी अत्युच्च आहे. त्यांनी श्रीकृष्ण-गोपिकेच्या 'जलक्रीडे'चे वर्णन केले आहे. जलक्रीडा संपल्यानंतर सर्व गोपिकांनी आपला मोकळा सोडलेला केशकलाप आवळला. त्यावेळी त्या केसांतून पाण्याचे थेंब टपकू लागले. याविषयी कवी म्हणतो,

'नितंब अलिंगना सुखावले : बांधता आसुवे गळो लागले

तेवि केशकळाप मीरवले : उदक बिंदुस्तव ॥७२१॥'
(श्रीभास्करभट्टकृत शिशुपालवध)

आतापर्यंत नितंबाच्या आलिंगनाने जे सुखी झाले होते तेच केस त्यांना बांधून टाकताच, नितंबसुख दुरावल्यामुळे त्यातून निथळणाऱ्या उदकबिंदूच्या रूपाने जणू काय डोळ्यातून अश्रू गाळायला लागले.

रुक्मिणीचा निरोप श्रीकृष्णापर्यंत पाठवून देणे आणि श्रीकृष्ण-रुक्मिणीची भेट घडवून आणणे या कामी सुदेव भट महत्त्वाची भूमिका बजावतो. त्याच्या या उपकाराची परतफेड कशी करू अशी कृतज्ञता रुक्मिणी व्यक्त करते आणि म्हणते,

'ताता तुज देयावे काई । कवणे परी होईल उतराई
दुसरा श्रीकृष्ण असता जैंई । तरि देतिए तुज ॥ '
(नृसिंहकृत रुक्मिणी स्वयंवर)

नृसिंहाच्या कल्पनेची भरारी थक्क करणारी आहे.

वनसृष्टीतील वसंत ऋतूचे वर्णन करताना 'लक्ष्मणा स्वयंवरा'मध्ये कवी डिंभाने दामोदर पंडिताप्रमाणेच कल्पनाशक्ती वापरली आहे.

'कैसे सुंदर मनोहर: पारिजातकांचे उदर:
नाभिमिरवे गंभीर : पाडळजांची ॥२५॥'
'केतकीचे हात सरळ: तेचि अजाणबाहू विशाल:
आंगुळिया सकोमळ : अशोक मंदारांचिया ॥२७॥'
(कवी-डिंभकृत लक्ष्मणा स्वयंवर)

'शल्य पर्वा'त नवरसनारायणाने केलेले प्रसंगवर्णन वाचताना मन:चक्षूंपुढे विविध कल्पनांचा समुच्चय उभा राहतो. या संदर्भात 'भीमसेन युद्धास निघाला' एवढाच प्रसंग कवीने कसा रंगविला आहे तो पाहा -

'जैसा काळ खवळीला । की आगाधें आगाध उचंबळला ।
तैसा समरंग निघाला । वीरभीमसेणू ।
की मेरू पर्वताचा कडा । चरणचाली चाले देव्हाडा ।
तैसा भीमवीर नीजगडा । महावीर अचाट। ।'

समुच्चयामध्ये न गुंफलेल्या स्वतंत्र कल्पनांनीही कवीचे कल्पनाविश्व तुडुंब भरले आहे. युद्धामध्ये भीम धारातीर्थी पडल्यावर धर्म कसा निष्प्रभ वाटू लागला याचे

वर्णन नवरसनारायणाने केले आहे -

'जैसा कळाहीन चंद्र। नाना ग्रही दिसे तमिंद्र ।
की अगस्ति सोखीला समुद्र । तैसा दीसे धर्म ।

अशा प्रकारे पदोपदी, प्रसंगप्रसंगात, ओवीओवीगणिक कवींची कल्पनाशक्ती बहरत जाते आणि पर्यायाने आख्यान उत्तरोत्तर रंगत जाते.

व्यक्तिचित्रण :

कथानकाचा विस्तार करीत असताना 'आख्याना'च्या मुख्य नायक-नायिकेबरोबरच इतरही काही पात्रे त्यात येत असतात. महानुभावीय कवींनी केलेले व्यक्तिचित्रण त्या पात्रांचे कथेतले स्थान दाखवून देते. कथानकातील त्या व्यक्तींचे स्थान, त्याचा स्वभाव, प्रसंग या अनुषंगाने व्यक्तिचित्रण आले आहे.

श्रीकृष्ण :

श्रीकृष्ण हे महानुभावांचे परम श्रद्धास्थान. म्हणून तर महानुभाव कवींची अधिकतर आख्यानकाव्ये श्रीकृष्णचरित्रावर आधारित आहेत. तरी पण त्यातून येणारे श्रीकृष्णवर्णन मात्र अगदीच एकसारखे नाही. ग्रंथपरत्वे 'श्रीकृष्णा'चे व्यक्तिचित्रण थोडेसे भिन्न झालेले आपल्या लक्षात येते. बाळक्रीडेत येणारा 'बाळकृष्ण', गोपिका स्वयंवरात गोपिकांबरोबर क्रीडा करणारा 'सखाकृष्ण', रुक्मिणी स्वयंवरातील 'प्रेमिया कृष्ण', शिशुपालवधातील 'योद्धा कृष्ण' असे श्रीकृष्णांची निरनिराळी रूपे आख्यानकाव्यांतून आलेली वाचकांस दिसतात. कवी नरिंद्र, संतोषमुनी, महदंबा इत्यादी आख्यानकर्त्यांनी श्रीकृष्णाच्या शरीरसौंदर्याचे वर्णन करताना बत्तीस लक्षणांनी युक्त असा श्रीकृष्ण दाखवला आहे. श्रीकृष्णाचे रूप इतके सुंदर आहे की रुक्मिणी श्रीकृष्णास पहिल्यांदा पाहण्यासाठी छतावरून खाली उडी मारण्यासाठी तयार होते. कौंडिण्यपुरातील नरनारी श्रीकृष्णाचे रूप न्याहाळण्यासाठी गर्दी करतात त्याचे वर्णन कवी संतोषमुनींनी असे केले आहे -

'ऐसे येरा येरा पुढा रीगती : सबक नी बळाते मागा घालीती
देवा पहावया आनंद मूर्ति : लोटती ऐकमेंका ॥७३॥'

श्रीकृष्ण परब्रह्म परमेश्वर अवतार असले तरी त्यांच्या ठिकाणी व्यवहारकुशलताही दिसून येते. जेव्हा सुदेव रुक्मिणीने दिलेली प्रेमपत्रिका घेऊन द्वारकेस येतो, तेव्हा मानवी व्यवहार लक्षात घेऊन त्याचे स्वागत, पूजा ते करतात, त्याच्या येण्याचे प्रयोजन विचारतात

‘पुनरपि देवो पुसती सुदेवाते : तुम्ही कवणे काजे आलेति इथे
ते सांघावे नीरूते : झडकरूनि ॥१२०४×१४॥’
(कवी नरिंद्रकृत रुक्मिणीस्वयंवर)

श्रीकृष्ण महाराज वीरशिरोमणी आहेत. रुक्मिणी स्वयंवरातून श्रीकृष्णाच्या अद्‌भुत अशा वीरतेचे दर्शन आपणास होते. कौंडिण्यपुरात श्रीकृष्ण महाराजांचे आगमन होताच सर्व शत्रुदल भयभीत होते.

रुक्मिणी :

‘विवाहविषयक आख्याना’तून रुक्मिणीचे आलेले चित्रण वाचकाच्या पसंतीस उतरले आहे. श्रीकृष्ण-रुक्मिणीचे प्रेम म्हणजे भक्त-ईश्वराचे ऐक्य होय असे कवींनी वर्णन केले असले, तरी स्वयंवराच्या कथेची नायिका असलेल्या रुक्मिणीच्या सौंदर्याचे वर्णन करायची संधी कोणत्याही कवीने सोडली नाही.

त्रिखंड फिरून आलेला भाट, किन्नर जेव्हा रुक्मिणीचे अद्वितीय सौंदर्य पाहतो, तेव्हा तो आश्चर्यचकित होतो. या त्रिभुवन सुंदरीचे, लावण्यवतीचे वर्णन करताना आद्य कवयित्री महदंबा म्हणते,

‘भीमका घरी देवा सौंदर रूक्मिणी लावण्यरासी ।
त्रीलोकमोहिनी त्या वीनती पाठविली ॥२१॥’
(महदंबेचे धवळे-पूर्वार्ध)

पाहणारा प्रत्येकजण रुक्मिणीच्या सौंदर्याच्या मोहात पडतो. अंबिकेच्या मंदिरातून जेव्हा ती दर्शन घेऊन बाहेर पडते तेव्हा पाहताक्षणीच सर्व वीरांच्या हातांतील शस्त्रे गळून पडतात आणि सर्वजण पाहतच राहातात-

‘हातीचे गळीनले हातीयार
लावण्यास लुब्धले महावीर ॥९७९×१९॥’
(नरिंद्रकृत रुक्मिणी स्वयंवर)

श्रीकृष्णास प्राप्त करण्याची तडफ तिच्यात आहे तन-मन-धन ती ईश्वरास अर्पण करते. रुक्मिणी पूर्णपणे श्रीकृष्णास शरण आली आहे. हेच तिचे सर्वश्रेष्ठ मूल्य आहे -

‘तरी प्राण तेजील हा गीरधारू... देवी वियोग न साहे ॥१०८×१२॥’
(संतोषमुनीकृत रुक्मिणी स्वयंवर)

रुक्मिणी एक विरहिणी आहे. तरीही ती उतावळी नाही. कवींनी रुक्मिणीच्या चतुरतेचे आणि विनम्रतेचे दर्शन घडवले आहे. श्रीकृष्णाला प्रेमपत्रिका पाठवताना ती सुदेवला गुप्तता पाळायला सांगते. यातून तिचा स्त्रीच्या अंगी असणारा लज्जाभाव व्यक्त होतो. प्रेमपत्रिकेतून ती श्रीकृष्णमहाराजास रक्षण करण्याची विनम्रतापूर्वक याचना करते. माता-पित्याचा, मोठा भाऊ रुक्मीचा ती आदर करते. या वर्णनातून रुक्मिणीच्या अंगी असणारे भारतीय स्त्रीचे रूप वाचकांसमोर येते.

कंस :

'श्रीकृष्ण बाळक्रीडे'मध्ये कंसाचे वर्णन आले आहे. मुरारीमल्लाने 'कंसमामा'चे व्यक्तिचित्रण केले आहे. प्रारंभी स्नेहशील असलेला कंस अशरीरिणी वाणीच्या श्रवणाने बिथरतो-भनकतो कसा आणि नंतर भयग्रस्त क्रूरकर्मा बनतो कसा, याची कथा प्रसंगा- प्रसंगांतून खुलत राहते. कंसाच्या आशा-निराशांचे चढ-उतार, स्वपक्षीयांच्या बडिवाराचा त्याला आलेला तिटकारा, त्यांचा त्याने केलेला उपहास हे सारेच आत्मलक्षी, अहंकारी, सत्तांध व्यक्तीच्या अंतरंगावर प्रकाश टाकणारे आहे.

भीम :

नवरसनारायणाच्या 'शल्य पर्वा'मध्ये आलेला भीम प्रचलित महाभारतापेक्षा थोडासा वेगळा दाखविला आहे. धर्म जेव्हा बळीराजास शरण जाण्याविषयीचा 'सात्त्विक' विचार सांगतो, तेव्हा भीम अत्यंत क्रुद्ध होतो आणि म्हणतो,

'वैरीयासी शरण जाणे । हें ती दीसे लाजीरवाने ।
तयापस्ये होये मरनें । तेची महाउत्तम ॥५००×५॥'

धर्माच्या सात्त्विक वर्तनामुळे पांडवांना जे दुःख भोगावे लागले त्याची जाणीव तो धर्मास करून देतो. 'धर्मा तुझीये बुधी लागता' आम्हा सर्वांना वनवासाचे कष्ट भोगावे लागले. वस्त्रहरणासारख्या प्रसंगी 'आमचा माथा तुवांचि लाजविला' या शब्दांत तो धर्माचा निषेध करतो.

'शल्य पर्वा'मध्ये येणारा भीम परंपरागत भीमापेक्षा थोडासा वेगळा असला तरी भीमाचे शौर्य मात्र वाखाणण्यासारखे आहे. भीम-अश्वत्थामा युद्धात त्याचा प्रत्यय येतो.

'क्लीब बैसुनि उंबरवटी । साधीजती पुरूषार्थाचिया गोष्टी।
तैसी प्रतापाची वेठी । अस्वत्थामयाची दीसे ॥'

ही भाषा भीमातील वीरता प्रदर्शित करते.

नवरसनारायणाने 'शल्यपर्वा'मध्ये भीमाबरोबरच शल्य, धर्म, अश्वत्थामा आदी पात्रेही रंगविली आहेत. 'चंद्रावळी आख्याना'त कवी गोपाळदासाने चंद्रावळीचे आणि तिच्यासोबत असणाऱ्या गोपिकांचे स्वभावचित्रण केले आहे. 'उशिरा घरी येण्यामुळे' चंद्रावळीवर तिची सासू व नणंद संशय घेतात. त्यप्रसंगी व्यक्त होणाऱ्या तिच्या स्वभावविशेषांचे कवीने वर्णन केले आहे.

'ऐसे ऐकोनि क्षोभलि जळपलि जाळा जसी पेटली :
किंवा विज कडाडिली की व्याघ्रिणी खवळली ।
मही कि फुटली भुजंली उठली की लासीनी उठली ।
किंवा दिग्गजमंडळी चमकली कि कामिनी कोपली ।।५०।।'

जेव्हा चंद्रावळीसह मथुरेच्या बाजाराला जाण्यासाठी सर्व गोपिका निघतात तेव्हा त्या कशा चालतात याचे वर्णन कवीने केले आहे-

'येकि चालती ठावू ठमकत । येकि चालती झाक झमकत।
येकि चालती हंसचालिजे । येकि चालती गजगतीगुणे।
ऐकि बोलती नेत्र मोडूनि । गोष्ट सांगती हस्त हलवूनि ।
कांकणे करी झळकती चुडे । मुद्रिकावरी जडिले खडे ।।३९।।'
(कवी गोपालदासकृत चंद्रावळीआख्यान)

त्या त्या पात्रांच्या व्यक्तिमत्त्वाचा अंदाज महानुभाव कवींनी आपल्या आख्यानातून घेतला आहे.

स्वभावचित्रण :

आख्यानकाव्यात आलेली पात्रे त्यांच्या भिन्न स्वभावामुळे वाचकांच्या कायमस्वरूपी लक्षात राहातात. त्यांच्या वेगवेगळ्या स्वभावामुळे कथेत गुंतागुंत निर्माण होते, रंगही भरतो. कथेतील त्या पात्राचे स्थान, महत्त्व, प्रसंगानुरूप स्वभावात होणारा बदल याचे महानुभावांनी अगदी बारकाईने निरीक्षण केले आहे.

कवी संतोषमुनींनी 'रुक्मिणी स्वयंवरा'त भीमक, रुक्मी आदी पात्रांच्या स्वभावविशेषांचे वर्णन केले आहे. भीमकाचे श्रीकृष्णाविषयी असणारे प्रेम स्वाभाविक आहे. पण मनोदौर्बल्यामुळे त्याला रुक्मीच्या इच्छेस मानावे लागते. पण रुक्मीचा पराभव होतो त्या वेळेस त्याला झालेला मनोमन आनंद, इच्छा पूर्ण झाल्याचे समाधान या गोष्टी कवीने दाखविल्या आहेत.

रुक्मिणीचा वडीलबंधू रुक्मी हा या कथेचा खलनायक आहे. तो श्रीकृष्णाचा

अत्यंत द्वेष्टा, श्रीकृष्णाच्या शत्रूचा मित्र, अहंमन्य व आपली इच्छा मातापित्यांवर लादणारा आहे.

'नारायण...नारायण...' मंत्रघोष करीत अचानकपणे अवतरणारा देवर्षी नारद आणि शेंडी हलवत 'कळ' लावण्याचा त्याचा स्वभाव हा वाचकांच्या आवडीचा विषय. 'कळलाव्या नारद' ही त्याची जनमानसातील प्रतिमा सर्व काही सांगून जाते. बरे ! कळ लावल्याशिवाय त्यालाही चैन पडत नाही. बऱ्याच दिवसांपासून 'कळ' केली नाही म्हणून तो बैचेन असतो त्याचे चित्रण कवी संजीवन अनंतप्रसादे यांनी केले आहे.

'कळी नाही बहुत दीवस : पडले असति उपवास
नारद एइल डंगवै देसास: कळी भर्वसेन लावील ॥८५×१॥'

महाभारतातील आणखी एक कुप्रसिद्ध पात्र म्हणजे 'शकुनीमामा'. त्याची कावेबाज वृत्तीच पांडव-कौरव युद्ध पेटण्यास कारणीभूत ठरली. त्याची ही वृत्ती सगळेजण ओळखून होते. एका प्रसंगात लक्ष्मण त्याला म्हणतो -

'जाणीतले तुझे अंतऋणे : जैसे चर्मकुंडीचे वदने
तैसे तुझे मने : पापरूपा बुधीहीना ॥८०×४॥'
(संजीवन अनंतप्रसादेकृत डंगवै पुराण)

माणसाचा स्वभाव प्रसंगापरत्वे बदलत असतो. विशिष्ट प्रसंगाचा त्याच्या स्वभावावर परिणाम होत असतो. पार्थाला द्रौपदी देऊ इच्छिणाऱ्या द्रुपद राजाला पांडव द्यूतगृहात जळून गेले ही अनपेक्षित वार्ता समजते, तेव्हा तो मानवी स्वभावाप्रमाणे कौरवांना शिव्या घालतो.

'रे कौरवा कुरूपती जळनास कां तु ।
नष्टा रवळा - हृदहळाहळ जासका तु ॥'
(अवचितसुतकाशी कृत द्रौपदी स्वयंवर)

आख्यानकाव्यांतून येणारे स्त्रीस्वभावाचे चित्रण तर अगदी वाचनीय आहे. आख्यानकर्त्यांनी वर्णन केलेल्या स्त्रीयांच्या स्वभाव दर्शनातून एकंदरीतच स्त्रीयांच्या मानसिकतेचे दर्शन वाचकांना होते.

कवी संतोषमुनींनी रुक्मिणी स्वयंवरात भीमकाची राणी सुधामती हिच्या स्वभावाचे चित्रण केलेले आहे. पुराणात हिचा कोठेही उल्लेख नाही. ब्रह्मवैवर्तात हिचे

नाव सुभद्रा असे दिले आहे. ती भीमकाप्रमाणेच रुक्मिणी श्रीकृष्णासच द्यावी या मताची आहे. तिच्या स्वभावात कणखरपणा नाही, पण केवळ सदिच्छा आहे असे दाखवले आहे. रुक्मिणीस 'अंबालया'स पाठविण्याची भीमकाकडे ती परवानगी मागते व त्यात ती यशस्वी होते. स्त्रीसुलभ स्वभावाचे गुण वर्णन करणारे अनेक प्रसंग महानुभावीय आख्यानकाव्यांत आहेत. श्रीकृष्णाला न्हाऊ घालणाऱ्या रमणींची श्रीकृष्णाचे रूपयौवन पाहून झालेली अवस्था व ढळलेला तोल यातून त्यांचा स्वभाव व्यक्त होतो. तो स्त्रिस्वभाव एका स्त्रीनेच टिपला आहे-

'करचरण पोखीती नारी होतसे अमृताचा परिसावो :
यकि अलिंगन चींतीति यकी चीत्रीस्ता होऊनी पाहती श्रीमुख भावो:'
(महदंबेचे धवळे)

अशा भिन्न भिन्न स्वभावविशेषांच्या पात्रांमुळे संघर्ष निर्माण होतो आणि कथानकातील रंगत वाढत जाते.

निसर्गवर्णन :

आख्यानकर्त्यांनी जिथे जिथे संधी मिळेल तिथे तिथे स्वत:चे वर्णनकौशल्य पणाला लावले आहे. स्वत:च्या कल्पनाशक्तीच्या बळावर निसर्गातील सौंदर्याचा वेध घेतला आहे. श्रीकृष्ण चरित्राच्या निमित्ताने येणारे वृंदावन, यमुना नदी, गोपिकांच्या रासक्रीडेला उद्दीपित करणारा परिसर, कथानायिकेच्या शृंगाराला 'प्रवृत्त' करणाऱ्या निसर्गाचे वर्णन अनेक कवींनी केले आहे. कवींच्या बहारदार वर्णनाने निसर्ग आणखीनच बहरला आहे.

वृंदावनातील निसर्गसौंदर्याचे वर्णन करताना तेथील फुलाफळांनी लगडलेल्या वृक्षांचे वर्णन कवी दामोदर पंडितांनी केले आहे -

'कि दिस असता तारा न दिसे । ते उणे फेडावया दोसे ।
वनश्रीया वेढिले जैसे । अंबर नक्षत्रिसी ॥'
(श्रीदामोदरपंडितकृत वच्छाहरण)

याच पद्धतीचे वर्णन श्रीभास्करभट्टांनी केले आहे. द्वारकेच्या भोवती असलेली वने, उपवने आणि इंद्रप्रस्थातील श्रीकृष्णाचा निवास असलेले उपवन या दोन्ही ठिकाणचे वर्णन करताना प्रतिभाशक्तीचा पुरेपूर वापर कवीने केला आहे. बहुविध प्रकारच्या वृक्षवेलींनी उद्याने तुडुंब भरून गेली आहेत. घनदाट छाया देणारे आम्रवृक्ष, सोन्याच्या फुलांनी मदनाला पुजावे त्याप्रमाणे चाफ्याच्या ओळीच्या ओळी, डोलण्याचे निमित्त करून मालतीच्या वेलीस झोंबणारे कूर्वक वृक्ष, कामिनीच्या चरणप्रहाराची

इच्छा करणारे अशोक वृक्ष इत्यादींनी श्रीभास्करभट्टाची ही वनसृष्टी गजबजून गेली आहे. ही वने म्हणजे -

'ते वसंताचे मूळपीठ : किं परिमळाची उत्तरवेठ
नाते ओळले आबूठ : मकरंदाचे ।।६१५।।'
असे भासतात

महाकवी नरिंद्रांच्या 'रुक्मिणी स्वयंवरा'मध्ये ही अशा प्रकारचे निसर्गवर्णन आले आहे.

जेव्हा सुदेव ब्राह्मण द्वारावती-द्वारकेला पोहोचतो, तेव्हा त्याला दिसलेले वन, उपवन, वनातील वसंत ऋतूचा क्रीडाविलास, फळांनी लगडलेले वृक्ष, सुगंधित वृक्ष, सरोवर इत्यादींचे वर्णन कवी नरिंद्र, श्रीसंतोषमुनी, श्रीदामोदरपंडित आदींनी बहारदार बनविले आहे.

'तेथ अवघी कनकाची भुमी जाणा...' असे कवी संतोषमुनी म्हणतात. तिथे असलेल्या फळ, पुष्प तथा वृक्षांच्या जातीची तर गणती नाही. ही वने सदा श्रीकृष्णाच्या गुणवर्णनात तल्लीन झाली आहेत. त्या वनातील 'आम्रवृक्षा'चे कवीने वर्णन केले ते असे-

'सदाफळ आंबेयाचे एके: तेथ अम्र पंचमाचेनि अंसके ।
कोकिळा गाताति रूपके : राया गोविंदाची ।।७९१।।'
(कवी नरिंद्रविरचित रुक्मिणी स्वयंवर)

द्वारकेच्या या उद्यानवनात सुदेवभटाबरोबर महाकवी नरिंद्रही रमले आहेत-

'तेथीचेया पानाचे आगर कवण जाणे : आनीनी जातिची उसरणे
मुळा-साकरे मालखंडाचे घाणे: दीसती बना-भंवते ।।८५३।।'

वनातील निसर्गसौंदर्याबरोबरच यमुनेचे वर्णनही कवींनी केले आहे. आख्यानकाव्यातून येणारे यमुनावर्णन, तर अगदी विलोभनीय म्हणून उल्लेखता येते. यमुना ऊर्फ कालिंदी ही श्रीकृष्णाची प्रिय असणारी नदी आहे. तिचे उत्कट वर्णन कवी श्रीदामोदर पंडितांनी केले आहे –

'देखौनि श्रीचक्रपाणि । कैसी संभ्रमीत जालि तरंगीणि
कि आनंदली अंतष्कृणि । रोमांच दाटले ।।'

(श्रीदामोदरपंडितकृत वच्छाहरण)

द्वारकानगरीच्या सौंदर्यात भर घालणाऱ्या सरोवरांचाही निर्देश कवींनी केला आहे. सरोवरांचे वर्णन कवी नरिंद्रांनी असे केले आहे -

'तेथं समुद्री मोकलीले कटक : तैसे सैग सरोवर अन्यक
तुंब पाहता गादले उदक: तो जाला क्षीरसमुद्र ॥८२९॥'

सरोवराचा परिसर फुलाफळांनी लगडलेल्या हिरव्या गर्द वृक्षांनी गजबजलेला आहे. त्या वृक्षांच्या पानांची सळसळ, पाखरांचा किलबिलाट मन मोहून घेतो. पाऊस पडून उघडून गेला आहे. जमिनीवरचे लुसलुशीत गवत ओलंचिंब झाले आहे. नगरात दिवे लागणीची वेळ झाली आहे. सरोवराच्या काठावर बसून प्रेमाच्या गुजगोष्टी करण्यासाठी आलेल्या प्रेमी युगलांना परत जाण्याची घाई झाली आहे, त्यांची लगबग सुरू झाली आहे आणि तेव्हा सुरू होते महाकवी नरिंद्राचे सायंकाळ वर्णन. 'रुक्मिणी स्वयंवरा'तील सायंकाळचे वर्णन खरोखर कसोटीस उतरले आहे. हे सायंकाळचे वर्णन एवढे विलोभनीय बनले आहे की ते वाचताना वाचकास पहाट होऊच नये असे वाटते.

रुक्मिणी स्वयंवरात कवी नरिंद्रांनी निसर्गाच्या विविध अवस्थांचे सुंदर चित्रण केले आहे. महाकवी नरिंद्रांनी केलेले सायंकाळचे वर्णन दुसरा कोणी करूच शकत नाही. सायंकाळच्या सूर्यास्ताचे वर्णन करताना त्याच्या आकाशात पडलेल्या छटा आणि परावर्तित झालेली लालिमा याचे अनोखे वर्णन नरिंद्रांनी केले आहे. एकीकडे सूर्यास्त, तर दुसरीकडे चंद्रोदय, चंद्राची किरणे याचे आकर्षक वर्णन कवींनी केले आहे. सूर्यास्त, सायंकाळ, रात्रीचा अंधकार, चंद्रोदय, चांदणे या वर्णनात महाकवी नरेंद्रांनी आपली कल्पनाशक्ती मोकळी केली आहे -

'चंद्रबिंबाचा पाणिपात्री: चंद्रिकेचि वारूणि पवित्र वात्री।
पान करूनी रात्री: ढुलती चकोरें ॥५०८॥'

हा निसर्ग, निसर्गातील क्रिया-घटना या भावना उद्दीपित करणाऱ्या आहेत. विरहाग्नीत होरपळणाऱ्या रुक्मिणीची अवस्था, तर अतिशय बिकट होते. चंद्रोदयामुळे रुक्मिणीच्या हृदयात चिंता वाढीस लागते. त्याचे वर्णन महाकवी नरिंद्रांनी केले आहे-

'समोर चांदिणे देखोनि दिढी । लक्षियो सुटली चटपटी ।
म्हणे हा वडवानल न संडी पाठी । आमची ये क्षीराब्देचा ॥५२७॥'

१६१ / महानुभावीय आख्यानकाव्याचे भाषिक सौंदर्य

या निसर्गवर्णनात कवीला संभोगसुखाची जाणीव झालेली दिसते. वसंत ऋतूचा विलास पाहून तिथल्या वृक्षांनाही रती सुखाची आवड निर्माण होते-

'तया रितुरायेचे निरजे : कामीनीयाचा वेधु कव्हण नुपजे
झाडे डोह वैजताति माजे स्त्री सुरते भोगावे लागी ।।७६८।।'
(कवी नरिंद्रकृत रुक्मिणी स्वयंवर)

मूळ कथानकाला पोषक वाटणाऱ्या ठिकाणी कवींनी आपल्या कल्पनाशक्तीच्या बळावर निसर्गवर्णन अगदी सुंदरपणे केले आहे.

स्थलवर्णन :

महानुभावीय आख्यानातील स्थलवर्णने ही त्या त्या 'आख्याना'चे वैशिष्ट्यच म्हणावे लागेल. या स्थलवर्णनांचा रेखीवपणा सहजच आपले मन वेधून घेतो. जेथे जेथे म्हणून संधी सापडेल तेथे तेथे आख्यानकर्त्यांनी त्या संधीचे सोनं केल आहे आणि असे असूनही या स्थलवर्णनांनी कथाप्रवाह कुठेही खंडित झाल्याचे आढळत नाही. उलट या स्थलवर्णनामुळे त्या कथाप्रसंगाला उठावच आला आहे.

महानुभावीय आख्यानात श्रीकृष्णांचे निवासस्थान असलेल्या द्वारकेचे वर्णन सर्वत्र आलेले आढळते. 'देवाचिये नगरी' म्हणून बहुतांश कवींनी भावपूर्णरीत्या द्वारकेचे वर्णन केले आहे. सुदेव जेव्हा द्वारकेत प्रवेश करतो तेव्हा तिथे त्याला शोक, दुःख, मरण या गोष्टी दिसत नाहीत. सदाचारी आणि सत्यवचन बोलणाऱ्या लोकांचीच भेट त्याला होते.

श्रीकृष्ण महाराजांचे क्रीडास्थान असल्यामुळे द्वारकानगरी सत्य, कैलास, वैकुंठावरून श्रेष्ठ आहे. या संदर्भात आद्य कवयित्री महदंबेने -

'अमरावती सत्य लोक कैलासु होय वैकुंट भवन...
त्याहुनी सहस्त्रगुणी बरवी द्वारका कृष्णरायाचे क्रीडास्थान ।।धवळे पूर्वार्ध१५।।'
असे म्हटले आहे.

महाकवी नरिंद्रांनीही द्वारकानगरीचे वर्णन करताना तिला 'ब्रह्मविद्येचे द्वीप' असे म्हटले आहे. कारण त्या ठिकाणी आनंदसागर मूर्त स्वरूप योगेश्वराचा निवास आहे –

'ते जैसे आनंदाचे दीपउदार: की सुखाचे मळये पांचौर
ना तरी वेलाऊळ थोर : ब्रह्मविद्येचे ।।८५८×९।।'

कवी संतोषमुनींनी द्वारकानगरीचे वर्णन करताना द्वारका म्हणजे सर्व तीर्थांची

राजधानी आहे, असा गोडवा गायिला आहे -

'जैसे सर्व द्रव्यें चींतामनी: तैसी हे सर्व तीर्थांची राजधानी
का जे येथ करितांचे श्रीचक्रपाणी: सर्व देवा दी देवो ॥१६१॥'

'नवखंड रुक्मिणी स्वयंवरा'मध्ये कवी कृष्णमुनी डिंभाने जवळपास २७ श्लोकांत द्वारकावर्णन केले आहे-

'वावी पोखरणी सरोवर तळी पुष्पांप्रिती शोभती:
हंसे सारस खेळती जळचरे स्वेच्छावते क्रीडती ॥८॥'

छत्तीस योजने विस्तार असलेल्या द्वारकानगरीतील हिमगृहाचेही वर्णन त्याने केले आहे. द्वारकानगर, त्याभोवती असणारा सरोवरांचा वेढा त्यामुळे द्वारकानगरी कशी सुंदर दिसते त्याचे चित्रण -

'तेथे नगरा बाहीरि पुढा: चौभेरी समुद्राचा वेढा
तो पाताळौनि अगडू गाढा: तो कैसा सांघो? ॥८१८॥
भक्ती चंद्रकांताची पोळी कैसी :गगन सरोवराची पाळी जैंसी।
तेथ उपल्ल्वत चंद्रसुर्या -ऐसी कमोद कमळे ॥८६६॥'
(नरिंदकृत रुक्मिणी स्वयंवर)

कवी अवचितसुत काशीनेही 'द्रौपदी स्वयंवरा'मध्ये द्वारकेचे वर्णन केले आहे. 'द्रौपदी स्वयंवर' काव्याचे संपादक वा. दा. गोखले यांनी द्रौपदी स्वयंवरातील द्वारका वर्णनाचा अंदाज असा घेतला आहे-

'द्वारकेच्या शिरावर तेजाने पालाण घातले गेल्याने निशा तेथिंची मायापोटी रिघाली' हा युक्तिवाद किंवा 'शशी सूर्य लोकी न राहे न भासे 'हे काव्यात्मक सत्यकथन; एकमेकांना फळे वोपणारे तरू, झाडांना पाणी घालण्याची आवश्यकता नाही, कारण 'वनामाजि खेळे सदा पूर्ण पाणी', 'पक्ष्यांचे गायन', 'पुराणांतरी जे अप्रसिद्ध' ते प्रसिद्ध बोलणारे हिळे-पिंगळे; 'भजा रे भजा श्री यदुनायका त्या' असे सांगणाऱ्या पक्षीपक्षिणी ही दृश्ये अतिशय सुंदर रीतीने वर्णन केली आहेत.[२]

'लक्ष्मणा स्वयंवरा'मध्ये कवी कृष्णमुनी डिंभाने 'लक्ष्मणा'च्या मंद्रावतीनगराचे वर्णन अगदी महाकवी नरिंद्रांच्या द्वारका वर्णनाच्या धर्तीवर केले आहे. कवी नरेंद्रांनी द्वारकेच्या 'सातपोळी'चे वर्णन केले आहे. तसेच वर्णन कवी 'डिंभ' करतात-

---

२. द्रौपदीस्वयंवर, प्रस्ता., पृष्ठ २० -संपा. गोखले वा. दा.

'पोळीचे उच्चपण सांगता: लंघोनि गेलिया आकाश पाहता:'

द्वारकेतील 'हिमगृहाप्रमाणे'च श्रीकृष्णाच्या 'संभोगगृहा'चे वर्णन कवीने केले आहे -

'कैसी शिल्पशास्त्रिची रचना नवल: कुलुप ठेविता पायातळ:
कपाते उघडती उसळौनि खीळ: संभोगगृहाची ॥४६॥
(कवी डिंभकृत लक्ष्मण स्वयंवर)

'उषाहरणा'कर्त्या कविनंदनाने बाणासुराच्या श्रोणितापुराचे वर्णन केले आहे. अनिरुद्ध संकटात सापडला आहे म्हणून श्रीकृष्ण त्याच्या साहाय्यार्थ धावून जातात. यादवांचे सैन्य श्रोणितापुराला येताना त्यांच्यात चाललेल्या चर्चेवरून कवीने श्रोणितापूर व द्वारकेची तुलना केली आहे -

'आम्ही म्हणों आमची द्वारावती। नाही तिही लोकांपरति।
त्या मापीता सातपौळी । या एकवीस दीससाति ॥१०२८॥'
(कविनंदनविरचित उषाहरण)

लगेच कवी वाचकाच्या मनाची पकड घेऊन नगराभोवतालच्या सात अगडांचे खंदकांचे आणि एकवीस 'पौळीं'चे वर्णन करू लागतो -

'एकवीस पौळी सात अगड । कैसे दीसत असे अवघड ।
अर्ध यौजनांची खोली । पहिला असे कोरडा ॥१०२९॥
दुसरा उदके दुमदुमीतु । जैसा का समुद्र गर्जत
मगर मासे सुसीर । तीसरा अगडी लाविला बेता ॥१०३०॥'

सातव्या प्रसंगात कवीने केलेले हे स्थलवर्णन काव्य सौंदर्यात भर घालते.

रसपरिपोष :

महानुभावांचे आख्यानकाव्य पंथीय प्रेरणेतून निर्माण झालेले आहे. श्रीपंचकृष्णाची भक्ती व त्याला पंथीय तत्त्वज्ञानाची जोड देणे, हा त्यांच्या काव्य निर्मितीमागचा प्रमुख हेतू होता. असे असले तरी विद्वान पंडित असलेल्या आख्यानकर्त्यांनी कथनकौशल्यात मनोरंजकता येण्यासाठी विविध रसांची अक्षरश: उधळण केली आहे.

भक्तिरसाचे प्राधान्य मान्य करूनही अन्य रसांचाही आपल्या काव्यात यथोचित आविष्कार व्हायला हवा याची जाणीव त्यांना आहे. म्हणून तर कवी श्रीभास्करभट्ट बोरीकर 'शिशुपालवधा'मध्ये श्रोत्यांसाठी 'रसरंगाचे पाहाळ' उघडीन अशी जणू प्रार्थनाच करतात, तर दुसरीकडे 'नवरसनारायण' हे कविनाम ऐकले की महानुभावीय

आख्यानकर्त्यांनी रसाविष्काराला किती महत्त्व दिले याची जाणीव होते. संपूर्ण ग्रंथांचा व त्यातील प्रसंगांचा आलेख डोळ्यांसमोर ठेवून रसाविष्काराची योजना अत्यंत कलात्मकरीतीने केली आहे. प्रथम आपण महानुभाव आख्यानकाव्यातील मुख्य असलेल्या 'भक्तिरसा'ची चव पाहू.

भक्तिरस :

'भक्तिरस' हा एकूणच मध्ययुगीन साहित्यातील आविष्कार आहे. 'आपल्या परमदैवताची भक्ती' ही संतसाहित्याची मूळ प्रेरणा. आख्यानकाव्य तरी यास अपवाद कसे राहील ! महानुभाव आख्यानांतील बहुतांश कथा या 'स्वयंवरकथा' आहेत. यात 'भक्ती'चा संबंध येतोच कुठे, असा प्रश्न निर्माण होण्याची शक्यता आहे. परंतु ज्या प्रसंगात परमदैवताचे (श्रीकृष्णाचे) गुण वर्णन केले आहे, ती कथा मग ती विवाहाची का असेना ती श्रवण, मनन, अध्ययन करण्यात एक 'भक्ती' चीच भावना असते.

ईश्वराप्रती असणाऱ्या अनन्य प्रेमामुळे कवी नरेंद्रांची रुक्मिणी विरहावस्थेत आपल्या आराध्य दैवतास (श्रीकृष्ण) मनात लपवून ठेवण्यासाठी एक हात उशाखाली ठेवते तर दुसरा हृदयावर. या प्रसंगात शृंगारावर 'भक्ती' अधिराज्य गाजवते. मी सर्वस्वी श्रीकृष्णास शरण गेले आहे हे सांगण्यासाठी रुक्मिणी तिच्या सख्यास म्हणते -

'तयासि मी शरण सर्वभावी: तनु-मनु-प्राण अर्पीले देवी ।।६४×८।। '
(कवी नरिंद्रकृत रुक्मिणी स्वयंवर)

भक्त आणि ईश्वर एकमेकांच्या भेटीसाठी आतुर झालेले असतात. कवी संतोषमुनीची रुक्मिणी आतुर आहे. ईश्वर भेटीशिवाय आपले प्राण वाचू शकणार नाहीत असे ती म्हणते-

'तव रूक्मिणी म्हणे द्वीजा: वेगी आणिया श्रीकृष्णराजा
तरीच वाचैल प्राणुं माझा: मज हैचि आडनी ।।४६×९।।'

संतोषमुनींनी वर्णन केलेल्या युद्धभूमीवर यादव सैन्याचे वीर उद्धवदेव, अर्जुन, उग्रसेन इत्यादी श्रीकृष्णसेवेच्या हेतूने युद्ध करत आहे. सुदेव ब्राह्मणाच्या तोंडून द्वारकावर्णन करताना कवीने संधी मिळेल त्या ठिकाणी भक्ती आळवली आहे. पूर्णकाव्य भक्तिरसाने तुडुंब भरले आहे.

श्रीभास्करभट्ट बोरीकरांचे शिशुपालवध भक्तिरसाने ओथंबून भरले आहे. ही कथा म्हणजे 'भक्तिरसाचे सरोवर' वाटते. ते म्हणतात,

'म्हणौनि शिशुपालवधी कथा : जे भक्तिरसाची था ।

या भक्तिरसामुळेच 'शिशुपालवधा'चा समावेश महानुभावांच्या पवित्र 'सातीग्रंथा'मध्ये झाला. खुद्द श्रीभास्करभट्टाला या कथेविषयी, पवित्रपणाविषयी खात्री आहे. ते म्हणतात,

'हा शिशुपाल वधु : आईकता तुटे भवबंधू
जीवा होई प्रबोधु : परमतत्त्वाचा'

सर्वसंगपरित्याग करून संसारापासून अलिप्त राहू इच्छिणाऱ्या वीतरागी संन्यासी लोकांचा हा पंथ आहे. म्हणूनच त्यांची आख्यानकाव्ये 'भक्ती'युक्त आहेत.

श्रीदामोदर पंडितांच्या 'वच्छाहरणा'तील प्रत्येक प्रसंग हा भक्तिरसाने भारावलेला दिसतो. म्हणजेच अलंकार, रस व सौंदर्य या काव्यगुणांना दुय्यम स्थान दिले. मोक्षप्राप्तीसाठी परमेश्वराची भक्ती हे एकमेव साधन असल्याचे त्यांनी सांगितले आहे. रसपरिपोषाची पर्वा न करता श्रीकृष्णाची सेवा करावी यासंदर्भात ते म्हणतात- 'निरसा होऊन श्रीकृष्णा भजीजे।' अशी कथा ऐकण्यासाठी श्रोत्यांचाही तितकाच अधिकार असावा लागतो-

'तैसे हरिकथा रसी : रती भगता वाचून नाही ।'

कवी नवरसनारायणाने 'शल्यपर्वा'मध्ये 'नवरसा'चा पुरस्कार केला असला तरी त्यांचा मुख्य जोर भक्तिरसावरच दिसतो. त्यात उत्तरेने केलेला श्रीकृष्णाचा धावा, बिभीषणाने व धर्माने केलेली श्रीकृष्णपूजा (प्रसंग ११ व १७०), इत्यादी ठळक प्रसंगांतून कवीने प्रामुख्याने भक्तिरस आळवला आहे. एकूण 'शल्यपर्वा'च्या संपूर्ण कथेतूनच श्रीकृष्णभक्तीचा प्रवाह अखंडपणे वाहत आहे. श्रीकृष्णभक्ती हा या काव्यातील एक स्थायीभावच आहे असे वाटते. हे काव्य वाचून हातावेगळे केल्यावर वाचकांच्या मनावर या स्थायीभावाचा ठसा स्पष्टपणे उमटतो.

शृंगाररस :

रसराज शृंगार हा आख्यानकाव्यांतील प्रमुख रस आहे. परमदैवताची भक्ती त्यांना अभिप्रेत असली तरी भक्तीचा मार्ग ठरणाऱ्या शृंगाराचेही त्यांना वावडे नाही. उलट शृंगाररस हा कोणत्याही काव्यात असलाच पाहिजे. त्याशिवाय त्याला मनोहारित्व प्राप्त होत नाही. म्हणूनच शृंगाराचे पाल्हाळ उघडण्याची जणू ते प्रतिज्ञाच करतात. श्रीभास्करभट्ट बोरीकर म्हणतात,

'साहित्याचे नि परिमळे : शृंगाराचे मेळे :
प्रबंध होती मातावळे : कवी जनांचे ।।'

रुक्मिणीच्या सौंदर्य वर्णनाच्या वेळी महाकवी नरिंद्रांच्या लेखणीला बहर येतो आणि भक्तीवर शृंगाराचे अधिराज्य निर्माण होते. जगात वंदनीय असलेल्या श्रीकृष्णाच्या पत्नीचे (रुक्मिणी) साधारण स्त्रीच्या पातळीवर वर्णन केल्याने ज्ञानीजन क्रोधित होतील ही भीती कवीच्या मनात आहे. परंतु त्याची क्षमा मागून का होईना कवी नरिंद्र रुक्मिणीचे वर्णन करतात-

'एकेका आवेवाचे बरवेपण: सांघता विषयाचे होईल मेल्हवण
परिसाधुचें घडैल दुषण : जऱ्ही मनी जाले ।।७३।।'

कवी अवचितसुत काशींच्या द्रौपदी स्वयंवरात वस्त्रालंकारांनी नटलेल्या द्रौपदीचे सौंदर्य वर्णन वाचताना वाचकाला शृंगाररसाची अनुभती येते-

'नव्हे सौंदर्याब्धीवरील लहरी साकृतवली
नव्हे तारुण्याची सबळ सरिता तुंबळवली
नव्हे लावण्याची लवलव लता एकवटली
नव्हे तेजाग्नीची त्रिभुवनकथा नारि नटली ।।'

आद्य कवयित्री महदंबेने जेव्हा रुक्मिणी श्रीकृष्णास वरमाला घालण्यासाठी जाते तेव्हा तिच्या चालीचे जे वर्णन केले आहे ते शृंगाराचे द्योतक आहे -

'हंसगती झडती चाले बाळा... ।।८१।।'
(महदंबेचे धवळे)

महानुभावीय आख्यानकाव्यात आलेला असा सोज्वळ शृंगार फार कमी आढळतो. या तुलनेत उत्तान शृंगाराचे थैमान माजलेले दिसते. सफल प्रेमाच्या तुलनेत विफल प्रेमातील (विरहावस्थेतील) शृंगाराचे अधिष्ठान जास्त आहे. शिशुपाल जेव्हा वरात घेऊन येतो, तेव्हा रुक्मिणीची अवस्था अतिशय बिकट होते -

'तव येरीकडे भीमकाची दुइता: अवस्था भरीत करी चिंता ।
वेगी पांव श्रीकृष्णनाथा : मज किंकरी लागी ।।६२५×१६।।'
(कवी नरिंद्रकृत रुक्मिणी स्वयंवर)

विरहावस्थेतील दहा कामदशांचे वर्णन कवीने केलेले आहे. त्यात शृंगाररस

१६७ / महानुभावीय आख्यानकाव्याचे भाषिक सौंदर्य

परिपूर्ण भरलेला दिसतो.

'शिशुपालवधा'मध्ये 'शृंगाररसा'चे स्थान मोठे आहे. ज्याप्रमाणे अठरा हजार गोपीपैकी प्रत्येकीच्या मंदिरी नारदाला श्रीकृष्ण आढळतात. त्याप्रमाणे या काव्यग्रंथाचे कोणतेही पान उघडा, तुमचे स्वागत करण्यासाठी रसराज शृंगार तेथे तयार असलेला दिसेल. यादव सैन्याच्या शस्त्रास्त्रांचा खणखणाट मदनराजाने चालविलेल्या अनेक मधुर व कामोद्दीपक सुस्वर वाद्यांच्या आवाजापुढे कर्णकटू वाटेल. शिशुपालवधातील या विप्रलंब शृंगाराचे समर्थन करताना डॉ. वि. भि. कोलते यांनी 'इंद्रियदमनाचा खरा मार्ग उद्दीपक वातावरणात वावरून चोखाळता येतो. या दृष्टीने शिशुपालवधातील शृंगार इष्टध्येयसिद्धीला साधनीभूत ठरतो.'[३] असे म्हटले आहे. शिशुपालवधातील शृंगाररसाचा प्रभाव 'लक्ष्मणा स्वयंवरा'तील शृंगारावर दिसतो -

'रसनेसी सुटले पाझर : मुखी चुंबनाचे अनुकार :
मुर्छांगत हो पादे अंतर : परि धैर्य जवळी असे ।।९३८।।'
(कवी डिंभकृत लक्ष्मणा स्वयंवर)

श्रीकृष्णाच्या दर्शनाने देहभान हरपल्यामुळे अंगावरच्या वस्त्रांची काळजी नसलेल्या मंद्रावतीनिवासी स्त्रियांच्या कामातुरतेचे वर्णन कवी डिंभाने शृंगारपूर्ण केले आहे.

श्रीकृष्ण आणि गोपिका यांची जलक्रीडा म्हणजे आख्यानकर्त्यांची हक्काची जागा. शृंगाराला तेथे ऊत आलेला दिसतो. कृष्णमुनी डिंभांनी लक्ष्मणा स्वयंवरात गोपिकांच्या जलक्रीडेचे वर्णन असे केले आहे.

'मधाचिया विरगुंठी सोडौनिया : कलापी झांकिती नितंबा वऱ्हीया
एकीसी एकी जालिया मोडनिया : भांकारितात ।।५८।।
अस्तमाना गेलीया सुर्यमंडळे : अंतरपात्रे आच्छादिती कमळे :
तैसिया झाकिती वल्बमेळे : गुप्तांगे आपुलाली ।।६७।।'

अनिरुद्ध व बाणासुर यांच्या युद्धात महेश यादवांवर मोहिनीबाण सोडतो. त्यावेळच्या सुंदर स्त्रियांच्या मोहक हालचाली म्हणजे उत्तान शृंगाराचे अधिष्ठान होय. त्याचे वर्णन 'उषाहरणा'मध्ये आले आहे -

---

३. भास्करभट्ट बोरीकर, पृष्ठ १३७ - कोलते वि. भि.

'येकी वीडिया करूनी देती : येकी मांडीवरी बैसती :
येकी चवराढाळीती : यादवावरी द्वेषा ॥९२॥'
(कविनंदनविरचित उषाहरण)

महानुभाव आख्यानकाव्यांतून आलेल्या शृंगाररसाचे दर्शन आपणास पदोपदी होते.

वीररस :

महानुभावीय आख्यानकाव्यांमध्ये भक्तिरस, शृंगाररस या प्रमुख रसांबरोबरच वीररसाचासुद्धा प्रत्यय येतो. तुलनात्मक दृष्टीने विचार केला तर महानुभावीय आख्यानकाव्यांचा कथाविषय हा 'स्वयंवरकथा' असलेला दिसतो. स्वयंवराच्या निमित्ताने होणारे मतभेद, खलनायकांचा विरोध आणि शेवटी वधुप्राप्तीसाठी त्यांच्यात होणारी युद्धे यावेळी वाचकास वीररसाची अनुभूती होते.

स्वयंवराचा नायक असलेल्या श्रीकृष्णांचा युद्धातील सहभाग तसा अल्पच आहे. त्या निमित्ताने येणाऱ्या इतर योद्ध्यांचे, युद्धाच्या तयारीचे, शस्त्रांचे वर्णन यातून वीररस पुढे येतो. शिशुपालसेना-यादवसेना यांच्यातील युद्धाचे अतिशयोक्त वर्णन कवींनी केले आहे. यादव सेनेने शिशुपालाच्या पायदळाची कशी अवस्था केली याचे वर्णन महाकवी नरिंद्रांनी असे केले-

'ऐसा मोडीला रथाचा वारू : वरि देखौनि गजाचा भारू
खवळला अष्टायेनाचा दळमारू : यादवसेनेचा ॥२२४४×२१॥'

रुक्मीच्या सैन्यावर श्रीकृष्ण महाराज वेगवेगळ्या अस्त्रांचा वापर करतात.त्याचे वर्णन कवी संतोषमुनींनी रुक्मिणी स्वयंवरात केलेले आहे-

'मग जंभणा सस्त्र मुरारी : घातले रूक्मीयांचे सैन्यावरी
कडकडा जांभया देताति अवधारी : वीर नीद्रास्तु केले ॥८४२२॥'

शल्यपर्वाची कथा पाहता त्यात प्रसंगाप्रसगांतून वीररसाचा आविष्कार होतो. शकुनी-अर्जुन युद्ध (प्रसंग२), भीम - अश्वत्थामा युद्ध (प्रसंग ४), बलराम - पांडव युद्ध (प्रसंग११) इत्यादी अनेक युद्धांचा यासंदर्भात उल्लेख करता येईल.

कवीने शांतरसास आपल्या काव्यात प्रमुख स्थान दिले आहे असे असले तरी प्रत्यक्ष काव्याचे अवलोकन केल्यास वीररसाचा प्रत्यय येतो. भीम अश्वत्थाम्याशी युद्ध करण्यासाठी येतो, त्यावेळी कवीने त्याचे वर्णन कसे केले ते पाहा -

'जैसा काळ खवळीला । की अगाधें अगाध उचंबळला ।
तैसा समरंगणि नीघाला । वीरभीमसेणु ॥
की मेरूपर्वताचा कडा । चरणचाली चाले देव्हडा ।
तैसा भीमवीर नीजगडा । माहावीर अचाट ॥ '
(कवी नवरसनारायणकृत शल्य पर्व)

यातील युद्धवर्णन वाचताना वीरश्री संचारते. लढवय्यांमध्ये वीरश्री संचारते आणि कवी ती उत्तरोत्तर वाढवत नेतो. श्रीकृष्ण-रुक्मिणी विवाहात अर्जुन कसे निकराचे युद्ध करतो त्याचे चित्रण कवी नरिंद्रांनी केले आहे-

'तेवीच धनुषागुनी : धगधगीत बाण लाविला नीसौनि ।
तो सुटला बोटवोढी पासौनि : तवं पुढे दहा जाले ॥२०६६॥'
(कवी नरिंद्रविरचित रुक्मिणी स्वयंवर)

'लक्ष्मणा स्वयंवरा'मध्ये कवी कृष्णमुनी डिंभाने अशाच प्रकारचे वर्णन केले आहे. युद्धाच्या परिस्थितीत कशी पंचाईत झाली याचे चित्रण -

'रथ धरूणि मकरतोंडी । चाकरिया पायदळी रगडी :
तथा भेदमांझाची जाली वेंदडी : गजवारू बुडताति ॥९७॥'
(कृष्णमुनि डिंभकृत लक्ष्मणा स्वयंवर)

स्वयंवरकाव्य म्हटले की ते शृंगाराचा उत्तेजक अनुभव देणारे असलेच पाहिजे अशी जणू काव्यजगतात वहिवाट पडलेली आहे. परंतु कवी येल्हणाने ती वहिवाट मोडली. 'अष्टनायिका विवाह' यातील सर्व स्वयंवरकथा या वीररसवाहिनी आहेत.

'शिशुपालवधा'मध्ये वीररस बऱ्यापैकी साधला आहे. नावावरून या काव्यात जिकडेतिकडे रणवाद्यांचा झणझणाट, शस्त्रास्त्रांचा खणखणाट ऐकावयास मिळेल असे वाटते परंतु वाचकांना वाटते तेवढे नसले तरी शेवटच्या दीडदोनशे ओव्यांत का होईना 'वीररस' साधला आहे.

हास्यरस :

प्राचीन वाङ्मयात हास्यरसाचा परिपोष फारसा झालेला आढळत नाही. क्वचित असल्यास तो शब्दनिष्ठतेपेक्षा कृतिनिष्ठतेकडेच अधिक कललेला दिसतो. उपहास किंवा मार्मिक कोट्या करून साधलेला विनोद जवळजवळ नाहीच म्हटले तरी चालेल.

परंतु महानुभावीय आख्यानकाव्यांत मात्र शृंगार व भक्तिरसाबरोबरच हास्यरसही दिसतो. श्रीभास्करभट्टाच्या 'शिशुपालवधा'मध्ये हास्यरसाचे काही प्रसंग येतात. आगलाव्या नारदाचा उद्धवाने केलेला उपहास, श्रीकृष्ण-रुक्मिणीच्या प्रेमकलहातील कुटिल व छंदी भाषणे, जलक्रीडेच्या वेळी स्वत:च्या ब्रह्मचर्याचा टेंभा मिरविणाऱ्या श्रीकृष्णांची त्यांच्या चतुरभाषी बायकांनी उडवलेली टर इत्यादी प्रसंग हास्यरसाचे उत्तम नमुने आहेत.

रुक्मिणीच्या विरहाचा सुदेवाकरवी निरोप मिळताच मागचा-पुढचा विचार न करता श्रीकृष्ण कौंडिण्यपुराकडे निघतो, तेव्हा श्रीकृष्णाचा वडील बंधू बळीराम म्हणतो,

'वेंचू होईल सोईरीयासी : म्हणौनिक प्रपंचु केला आमसी ।
चोरूनियाची चालिले ऋषिकेशी सांडूनि आमते ।।'
(कवी नृसिंहकृत रुक्मिणी स्वयंवर)

'मोठ्या भावाने छोट्या भावाची केलेली चेष्टा' यातून वाचकांना हास्यरसाचा आनंद मिळतो. काही शुभमुहूर्तावर भिक्षुक-ब्राह्मणांना दानधर्म करण्याची पद्धत जुन्या काळापासून रूढ आहे. राजा बृहत्सेन मुलीच्या-लक्ष्मणेच्या विवाहप्रसंगी ब्राह्मणांना फळवाटप करण्याची सिद्धता करतो तेव्हा ब्राह्मणांची धांदल उडते व हास्यरसाचे कारंजे उडतात -

'एक जेविले होते परि दळ: धावता खासे कोंदले वक्षस्थळ
आंगुष्ट घालुनि करिता पोकळ : धोत्र पडिले वाटेसी ।।
एक दीर्घशंके बैसता: श्रवणी आइकिली तूळवार्ता
धावीनले शौच न करिता : मोकळा कासोटी ।। '
(कवी कृष्णदासकृत लक्ष्मणा स्वयंवर)

कंसमामाच्या आज्ञेवरून मांबळभट जेव्हा बाळकृष्णाचे भविष्य पाहण्याच्या निमित्ताने येतो तेव्हा पाट, लाटणे याचा मारा बसतो, तेव्हा त्याची उडालेली धांदल हास्याचे कारंजे उडवते-

'सुटला कासोटा सावरी । येकि हाती खोवी मिरी ।
म्हणे धाव धावगा श्रीहरी । वैकुंठनाथा ।।१०।। '
(कवी येल्हणकृत श्रीकृष्ण बाळक्रीडा)

'शल्यपर्वा'तील युद्धवर्णनात कवीने जी उपरोधिक भाषणे योद्ध्यांच्या तोंडी

घातली आहेत. त्यातून उपहासाची जडणघडण झाली आणि हास्यरसाला संधी मिळाली. भीमाच्या अंगी अद्‌भुत शक्तीचा संचार झाल्यावर लंकेवर हत्ती, घोडे, रथ सैनिक यांचा तो वर्षाव करतो. (प्रसंग ११) तेव्हा ही आपत्ती लंकेवर का आली याचे कारण सांगताना नारदाने एक प्रसंग सांगितला, त्यातून हास्यरसाला वाव मिळतो. पांडवांनी दुर्ग जिंकल्यावर कौरव-सैन्याच्या दुर्दशेचे कवीने वर्णन केले आहे.त्यातही कवीच्या विनोदबुद्धीस वाव मिळतो -

'येक मेलीयांची रूप घेती । हातपाये पसरती ।
एक पवाडे पडती । बंदीजन म्हणौनी ।
एक ते ब्राह्मण जाले । येकी भीक्षुकांचे वेष घेतले
वाडगे सांगो लागले । धर्मचर्चते ।।'
(कवी नवरसनारायणकृत शल्य पर्व)

प्राचीन काव्यांतून अभावाने आढळणारा हास्यरस महानुभावीय आख्यानकाव्यांत मात्र समाधानकारकरीत्या अवतीर्ण झालेला दिसतो.

बीभत्सरस :

परस्परविरोधी पक्षातील घनघोर युद्धामुळे अमानुषपणे मनुष्यहानी होते. युद्धभूमीवर लाखो सैनिकांचा खच पडतो. मृतांचे छिन्न-विछिन्न अवस्थेत पडलेले शरीरावयव, मन हेलावणारे, किळसवाणे दृश्य पाहून वाचकांना बीभत्सरसाचा प्रत्यय येतो. युद्धवर्णन वाचताना वीरश्री संचरलेले वाचक युद्धपरिणामामुळे निर्माण झालेल्या बीभत्सरसाची अनुभूती घेतात.

नवरसनारायणाच्या 'शल्यपर्वा'मध्ये बीभत्स रसाच्या उदाहरणांचा मुडद्याप्रमाणे खच पडलेला आहे. अर्जुनाने शकुनीस कशी विलक्षण शिक्षा केली आहे,ते पाहा-

'म्हणे तुवाये जिव्हेकरूण । केलं असे बहुतांशी छळनं ।
मग जिव्हा मुखाबाहेर काडोन । बान छेदिला ।।'

शकुनीने केलेल्या मंत्रप्रयोगामुळे जे वेताळ चेतले, त्यांनी केलेला कहर म्हणजे बीभत्सरसाचा प्रत्यक्ष अवतारच होय.

'रक्तमांसाचि देखोनि आर्ती । कबोधी भुतें संचरती ।'

असे अनेक प्रकार कवींनी ठिकठिकाणी वर्णिले आहेत. बरे, यातील गंमत अशी की, हे प्रकार वर्णितांना 'बीभत्सरस उतरला तेथे'अशी जाणीवही या प्रसंगाच्या

अनुषंगाने वरचेवर होऊन त्याच्या मनास खंत लागते, हे शल्य बोचत राहते! श्रोत्यांवर याचा काय परिणाम होईल याविषयीची टोचणीही झाल्याशिवाय राहत नाही.

अद्भुतरस :

अद्भुतरसाचा आविष्कार विशेषकरून युद्धप्रसंगाच्या संदर्भात झालेला दिसतो. या कामी तो वीररसाच्या सोबतीने येताना दिसतो. शकुनी मामाने केलेला मंत्रप्रयोग, भीमाच्या अंगी झालेला अद्भुतशक्तीचा संचार व त्यामुळे मृत्युलोकांत व लंकेत उडालेला कहर, रुद्रशक्ती आणि ब्रह्मशक्ती यांच्या प्रभावाविषयी व स्वरूपाविषयी 'शल्यपर्वा'मध्ये आलेले वर्णन सामान्य वाचकांची अद्भुत रसग्रहणाची तहान भागवते.

'श्रीकृष्ण बाळक्रीडे'मध्ये असे वर्णन येताना दिसते. बाळकृष्ण जेव्हा यशोदामातेस तोंड उघडून दाखवतो तेव्हा यशोदेला बाळकृष्णाच्या मुखात सर्व ब्रह्मांड दिसते. ते सर्व पाहून ती अवाक होते -

'ऐसे चराचरादि सर्व । येस्वदे मुखात दाविले विश्व।
तव ते भूलली अपूर्व । भयानक देखोनिया ।।४३×१६।।'
(कवी येल्हणसुतकृत 'श्रीकृष्ण बाळक्रीडा')

श्रीकृष्ण-जांबुवंताचे मल्लयुद्ध, जांबुवंताच्या गुहेचे वर्णन या 'अष्टनायिका विवाहा'तील वर्णनातून अद्भुत रसाचा प्रत्यय वाचकांस येतो.

रौद्ररस :

ज्याप्रकारे युद्धवर्णनाच्या वेळी वीररस, अद्भुतरस आलेला आहे. त्याप्रमाणे रौद्ररसही आलेला आहे. जेव्हा लढाई हातघाईवर येते, योद्धे एकमेकांविरुद्ध खवळतात तेव्हा रौद्ररसाला उपरती होते. कवी काशीदासाने 'द्रौपदीस्वयंवरा'मध्ये भीम-बकासुर युद्धात क्रोधिष्ट झालेला राक्षस असा वर्णिला आहे.

'दावाग्नि घृति सिंपेला कडकला कींकाळ वर्वाळला ।
कीतो व्याळ महाफणी वर गिरी पुच्छासिनी ताडिला ।
तैसा राक्षस कोपला रणमही युद्धाप्रती ठाकला ।
आला भीमवरी त्याप्रति से तो तोडिया बोलिला ।।'

देव-दानव, नायक-खलनायक (असुर) यांच्यातील द्वंद्वयुद्धात दैत्याच्या भीषणतेचे वर्णन करताना रौद्ररस ओसंडून वाहतो. 'उषाहरणा'मध्ये कविनंदन बाणासुराचे वर्णन करतो.

'असा बाणासुर कोपला: जैसा कव्हनी रूद्र खवळला ।
भुजा तोलिता जाला : कोप करूनीया ॥८२×४॥'

श्रीकृष्णाला आपल्या विवरात पाहून जांबुवंत क्रोधित होतो, तेव्हा त्याचे रौद्र रूप प्रगट होते.

जरासंध, भौमासुर यांच्या उग्र रूपाचे वर्णन वाचताना रौद्ररसाचा प्रत्यय येतो. जेव्हा जरासंध क्रोधित होऊन बलरामाला आव्हान देतो -

'जैसा वृत्तांत डाडाइला : की महाकाळ गर्जीनला ।
तैसा जरासंध क्रोधा चढला: न संवरत ॥२२५९×२२॥'
(कवी नरिंद्रकृत रुक्मिणी स्वयंवर)

अशा वर्णनांमुळे वाचकाच्या अंगावरही शहारे येतात.

करुणरस :

श्रीकृष्ण-गोपिका जलक्रीडेच्या वर्णना वेळी कवींनी शृंगाराचा पुरेपर वापर केला आहे. युद्धवर्णनाच्या वेळी वीररसाचा प्रत्यय वारंवार येतो. करुणरसही काही अपवादात्मक परिस्थितीत निर्माण होतो. श्रीकृष्णाच्या बाळक्रीडेत करुणरसाचा प्रत्यय वारंवार येतो. कंस देवकीची सात बाळे ठार मारतो त्यावेळी यशोदेने केलेला धावा हृदयस्पर्शी आहे-

'आता तू दोन्ही भाग होई । आणि मज उदरी ठेवो देई।
की म्या पूर्वी पाप केले काही । म्हणौनि मज आव्हेरिले ॥'
(कृष्णदासाची बाळक्रीडा)

कवी कृष्णदासाच्या मातृशोकापेक्षा कवी येल्हणसुताने कालियामर्दनाच्या प्रसंगात वर्णन केलेला यशोदामातेचा धावा अधिक कारुण्य निर्माण करतो -

'सखिया धरूनी कवळी । बैसविली कळंबातळी ।
नानाशब्दी यशोदा बाळी । करी करुणालाप ॥२२×४९॥'

जेव्हा अक्रूर श्रीकृष्णास मथुरेला नेण्यासाठी येतो तेव्हा सर्व गोकुळवासीयांचा शोक, विशेषत: गोपिकांचा आवेग यातून करुणरसाची निर्मिती होते-

'आसुवे गाळिती घळघळा । म्हणति तुजविण स्वामी दयाळा
जिवित्व न धरवे गोपाळा । न गमे वेळू ॥११×२४॥ '
(कवी येल्हणसुतकृत श्रीकृष्ण बाळक्रीडा)

कवी नवरसनारायणाने 'शल्यपर्वा'मध्ये वर्णिलेली कुंतीची स्थिती यशोदेसारखीच झाली आहे. भीम भस्मीभूत झाल्यामुळे कुंतीने केलेला शोक वाचकांचे हृदय हेलावणारा आहे. दुर्योधनाच्या निधनानंतर बलरामाची झालेली विफल अवस्था, कौरवांच्या वधामुळे धृतराष्ट्र आणि गांधारी यांची झालेली स्थिती व गांधारीने केलेला शोक, कौरवांच्या स्त्रिया सती जातात तो प्रसंग, अश्वत्थाम्याने केलेला द्रौपदी पुत्राचा वध आदी प्रसंगांमध्ये कवीने शोकपूर्ण वातावरणाची निर्मिती केली आहे आणि तिथे करुणरसाचा यथोचित आविष्कार झाला आहे.

स्वयंवरकर्त्यां कवींनी करुणरसाच्या बाबतीत उदासीनता दाखवली आहे. कारण करुणरसाचा स्थायिभाव शोक होय आणि 'शोक' हा प्रियकर आपल्यापासून दूर जाताना निर्माण होतो. 'विवाहविषयक आख्याना'तील काव्याची कथानके मंगलविवाहाने संपतात म्हणजेच आनंदाने संपन्न होतात म्हणून शोक तथा करुण रसास त्या ठिकाणी फारसा प्रत्यवाय दिसत नाही.

विनोदनिर्मिती :

मध्ययुगीन काव्यग्रंथ आणि विनोद निर्मिती यांचा फारसा सहसंबंध दिसत नाही. काही ठिकाणी 'विनोद' होताना दिसतो पण तो शब्दनिष्ठेपेक्षा कृतिनिष्ठतेवर आधारलेला दिसतो. आख्यानकाव्यातून अशी विनोदनिर्मिती प्रसंगानुरूप झालेली आढळते. काही शुभमुहूर्तावर भिक्षुक-ब्राह्मणांना दानधर्म करण्याची पद्धत जुन्या काळापासून रूढ आहे. राजा बृहत्सेन मुलीच्या लक्ष्मणेच्या विवाहप्रसंगी ब्राह्मणांना फळवाटप करण्याची सिद्धता करतो तेव्हा ब्राह्मणांची धांदल उडते व कृतिनिष्ठ 'विनोद' साकारतो -

'एक जेविले होते परि दळ: धावता श्वासे कोंदले वक्षस्थळ
आंगुष्ट घालुनि करिता पोकळ : धोत्र पडिले वाटेसी । '
(कृष्णदासकृत लक्ष्मणा स्वयंवर)

पांडवांनी दुर्ग जिंकल्यावर कौरव सैन्याच्या दुर्दशेचे शल्य पर्वात विनोद पूर्ण रीतीने वर्णन आले आहे. -

'येकमेलीयांची रूप घेती । हातपाये पसरती ।
येक ते ब्राह्मण झाले । येके भीक्षुकांचे वेश घेतले ।
वाडगे सांगो लागले । धर्मचर्चते ।।'

'शल्य पर्वा'तील युद्धवर्णनात कवीने जी उपरोधिक भाषणे योद्ध्यांच्या तोंडी

घातली आहेत, त्यातून उपहासाची जडणघडण होते व विनोदनिर्मिती होते. रुक्मिणीच्या 'विरहा'चा सुदेवाकरवी निरोप मिळताच कोणताही विचार न करता श्रीकृष्ण कौंडिण्यपुराकडे निघतो, तेव्हा श्रीकृष्णाचा बंधू बळीराम त्याची चेष्टा करतो -

'वेचूं होईल सोईरीयासी: म्हणौनि प्रपंच केला आमसी
चोरूनियाची चालिले ऋषिकेशी । सांडूनि आमते ॥'
(कवी नृसिंहकृत 'रुक्मिणी स्वयंवर')

काही क्वचित प्रसंगात का होईना विनोद निर्मितीच्या पाऊलखुणा महानुभावांच्या आख्यानकाव्यात उमटतात हेही नसे थोडके! 'विनोदनिर्मिती'च्या काही पाऊलखुणा महानुभावीय आख्यानकाव्यांत स्पष्टपणे दिसतात.

समाजजीवनाचे प्रतिबिंब :

कोणतीही कलाकृती ही त्या समाजाचे प्रतिनिधित्व करीत असते. तत्कालीन समाजजीवनाचे प्रतिबिंब ओघानचे त्या कथेत पडत असते. समाजातील सर्वसामान्यांच्या स्तराचे, लोकजीवनाचे, रूढी-प्रथा- परंपरांचे दर्शन त्यात होत असते. हे करीत असताना कालविपर्यासाचा दोषही मोठ्या प्रमाणात निर्माण होण्याचा धोका असतो. जसे श्रीकृष्ण चरित्राशी संबंधित कथानकात सोळाव्या शतकातला कवी वर्णन करताना त्याच्या सभोवतालच्या समाजाचे, समाजजीवनाचे दर्शन त्यात घडवतो. या ठिकाणी कवीचे कौशल्य महत्त्वाचे असते.

महदंबेच्या 'धवळ्यांतून' विवाहविषयक असणाऱ्या संकल्पना, रूढी-प्रथा याविषयीची इत्थंभूत माहिती मिळते. ऋद्धीपूरच्या आसपास लग्नादी समारंभात जी वाद्ये वाजविली जातात, त्या वाद्यांत निशाण, टाळ, शंख, तुरे इत्यादींचा समावेश त्याचप्रमाणे वाहनासाठी घोडे, पालख्या, अंबाऱ्या यांचा उपयोग केला जाई. निवासाकरिता तंबू होते. मंडलिक, भंडारी वगैरे अधिकारी होते. राजेलोक अंगरक्षक (आंगबळे) बाळगीत असत. तुरुंगाची व्यवस्था होती.

त्या काळात मूल्यवान वस्तूंची आयात होत होती. कडी, साखळ्या, कुंडले, तोडे हे अलंकार पुरुषांकरिता, तर स्त्रियांकरिता कंकणे, चाळ, रत्नहार इत्यादी अलंकारांचा उपयोग केला जात असे. सोन्याचा भाव फक्त पंधरा रुपये होता.

अंगास चंदनाची उटी व कपाळावर कस्तुरीचा टिळा लावत असत. अन्नास कापराचा सुवास देत, स्त्रिया नवऱ्याचे उष्टे खात. मेहुण्याची व वधूची थट्टा केली जात असे.

स्वयंवर काव्यातून तत्कालीन विवाह समारंभात होणारे विधी, परंपरा याचे

वर्णनही आले आहे. लग्नात औक्षण करणे, तेलमर्दन करणे, रुखवत देणे, वरास बाशिंग बांधणे, त्याला मंडपात शिरताना वधूमाय व वरमाय यांनी ओवाळणे, नर्तकीचे नृत्य करविणे वगैरे सोहळे पार पडले जात असावेत. 'धवळ्यां'सारखे गीत लग्नात गायले जात असे. लग्नविधीत हळद लावणे, विड्या तोडणे, गुळभेल्या चाखणे या विधींनाही महत्त्व होते -

'पंचकळसी न्हायिती ओमहरे :
वीडीया तोडविती परस्परे
श्रीमुखा हळदि लाविती सविकारे
चाखविती गुळभेलिया ॥'

पूर्वीच्या काळात पाच दिवस विवाह सोहळा चालायचा त्याचे चित्रणही आख्यानातून आले आहे -

'वैदर्भे पांचवा हे अतिपुराणे आर्पिले आंदणाते'

शुभाशुभ, वेडे चेटूक, शकुन-अपशकुन याचा तर जबरदस्त पगडा मध्ययुगात दिसतो. त्याचाही संदर्भ आख्यानात आला आहे. निसर्गात घडणाऱ्या काही घटनांचा संदर्भ आपल्या इच्छेला जोडला जातो व हवा तसा अर्थ घेतला जातो.

विरहाग्नीत जळणाऱ्या रुक्मिणीची समजूत काढताना 'सुदेवभट' श्रीकृष्ण तुझ्या भेटीसाठी येईलच असे ठामपणे सांगतो. यासाठी तो तत्कालीन शुभशकुनांचा आधार घेतो-

'कोकीळाची कुंजन आइका कैसी: एथ श्रीकृष्ण येइल पांचवा दीसी
येऱ्हवी झणें भेटी हो बाळकेसी : सांघली पंचम-स्वरी ॥६१२॥
भवर बोलताती स्वयें वाचा : आयचा घास काढो आयोदाचा ।
जरि येथ गोसावी न ये जीवीतांचा : भीमकीयेचा ॥६१३॥'

(कवी नरिंद्रकृत रुक्मिणी स्वयंवर)

त्या काळातील लोकांवर दृष्ट लागणे, मूठ मारणे या गोष्टींचाही पगडा होता. रुक्मिणीला सभेतून परतल्यावर ताप येतो, तिचे अंग ज्वराने फणफणते तेव्हा सख्या म्हणतात,

'जाऊनि बैसली भीम सभेसी:
तेव्हैळी लागली दृष्टि इयेसी ॥६१×३॥'

(कवी कृष्णदास डिंभविरचित रुक्मिणी स्वयंवर)

त्या काळाचा विचार केला तर स्त्री म्हणजे उपभोगाची वस्तू अशी समजूत होती. स्त्रीयांना कुठल्याच प्रकारचे हक्क नव्हते, पुत्रजन्माने कुटुंबात आनंदीआनंद, तर मुलीच्या जन्माने दु:ख होत असे. या मानसिकतेची दखल कवी डिंभाने घेतली आहे -

'म्हणती अवधारी कैवल्यदानी : पुत्र जालया थोर उल्लास मनी :
कन्या जालया मानीति जनी : अपकिर्ती दैन्य ।।४७×२६।।'

(कृष्णमुनी डिंभकृत लक्ष्मणा स्वयंवर)

असे असले तरी काही वेळेस मात्र पती पत्नीचा सल्ला घेतो. व्यवहारात काही फार मोठा निर्णय घ्यायचा असेल, तर प्रत्यक्ष स्त्रियांचा सहभाग नसतो पण तिच्या मताचाही विचार केला जातो. पांडव-यादव युद्धात कोणास पाठिंबा द्यायचा याविषयी दुर्योधन पत्नीस (भानामती) विचारतो -

'बोलावूनी प्राणवलभेसी : पुसो आदरीले तीएसी
वीचार सांघ मजपासी : निगुती करूनी ।।६४×४।।'

यावर मत देताना भानामती समाजजीवनातील 'रीत' समजावून सांगते. नातेसंबंधातला आपलेपणा महत्त्वाचा असतो. कितीही वैर असले तरी शेवटी आपले ते आपलेच असतात, ही भावना ती बोलून दाखवते -

'आपुला आपुली करी आस: तयाची न करावी नीरास
तरि स्वर्गी पितरा सायास: संतोष न पवति ।।६९×४।।'

(संजीवन अनंतप्रसादेकृत डंगवै पुराण)

व्यक्तीला समाजात 'माणूस' म्हणून वावरताना काही समाजनियमांचे पालन करावे लागते. काही अलिखित संकेत पाळावे लागतात. जर ते नियम तोडले, संकेताला बाधा येईल असे वर्तन केले, तर प्रायश्चित्त, शिक्षा या गोष्टी आल्याच. नदीकाठी अग्निकाष्ठ घेणाऱ्या डंगवै राजास अर्जुनपत्नी सुभद्रा त्या पाठीमागचे कारण विचारते. एवढे मोठे प्रायश्चित्त घेत आहेस, तर गुन्हाही मोठाच असला पाहिजे, अशी शंका ती बोलून दाखविते-

'की तु अस्त्रीया अस्तावीले : की गुरुवचने भंगीले

तव्हडे नीर्वाण मांडीले : आपलेया प्राणासी ॥१४×३॥
की तुज ब्रह्महत्या घडली की तुवा आपुली कन्या वीकीली
की मोहो माया रूसली: की क्षोभली कुळदेवता ॥१६×३॥
(कवी संजीवन अनंतप्रसादेकृत डंगवै पुराण)

तत्कालीन समाजनियम आणि नियमभंगाची कठोर शिक्षा कवीने या ठिकाणी चित्रित केली आहे.

अलंकार योजना :

महानुभावीय आख्यानकारांच्या पूर्वचरित्राविषयी माहिती मिळविण्याचा आपण प्रयत्न केला, तर असे लक्षात येते की, बहुतांश कवी विद्वान पंडित होते. त्यामुळे 'आख्यान' रचना करताना त्यांनी विविधांगी अशी अलंकार योजना केलेली आहे. त्यातून त्यांच्या ठिकाणी असलेले रचनेचे कौशल्य वाचकांच्या लक्षात येते.

'आख्याना'तील कथा बहुतेक वाचकांना पूर्वपरिचित असते. त्यामुळे वाचकांना पुन्हा ऐकताना ती कंटाळवाणी वाटू नये यासाठी विविध प्रकारचे अलंकार त्यांनी काव्यात वापरलेले दिसतात. अलंकारांच्या बहुविध वापरामुळे ते 'आख्यान' नटलेले, सजलेले आपल्याला पाहायला मिळते. उपमा, उत्प्रेक्षा आदी अर्थालंकाराबरोबरच यमक, अनुप्रास या शब्दालंकारांचाही वापर आख्यानकर्त्यांनी केलेला दिसतो.

उपमा अलंकार :

आख्यानकाव्यांतून मोठ्या प्रमाणात नजरेस येणारा अलंकार म्हणजे उपमा अलंकार. 'उपमा' वापरल्याशिवाय 'काव्य'च तयार होत नाही, अशी धारणा काव्यकर्त्यांची दिसते. एकंदरीतच मध्ययुगीन वाङ्मयात 'उपमा' अलंकार सर्वत्र दिसतो.

श्रीकृष्णाच्या अंगप्रत्यांगाचे वर्णन करताना कवी श्रीभास्करभट्टांनी उपमा मुक्तहाताने उधळल्या आहेत -

'लावण्य सरोवरी : जेवि कमळाचे पति भरारी
तेचि अधरू कांणे भारी : प्राण कोपाचा ॥१८७॥'
(कवी भास्करभट्टकृत शिशुपालवध)

श्रीकृष्णाबद्दल स्त्रियांना निर्माण झालेली गोडी, युद्धावर

निघालेले पांडवांचे सैन्य आदी वर्णनांतूनही त्यांनी 'उपमा' वापरल्या आहेत. आपल्या प्राचीन कवीपैकी संत ज्ञानेश्वराखेरीज इतर कोणाही कवीजवळ श्रीभास्करभट्टाएवढे अलंकारवैभव नाही. श्रीकृष्णमूर्ती वर्णनातील त्याने वापरलेली उपमा पाहा -

'नीकेया झळंबुका : घोळिला चंद्रीका
तऱ्ही मुऱ्हारीचेया मुखा: उपमा नव्हे ॥४०८॥'

मृत्यूने भयभीत झालेला कंस देवकीचे सुरुवातीचे सहाही बालक मारतो. कंसाच्या क्रूरपणाचे वर्णन कवी मुरारीमल्ल याने केले आहे. 'उपमा' वापरली आहे -

'द्वारी ठेविली होती शिळा । आणौनि तेथ हपटी त्या बाळा ।
जैसे खडकी आदळिता भोपळा । ठिकरिया होये ॥१०५॥'
(श्री मुरारीमल्लविरचित बाळक्रीडा)

मुरारीमल्लाची ही 'उपमा' वाचताना वाचकांच्या हृदयाच्याही 'ठिकरिया' होतात हे कवीचे सामर्थ्य होय. आराध्य दैवत असणाऱ्या श्रीकृष्णाच्या मूर्तीचे, क्रीडांचे, लीलांचे, सौंदर्याचे वर्णन करताना कवींनी जास्तीत जास्त उपमा वापरल्या आहेत. श्रीकृष्णाच्या आगमनाचे वर्णन करताना कवी गोपीनाथ म्हणतात -

'पौर्णिमे उदय चंद्रबिंबासी । बहुत आनंद होय चकोरासी ।
मेघ वर्षिता आनंद चातकासी । प्रेमभरे ॥८४×५॥ '
(कवी गोपीनाथकृत शुकदेव चरित्र)

सूर्यास्तानंतर द्वारावती कोमेजलेल्या 'कमलकलिके'प्रमाणे कवी कृष्णमुनी डिंभाला भासते.

कथानायिकेच्या सौंदर्याचे, रूप-लावण्याचे वर्णन करणे आख्यानकवींचा आवडीचा विषय. वेगवेगळ्या उपमा वापरून तिचे सौंदर्य खुलवत नेण्याकडे त्यांचा कल. 'उषाहरणकथे'मध्ये कवीनंदनाने 'उषे'च्या सौंदर्याचे वर्णन करताना 'उपमा' योजली आहे –

'ते राजस पुतळी: की चंद्राची कोवळी
सर्वांग वेल्हाउळी: कांचनप्रभा ॥७१×२॥'
(कविनंदनविरचित 'उषाहरण कथा')

नवरसनारायणाच्या 'शल्यपर्वा'मध्ये 'उपमा' अगदी सर्वत्र धुमाकूळ घालताना दिसते. अतिशयोक्ती आणि उपमा अलंकार त्यांच्या आवडीचा विषय दिसतो. कौरव-पांडवांतील स्नेहसंबंधाविषयी धर्मराजा म्हणतो -

'आपा-आग्नीसी नये मिळूनी ।
चंद्र सुर्ये केवि बैसति येके स्थानी ।

तैसे तुम्ही आम्हा लागौनि ॥'

मृत्युमुखी पडलेल्या दुर्योधनासाठी अमृत आणून त्यास पुन्हा जिवंत करावे काय? हा प्रश्न बलरामाच्या मनात घोळत असताना कवीने एक अत्यंत सूचकार्थ प्रतिपादणारी उपमा योजली आहे -

'मग बळीराम विचारा मनासी । बरी अमृत आनुनि उठउ दुर्योधनासी
तरी हा परत अन्याई परीयेसी । वीसकंदू जैसा ॥'
(नवरसनारायणकृत शल्य पर्व)

अशा प्रकारे कवींचे उपमाचातुर्य आपणास पदोपदी पाहावयास मिळते.

उत्प्रेक्षा अलंकार

उपमेनंतर 'उत्प्रेक्षा' अलंकार आख्यान काव्यांतून काही ठिकाणी आला आहे. श्रीभास्करभट्टाने द्वारका वर्णनात उत्प्रेक्षा अलंकार वापरला आहे. वीरचुडाला दुरूनच झालेल्या द्वारका दर्शनाचे वर्णन कवी असे करतात -

'ना तरि दीव्य तेजाची मांदुस उघडिली
की स्वयंप्रकाशाची पेटी फुटली
की नवरत्नाची खाणि लागली : समुद्रामाजी ॥२३८॥'

वृंदावन वर्णनात वृंदावनाचा दाट निळा वर्ण जणू काही आकाशात प्रतिबिंबित झाला होता आणि त्यातील प्रतिबिंबित झालेली फुले, कवी दामोदर पंडितांना जणू काही तारांगण वाटतात ते म्हणतात,

'कि दिस असता तारा न दिसे । ते उणे फेडावया दोसे ।
वनश्रीया वेढिली जैसे । अंबर नक्षत्रिसी ॥'
(कवी दामोदर पंडितकृत वच्छाहरण)

कवी नृसिंहाने 'रुक्मिणी स्वयंवरा'मध्ये उत्प्रेक्षा अलंकार वापरला आहे. श्रीकृष्णाविषयी भावना व्यक्त करताना -

'की तो नवरस नटधारी । ते नृती ठाके रंगावरी
तो खेळे वीचीत्रांपरी । ते प्रवृत्ति स्थिरावे ॥'
असे म्हटले आहे.

श्रीकृष्ण आपल्या परिवारासह जेव्हा गमन करतात तेव्हा उद्यान शोभाहीन

दिसू लागले. त्याचे वर्णन कवी येल्हणाने असे केले आहे-

‘तो निगालया जग जीवन : कैसे बीभत्स दिसताए उद्यान
जैसे दिनकरेवीण गगन: हतप्रभा दिसे ॥
का सौभाग्यविण रूपश्री : का जनपदेविण उध्वंस नगरी
का भर्तारेविण कुळवंती नारी : बीभत्स वैधव्ये ॥’
(कवी येल्हणकृत अष्टनायिका विवाह)

या वर्णनावरून उत्प्रेक्षा अलंकार महानुभावांच्या आवडीचा दिसतो. त्याचा त्यांनी सुंदर रीतीने उपयोग करून घेतला आहे.

अतिशयोक्ती अलंकार

अतिशयोक्ती हा मध्ययुगीन काव्याचा आवडीचा अलंकार दिसतो. अतिशयोक्तीवाचून चांगले काव्य होऊच शकत नाही, हा तत्कालीन अभिरुचीचा दृढ संकेत दिसतो. याप्रमाणे महानुभावीय आख्यान काव्यातून ‘अतिशयोक्ती’ आली आहे.

महाकवी नरेंद्रांनी व्यक्तिवर्णने, प्रसंगवर्णने आणि निसर्गदृश्ये यांचे अतिशयोक्त, कल्पनारंजित वर्णन केले आहे. नवरसनारायणाने शल्य पर्वात उपमेपेक्षा अतिशयोक्तीचा अधिक उपयोग केला आहे. अतिशयोक्तीशिवाय वर्णन करणे हे बहुधा त्याच्या प्रतिभेस मानवत नसावे. ‘असंख्यात’, ‘अपार’, ‘नेनो किती’ यासारखे किती तरी शब्द नवरसनारायण वापरतो.

युद्ध वर्णनांतून तर अतिशयोक्ती पदोपदी जाणवते. अगणित सैन्य, बाणांचा वर्षाव, रथांची घौडदौड, मुडद्यांची रास यांचे चित्रण वास्तवापेक्षा फुगवून केल्याचे वाचकांच्या सहज लक्षात येते. नायकाचा पराक्रम थोडक्यात सांगणे, तर शक्यच नाही! कृष्णमुनि डिंभरचित ‘नवखंड रुक्मिणी स्वंयवर’ यामध्ये युद्ध वर्णन करताना तो म्हणतो,

‘पांच सात रथ एकवटी: एके वेळी पृथ्वीवरी आपटी ॥’

‘आठ सैंवरे’मध्ये श्रीकृष्ण जेव्हा जांबुवंताच्या मुलींशी विवाह करण्यास सिद्ध होतो तेव्हा जांबुवंत विरोध करतो.त्यातून श्रीकृष्ण-जांबुवंत युद्ध होते. युद्ध करताना जांबुवंताचे सर्वांग घामाने निथळते. पण घाम तरी किती?

'डोंगरी उतरती पावुसाचे वोघळ:
की नदी वाहती उदकाचे खळाळ:
तैसा आतु पोहताए सेवाळ: रोमावळीचा ।।'
(कवी येल्हणकृत आठसैंवरे)

मध्ययुगीन काव्यग्रंथांना भागवताचा, पुराणाचा आधार असतो हे स्पष्टच आहे आणि पुराण जिकडे ओढले तिकडे ताणले जाते. यात अतिशयोक्तीचा वापर अपरिहार्यपणे आलाच. म्हणून त्या कथांवरच्या आख्यानातही अतिशयोक्ती मुक्तपणे वावरते.

रूपक/दृष्टान्त/श्लेषादी अलंकार

रूपक, दृष्टान्त, श्लेषादी अलंकारांचाही आख्यानकारांनी काही ठिकाणी वापर केला आहे. 'शल्य पर्वा'मध्ये नवरसनारायणाने विविध रसांच्या परिपोषासह बहुविध अलंकारांचाही वापर केलेला आपणास पाहावयास मिळतो. पांडवांच्या पराक्रमाचे, शक्तीचे वर्णन करताना तो रूपक अलंकार वापरतो -

'म्हणे माझा भीम अगस्ती उटेल। तो रामशौर्य सींधु सोखील ।
अर्जुन धनुर्वाडा भीडेल। तो तोडील रामशक्तीते'।।५५×८।।
श्रीचक्रधर व हंसाबा यांच्या जोडीचे वर्णन करताना 'रूपक' आले आहे-
'की चंद्राजवळी । जैसे शोभे तारा ।
तैसी मिरवे सुंदरा । हंसुबाई ।।८६।।'
(धानाईसाकृत हंसुबाई सैंवर)

'दृष्टान्त' अलंकाराचा उपयोगसुद्धा नवरसनारायण अतिशय शिताफीने करतो. द्वंद्व युद्धाच्या वेळी एकमेकांवर शाब्दिक हल्ला होतोच. भीम-बलराम युद्धात तो म्हणतो,

'तुवा कपटे मात बहु केली । ती पाप आजी फळासी आली ।
जैसे कोशे कीटके घरे केली । गुंतोनि वेसनी मरावया ।।'
श्रीकृष्णासाठी चक्रधर, सारंगधर, चक्रपाणी आदी नामाभिधान कवींनी वापरले आहेत. त्यातून श्लेष होतो.

यमक, अनुप्रासादी शब्दालंकार

आख्यानकर्त्यांनी रूपक, उपमा आदी अर्थालंकारांचा मोठ्या प्रमाणात वापर केला असला तरी यमक, अनुप्रासादी शब्दालंकारांचाही वापर वेळप्रसंगी केलाच

आहे.

'यमक' वापरल्याशिवाय 'काव्य' तयार होतच नाही, ही मध्ययुगीन साहित्यरचनेची महत्त्वाची धारणा. 'ओवी' हे वृत्त वापरताना यमक अतिशय महत्त्वाचे आहे आणि बहुतेक आख्यान कविता 'ओवी'छंदात आहे. म्हणून सर्वत्र 'यमक' अलंकार आलेला दिसतो -

'पायघोळ कटि सुंदर नागरा
नेसली तगडी मृदू घागरा'

नागरा-नागरा, मतिशी-पतीशी, नोवरातो-सोयरातो इत्यादी कितीतरी शब्दांतून यमक येते.

एका विशिष्ट शब्दांचा एकाच ओवीत पुन:-पुन्हा वापर करून कवीला त्या शब्दातून काही तरी विशिष्ट हेतू साध्य करायचा असतो. शब्दनादामुळे वाचकांचे लक्ष केंद्रित होते. अमृतललित वाचताना ठेक्यावर येणारे तेच तेच अक्षर द्रौपदी स्वयंवरात येते व अनुप्रास अलंकार होतो -

'आदि अलंकृत सत्कृत संस्कृत हे वचनाकृत प्राकृत आहे'
'शतावधादि बायका पवित्र विप्रनायका
समग्र अन्न आइका तयासि वाढिती यका ॥'
(अवचितसुत काशीकृत द्रौपदी स्वयंवर)
श्रीभास्करभट्ट बोरीकर यांनी 'शिशुपालवधा'मध्ये अनुप्रास असा साधला आहे.

'रण-पिसे-रण-राक्षस: जग-दळ-जग-निवास
खांडे थोवेकारू असमसास: एरालेख नाही ॥१०२२॥'
(श्रीभास्करभट्टकृत शिशुपालवध)

आपले कथाकाव्य अधिक श्रवणीय व्हावे, रुचकर व्हावे यासाठी आख्यानकर्त्यांनी विविध अलंकारांची पुरेपूर काळजी घेतलेली दिसते. त्यामुळे आख्यान कवितेत गोडवा निर्माण होऊन ती वाचकाभिमुख बनली आहे.

भाषाशैली :

एकूणच महानुभावीय वाङ्मय सुंदर भाषाशैलीने नटलेले आहे. यादवकालीन भाषेतील गोडवा वाचकास पुन:पुन्हा अनुभवावा वाटतो. महानुभावांचे आख्यानकाव्यही त्याला अपवाद नाही. महानुभावांनी मराठी भाषेचा हक्काने केलेला स्वीकार आणि

त्यासाठी त्यांनी वापरलेली भाषाशैली तेवढीच महत्त्वाची आहे. महानुभावांचे जवळपास सर्व साहित्य लिपीबद्ध होते. त्यामुळे कवींनी वापरलेली त्या काळातली भाषा आपल्या पर्यंत जशीच्या तशी आली, त्यात भेसळ झाली नाही. म्हणून अस्सल भाषा आपल्यापर्यंत पोहोचली. वेगळेपण जपणारी ही भाषाशैली महानुभाव आख्यान कवितेचे एक वैशिष्ट्यच ठरते.

१.मराठीपण जपणारी भाषा :

एखाद दुसरा अपवाद वगळता बहुतेक महानुभावकवी हे संस्कृत पंडित होते, संस्कृत भाषेचे जाणकार होते. परंतु ग्रंथनिर्मितीसाठी त्यांनी जाणीवपूर्वक मराठीचा स्वीकार केला. त्यात संस्कृतप्रचुरता येऊ दिली नाही. तत्कालीन मराठीत रूढ असणारे कितीतरी शुद्ध मराठी शब्द आख्यानकर्त्यांनी काव्यात वापरले. उदाहरणार्थ कवी दामोदर पंडितांनी 'वच्छाहरण'त वडप्पा, मोटा, भेडविणे, आधुरलिया इत्यादी कितीतरी देशी शब्द वापरले आहेत.

२.शब्दसंग्रह :

आख्यानकारांचा शब्दसंग्रहही तेवढाच जबरदस्त दिसतो. मराठीतील अस्सल देशी शब्द, परकीय भाषांतील शब्द यांचा अगदी चपखलपणे वापर त्यांनी केलेला आहे. त्यांनी शब्दसंग्रहाचा, शब्दांचा योग्य वापर करण्याच्या कौशल्यावर अनेक शब्दचित्रे रेखाटली आहेत. रंभेच्या सौंदर्याचे वर्णन करताना साक्षात शब्दचित्र कवी गोपीनाथाने वाचकांपुढे प्रदर्शित केले -

'गज सोंड तैसे बाहुदंड सरळ । उंच वक्षस्थळ पयोधर वर्तुळ ।
सुंदर दिसती वेल्हाळ । कामिनी मन्मयाची ।।४२।।'
(कवी गोपीनाथकृत शुकदेव चरित्र)

या आख्यानकातील बहुतांश काव्ये यादवकालीन असल्यामुळे यादवकालीन शब्दांचा साठा मोठ्या प्रमाणात आढळतो. कवी संतोषमुनीच्या 'रुक्मिणी स्वयंवरा'मध्ये असे काही शब्द आढळतात. वासू-बाजू, थीरू-सावकाश, ओसांवीण-मुख्य इत्यादी अनेक शब्द आलेले आहेत.

या आख्यानकाव्यातील काही शब्दांचे स्वरूप पाहिले, तर आजच्या भाषेत प्रचलित नसलेले अनेक शब्द यात आलेले आहेत आणि लिपीबद्धतेमुळे ते शब्द सुरक्षित राहिले आहेत. उदाहरणार्थ, जुंबाडे, नफरी, खांड, कातीया, रहिवास, वींदाने, झोटधरणी इत्यादी शब्द कवी संजीवन अनंत प्रसादेकृत 'डंगवै पुराण' यात आले आहेत.

मराठीचा अस्सलपणा जपत असताना 'मऱ्हाटी' वळणाचे अनेक शब्द यात

आले आहेत. नवरसनारायणाच्या 'शल्य पर्वा'मध्ये अशा प्रकारचे अनेक शब्द आले आहेत. झडाडी, निर्वडी, झड, बैसका, साउमा, तडातोडी, विसोरा, अव्हाटे, पेटावण,आंदोळ, वाडवेळ, आपैडसी, बाबरझोंटी, चांदवा, घरबुड, नागफासे, ढिवसा असे खास मऱ्हाटी वळणाचे शब्द आलेले आहेत.

३. इतर भाषांतील शब्द :

महानुभावीय आख्यानातून येणारी भाषा एकीकडे अस्सल मराठीपण जपणारी आहे; तर दुसरीकडे परकीय भाषांनाही स्वीकारणारी आहे. महाराष्ट्रात यादवी राजवट असताना उत्तरेकडे मुसलमानी अंमल वाढत होता. ती राजवट हळूहळू महाराष्ट्रात येत होती. त्यामुळे मुसलमानी सत्तेची राजभाषा असणाऱ्या अरबी-फार्सी यांसारख्या भाषांतील काही शब्द आख्यानकाव्यात येणे ओघाने आलेच.

महदंबेच्या धवळ्यांत असे काही शब्द आलेले आहेत. धवळ्यांत 'पेरोज'सारखे काही फार्सी शब्द आलेले आहेत. 'धवळे' हा मुसलमानी सत्तेच्या आगमनाच्या काळातील एक काव्यग्रंथ. परंतु त्यानंतरच्या काळात अगदी शिवकाळापर्यंत मुसलमानांचा अंमल दिसतो. म्हणूनच अरबी, फार्सी शब्दांचा वापर मोठ्या प्रमाणात झालेला आहे. नवरसनारायणाच्या 'शल्य पर्वामध्ये असे अनेक शब्द आले आहेत. उदाहरणार्थ नावनीस्याणि, निस्याण-गजर, कर्नाळा, आराम, खस्तावना, ढोलदमामे, तोफा, हील्लाळ, तुरा इत्यादी अरबी-फार्सी शब्द आढळतात.

अरबी-फार्सी या भाषांबरोबरच संस्कृत भाषेतील शब्दांचाही योग्य उपयोग त्यांनी केला आहे. बहुतांश महानुभावीय कवी संस्कृत भाषेचे जाणकार होते. त्यामुळे महानुभावीय आख्यानकाव्यात संस्कृत शब्दांची रेलचेल मोठ्या प्रमाणात झालेली दिसते. 'द्रौपदी स्वयंवरा'मध्ये काशी कवीने संस्कृत शब्दयोजना केली आहे. उदाहरणार्थ सुतार्पणे, स्तवनादरी, वचैनेसे आदी. काही कवींनी, तर संस्कृत शब्दांचे मूळ रूप बदलून, त्याची मोडतोड करून ते काव्य ग्रंथात वापरले आहेत.

४.शब्दबदल :

आख्यानकर्त्यांनी अनेक शब्दांमध्ये आपापल्या सोयीप्रमाणे बदल केला आहे. यमक जुळविण्यासाठी किंवा शब्दांच्या ओढाताणीतून शब्दबदल झालेला दिसतो. नामाचे उकार-आकार रूप सोयीप्रमाणे केलेले आपल्याला पाहायला मिळते. उदाहरणार्थ कविसंजीवन अनंतप्रसादेकृत 'डंगवै पुराणा'मध्ये मातु, आनंद, जोड, वाऱ्हावो, सूर्यो, मोव्हो इत्यादी उकारान्त - ओकारान्त होऊन बदल झालेले शब्द पाहायला मिळतात.

काव्यातील वृत्तांच्या सोयीसाठी काही कवींनी मूळ शब्द बदलले आहेत.

बदललेल्या शब्दांचे रूप अशुद्ध वाटते. कवी अवचितसुत काशीदासाने 'द्रौपदी स्वयंवरा'त असे शब्दबदल केले आहेत. उदाहरणार्थ भाग्नि (भगिनी), धृतराष्ट्र (धृतराष्ट्र), इन्द्रप्रहस्त (इन्द्रप्रस्थ), सुक्षम (सूक्ष्म), हरास (ऱ्हास) इत्यादी (कंसातील शब्द मूळ शब्द आहेत)

कवी संतोषमुनींच्या 'रुक्मिणी स्वयंवरा'मध्ये असे बदल झालेले दिसतात. 'अ'ऐवजी 'आ' वापरण्याची पद्धत दिसते. म्हणजे एका शब्दाऐवजी त्याच्या अगदी जवळ असणारा दुसरा शब्द कवींनी वापरला आहे. उदाहरणार्थ,

'अ'ऐवजी 'आ'- आखंड, आगाध

'अ' ऐवजी 'ए'- नायेक,होये

'न' ऐवजी 'ण'- माणवि, जनणि इ.

अशा शब्दबदलांमुळे शब्दांच्या अर्थात जरी फरक पडत नसला, तरी वाचायला असे शब्द अशुद्ध वाटतात.

कविनंदनविरचित उषाहरणमध्ये 'ष' साठी 'ख' आणि 'ख' साठी 'ष' असा पर्यायी शब्द वापरलेला दिसतो. या शब्दबदलामुळे 'उषाहरण' या काव्यनामाऐवजी 'उखाहरण' हे ग्रंथनाम झाले. म्हणून कविनंदनाचे उषाहरण? की चोंभा कवीचे उखाहरण ! असा प्रश्न निर्माण होऊन मोठाच घोळ अभ्यासकांमध्ये झालेला दिसतो. नको त्या ठिकाणी अनुस्वार देणे व पाहिजे त्या ठिकाणी न देणे या प्रकारांमुळेही शब्दबदल होऊन पर्यायाने अर्थबदलही झालेला दिसतो.

५.वृत्त-छंद :

ओवी छंद हा एकूणच प्राचीन कवींचा आवडता छंद दिसतो. ओवी छंद जसा पाहिजे तसा वाकवता येत असल्यामुळे आणि गेयतेसाठी सोपा असल्याने 'ओवी' चा वापर सर्रासपणे झालेला दिसतो. आख्यानकर्त्यांनीही 'ओवी' छंदच वापरलेला दिसतो. ओवी या छंदास तसे अक्षर किंवा मात्रा यांचे बंधन नाही; परंतु त्यात काही प्रमाणात सुसूत्रता असते. बहुतेक ती चार चरणांची असते. परंतु कवी संतोषमुनीने कधी साडेतीन चरणी, तर कधी चार चरणी 'ओवी' वापरली. त्यांच्या 'ओवी'मध्ये सुसूत्रता दिसत नाही.

'ओवी' छंदाबरोबरच महानुभावांनी इतरही अनेक छंदांचा वापर केला आहे. शार्दूल विक्रीडित, मंदारमाला, भुजंगप्रयात इत्यादी वृत्तांचा वापर, तर त्यांनी केला आहेच, पण ज्यांची नावे आपण कधी ऐकलीच नाहीत पण प्राचीन मराठी भाषाशास्त्रात ते दिसतात. असे अनेक छंद महानुभाव कवींनी वापरले आहेत. उदाहरणार्थ श्रीकृष्णमुनी डिंभ यांनी 'नवखंड रुक्मिणी स्वयंवरात जवळपास एकोणपन्नास छंद

वापरले आहेत. त्यात शार्दूल विक्रीडित, भुजंगप्रयात यांसारख्या ओळखीच्या छंदांबरोबरच मनोहरारमण, विमला, वनमाला, सुरति, सुंदर, चंद्रकळा, चंपकललिता इत्यादी वृत्त-छंदांचा वापरही त्याने केला आहे. आतापर्यंत मुद्रण संस्कार झालेल्या मराठी काव्यग्रंथामध्ये ज्यांच्या नुसत्या नावाचासुद्धा पत्ता लागत नाही. असे अनेक छंद या काव्यात आले आहेत.

कवी गोपालदासांनी 'चंद्रावळी आख्याना'मध्ये अशा निरनिराळ्या छंदांचा व वृत्तांचा उपयोग केला आहे. ओवी, भुजंगप्रयाग, द्रुतविलंबित, मालिनी यांसारख्या नित्याच्या परिचयाच्या छंद-वृत्तांबरोबरच वज्रनामा छंद, शार्दूळ छंद, चंदनवल्ली, वसंतनामा छंद यासारखे अपरिचित छंदही या आख्यानात आढळतात.

महानुभावीय आख्यानकाव्यातील वैशिष्ट्यपूर्ण वृत्त-छंद म्हणजे आद्य कवयित्रीने वापरलेले 'धवळे', 'धवळे' छंद म्हणजे महदंबेची मराठीला देणच म्हणायला पाहिजे. महदंबेशिवाय पुढे कोणाही महानुभावाने तो छंद वापरला नाही. इतर कवींनी तर नाहीच नाही! धवळे यमक असून त्याच्या प्रत्येक कडव्यांत चार चरण असतात. कन्नड कविवर्य प्रा. ह. रा. बेंद्रे धवळ्यांच्या छंदाचा उगम द्रविड 'अक्कर' जातीच्या छंदात शोधतात. डॉ. ना. ग.जोशी यांनी 'मराठी छंदोरचना' ग्रंथात धवळ्यांच्या छंदाबाबत बरेच विवेचन केले आहे. त्यांच्या मते धवळ्यांच्या रचनेत अष्टयात्रक आवर्तने असतात. परंतु वा. ना. देशपांडे यांचे यावरचे मत वेगळे आहे. 'धवळ्यांची रचना काहीशी ग्रंथिक ओवीसारखी असून तीत कसलीही आवर्तने शोधणे व्यर्थ आहे.'[४] तसेच त्यात सूक्ष्म लयबद्धता प्रतीत होते म्हणून ती 'मुक्त ओवी' ठरते.

६.प्रत्यय योजना :

मध्ययुगीन मराठीतील 'प्रत्यय' योजना ही भाषेत गोडवा निर्माण करणारी आहे. प्रत्यय वापरताना स्थलपरत्वे बदलणाऱ्या बोलीचा प्रभाव पडलेला दिसतो. 'डंगवै पुराणा'मध्ये कवी संजीवन अनंतप्रसादे यांनी एकवचनी नामाला 'या' जोडून अनेकवचन साधले आहे. उदाहरणार्थ, पुरी-पुरिया, सांजोरी-सांजोरिया, फुगारी-फुगारिया, आंगुळी-आंगुळिया इत्यादी शब्द तत्कालीन भाषेचे स्वरूप स्पष्ट करतात.

'उषाहरणकथे'मध्ये कविनंदनाने 'सलाते-सलानाते' यातील 'ला' या चतुर्थीच्या प्रत्ययाऐवजी 'ले' हा वैदर्भीय बोलीतील प्रत्यय वापरलेला दिसतो. उदाहरणार्थ मला-मले, तुला-तुले इत्यादी.

खास वैदर्भीय भाषेत प्रचलित असलेले 'जी' हे आदरार्थी प्रत्यय उपपदही कवीने वापरलेले दिसते. उदाहरणार्थ, 'सांघीजो: जी (१०×१)' 'हे सांघ मजकारन जी (१६×२)'

अशा प्रकारची 'प्रत्यय योजना' महानुभाव आख्यानकाव्यांची एक वेगळी भाषाशैली ठरते. त्यामुळे मध्ययुगीन साहित्यातील महानुभाव वाङ्मयाचा ठसा वाचकांच्या मनावर उमटल्यावाचून राहत नाही.

७.वाक्प्रचार :

महानुभावीय आख्यानकाव्यांतून आलेले भाषेचे महत्त्वाचे वैशिष्ट्ये म्हणजे कवींनी वापरलेले वाक्प्रचार. आशयाच्या प्रभावी निवेदनासाठी वाक्प्रचार महत्त्वाची भूमिका बजावतात. त्यांनी वापरलेल्या वैशिष्ट्यपूर्ण वाक्प्रचारातून लक्षणेचे देखणे स्वरूप व्यक्त होते. 'शल्य पर्वा'मध्ये कवी नवरसनारायणाने अशा अनेक वाक्प्रचारांचा वापर केला आहे-

'मग राक्षेसी माव कैसी केली । वीरांची धनुष्ये मोडली ।।१०४ ×११।।
परी काळाविण तुमसी । ठावों कोठें न जोडे ।।९०२×१२।।'
'म्हणे आम्हावरी वीघ्न मांडोनी । उदभवली थोर ।।६५×२१।।'

याचप्रमाणे संनिपात अंगी संचरणे, दोन्ही ठाव अंतरणे, नवस पुरविणे, मरणा धरणे, वीसोरा करणे, नावनीस्यानी उरणे, पोटी क्रोध येणे, हात रीता पडणे, लाज लावणे, सरी नवणे, सांकडे पडणे इत्यादी कितीतरी वाक्प्रचार यातून आलेले दिसतात.

८.सुभाषितसदृश रचनाः

पंथीय तत्त्वज्ञानावर आधारित किंवा त्या तत्त्वज्ञानाशी निगडित असलेली शिकवण श्रोत्यांपर्यंत पोहोचविणे हा आख्यानकर्त्यांचा हेतू आहे आणि म्हणून काव्यातून एखाद दुसरे सुभाषित किंवा म्हणीवजा ओळी आलेल्या दिसतात. सुभाषितसदृश रचना हे महानुभावीय आख्यानकाव्याचे वैशिष्ट्य आहे. 'शल्य पर्वा'मध्ये अशा प्रकारच्या काही पंक्ती आल्या आहेत-

'गेलीयाचा सोक न करणे । मेलीयापाठी कोन मरणे? ।।७२×५।।
'रीण वैरी दोन्ही । भोगाविण नव्हेचि खंडनि ।।
वैरीया कीव येईल । हे केवि घडे ?
जंव प्रसन्न जाला देवो । तवं करी रंकाचा रावो ।।७५×११।।'
'घात न करावा कवनाचा । माण राखावा साधुचा ।।
परद्रव्ये परकांतेचा । अभिलास न करावा ।।१९×१६।।'

वरील काव्यपंक्तीवर नजर टाकली तर असे लक्षात येते की, सुभाषितवजा

रचनेमुळे एक तर वाचकांच्या नजरेत कवीचे नैतिक वजन वाढते आणि दुसरी गोष्ट म्हणजे त्या काव्याचे ते भाषिक सौंदर्य ठरते.

कवींची भाषाशैली ही त्याची स्वत:ची ओळख असते. व्यक्तिपरत्वे, स्थलपरत्वे आणि कालपरत्वे आख्यानकाव्याची भाषाशैली आपणास बदललेली दिसते. 'धवळ्यातून येणारी स्त्रियांची बोलीभाषा, श्रीभास्करभट्टांसारख्या विद्वान पंडिताच्या 'शिशुपालवधा'तून येणार नाही. काही आख्यानकाव्यांतून वैदर्भीय भाषा आलेली दिसते, तर काही आख्यानकाव्यांत अरबी-फार्सीसारख्या परकीय भाषांचा प्रभाव दिसतो. नरिंद्रांच्या रुक्मिणी स्वयंवरातून येणारी अस्सल यादवकालीन भाषा 'हंसांबा-सैंवरा'तील लोकभाषेपेक्षा पूर्णत: वेगळी आहे.

कोणत्याही कवीची भाषिक जाण ही त्या काव्याच्या मूळ कथानकात आणखी रंग चढवते. रुक्मिणी स्वयंवरातील एकच एक रुक्मिणी प्रत्येक काव्यात आणखी सुंदर आणि वेगळी वाटायला लागते. हे केवळ त्या कवीच्या भाषिक सामर्थ्याने! महानुभाव काव्यकर्त्यांनी वापरलेली भाषा ही तत्कालीन (यादवकालीन) भाषेचे आणि सत्येच्या संक्रमण काळातील भाषेचे रूप वाचकापुढे आणते. आपल्या पांडित्याचा आणि संस्कृत प्रचुरतेचा साधा लवलेशही ते कुठेच जाणवू देत नाहीत. उलट वेगवेगळे अलंकार आणि छंद वापरूनही जनसामान्यांना समजेल अशाच लोकभाषेचे रूप महानुभावीय आख्यानकाव्याचे राहिले आहे आणि तेच तिचे सौंदर्य बनून गेले आहे.

० ० ०

प्रकरण सातवे

उपसंहार

महानुभावांच्या एकूणच वाङ्मय सेवेत त्यांनी लिहिलेल्या आख्यानकवितेचा प्रांत व्यापक व विस्तृत असल्याचे आपल्या लक्षात येते. मराठीतील आख्यानकवितेच्या परंपरेत महानुभाव कवींची आख्यानकाव्ये संख्येने अधिक आहेतच. पण त्यांच्यातील वाङ्मयीन गुणवैशिष्ट्यांनीही ती नटलेली आहेत. एकापेक्षा एक सरस नि दर्जेदार आख्यानके महानुभाव पंडितांनी रंगविली आहेत.

श्रीकृष्णविषयक आख्यानकाव्यांची उपलब्धी एकूण महानुभावांच्या इतर आख्यानकांच्या तुलनेत संख्येने अधिक आहे. याला कारण मध्ययुगातील भक्तिमय वातावरणात श्रीकृष्ण अवताराविषयीची असणारी जनमानसाची श्रद्धा लक्षात घेऊनच समकालीन पंडितांनी श्रीकृष्णमाहात्म्य वर्णन करण्याचा अट्टहासाने प्रयत्न केलेला दिसतो. या श्रीकृष्णविषयक गुणवर्णन करण्याच्या स्पर्धेत महानुभाव कवीही तितक्याच जोमाने उतरलेले दिसून येतात. केवळ आख्यानकाव्यच नव्हे, तर इतरही गद्य-पद्य रचना श्रीकृष्णाच्या स्तुतिस्तवनार्थ निर्माण झालेली आढळून येतात. केवळ स्पर्धा म्हणून नव्हे तर श्रीकृष्ण महानुभावांचे आराध्य दैवत असून अवतार परंपरेतील ते पहिले अवतार म्हणून पूज्य असल्यामुळे श्रीकृष्णविषयक ग्रंथ निर्मिती होणे साहजिकच होते.

महानुभावांनी इतर रचनेबरोबरच आख्यानकाव्य निर्मितीतही आपली श्रेष्ठता सिद्ध केली आहे, हे उपलब्ध आख्यानकाव्याच्या अभ्यासातून आपल्या लक्षात येते. महानुभाव आख्यानकाव्यांचा अभ्यास करीत असताना अभ्यासाच्या सोयीच्या दृष्टीने एकूणच उपलब्ध आख्यानकांना समोर ठेवून विषयनिहाय प्रकरणशः मांडणी करण्यात आली आहे. त्यानुसार दुसऱ्या प्रकरणात प्रथमतः 'चरित्रपर आख्यानकांचा' परामर्श घेण्यात आला. यात योगेश्वर श्रीकृष्णचक्रवर्तीच्या श्रीकृष्णजन्माष्टमी व्रताख्यानापासून ते शिशुपालवध या पर्यंतची जवळजवळ सात आख्यानके उपलब्ध झाली.

श्रीकृष्ण जन्माष्टमीचे माहात्म्य भक्ताच्या अंतकरणात बिंबविण्यासाठी कवी डिंभानी आपल्या प्रतिभेने, वर्णन चातुर्याने श्रीकृष्ण जन्माष्टमीचे महत्त्व सांगितले आहे. कथाविषय आणि आशय प्रस्तुत प्रकरणात साद्यंत वर्णन केला आहेच. एखाद्या कथेला भक्तिरसामध्ये चिंब भिजवून ती कथाच जिवंतपणे साकार करण्याचे कवी डिंभाचे कौशल्य उल्लेखनीय वाटते. प्रस्तुत आख्यानक वाचताना त्यातील रसाळता, तरलता आणि शब्दांतील सहजता अंतराचा ठाव घेते. श्रीकृष्ण जन्माष्टमीचे व्रत वाचकांच्या सहज लक्षात राहाते. स्वाभाविकच श्रीकृष्ण जन्माचे माहात्म्य रसिकाच्या मनाला मोहिनी पाडणार नाही तरच नवल.

प्रस्तुत काव्याचा कथाभाग तसा अल्पसाच आहे तरीपण या कथानकाचा कवीने २०७ ओव्या खर्ची घालून कथाविषय विस्तृतपणे मांडला आहे. समकालीन कवींच्या ठिकाणी आपल्या निर्मितीला आधार मानून कोणत्या तरी पुराण ग्रंथाचा संदर्भ देण्याची प्रवृत्ती आढळून येते. कुठलाही संदर्भ नाही मिळाला तरी भविष्योत्तर पुराण असा खुलासा करुन आपल्या काव्याला संदर्भाची जोड देण्याचा कवीचा प्रयत्न असतोच. कवी डिंभाचे काव्य मात्र याला अपवाद ठरते. साधारणपणे कथाविषय लक्षात घेता प्रस्तुत आख्यानक पाच-पन्नास ओव्यांमध्ये आटोपता आले असते; परंतु कवी डिंभाची विस्तारपूर्वक मांडण्याची प्रवृत्ती या ठिकाणी दिसते. यातून पाल्हाळिकता हा दोष या आख्यानकाव्यात बळावला आहे.

श्रीकृष्ण जन्माष्टमी व्रताख्यानानंतर योगेश्वराच्या बाललीला ज्या आजही भक्तांच्या हृदयात घट्ट रुजलेल्या आहेत त्या बाललीला शब्दांकित करण्यात कवी गोपालदास वादिंद्र आणि कवी मुरारीमल्लाची श्रीकृष्ण बाळक्रीडा सक्षम ठरली आहे. श्रीकृष्णबाळक्रीडेत येणाऱ्या बाललीला या भागवताच्या आधारे किंवा इतर पुराणग्रंथांच्या आधारे वर्णन करीत असल्याचे जरी प्रथमदर्शनी वाचकास वाटत असले, तरी प्रस्तुत बाळक्रीडेला जो महत्त्वाचा आधार ठरतो तो म्हणजे श्रीचक्रधर निरूपित श्रीकृष्ण चरित्राचा. सर्वज्ञ श्रीचक्रधरस्वामींनी श्रीकृष्णांच्या ज्या लीळांचे वर्णन केले त्याचा प्रभाव प्रस्तुत बाळक्रीडांवर निश्चितच पडलेला आपल्या लक्षात येते.

या दोन्ही बाळक्रीडेतील कथाविषयात पुष्कळसे साधर्म्य आढळून येते. त्यामुळे या आख्यानकात कथाविषयाची पुनरुक्ती होणे स्वाभाविक आहे. कथाविषयाची पुनरुक्ती हा महानुभाव आख्यानकाव्यांचा दोष थोडासा बाजूला सारला, तर कवींच्या वर्णनशैलीतील कौशल्य कायम लक्षात राहाते.

श्रीकृष्ण बाळक्रीडेनंतर श्रीकृष्ण चक्रवर्तीच्या अवतारकार्यातील इतर लीळा प्रसंगांवर आधारित असणारी आख्यानकाव्येही आढळून येतात. महानुभाव कवींच्या

या आख्यानकात कवी गोपाळदास यांचे चंद्रावळी आख्यान, पंडित दामोदरांचे वच्छाहरण, कवी गोपीनाथांचे शुकदेव चरित्र, कवी शिवमुनींची दानव्रत कथा अशी कथाविषय असलेली आख्यानके उपलब्ध आहेत. आणखीही आख्यानके असल्याचा संभव नाकारता येत नाही.

मात्र आजमितीस उपरोल्लेखित आख्यानके महानुभाव साहित्यांत आढळून येतात. या आख्यानकांचा कथाविषय श्रीकृष्ण चक्रवर्ती असला तरीही त्यातील प्रसंग वर्णनांचा घाट, विषयांची मांडणी, अलंकार प्रचुरता, रसपरिपोष आणि पात्रचित्रण हा आख्यानकाला हवा असणारा आकृतिबंध या आख्यानकातून अभिव्यक्त होत असतांना दिसून येतो. त्यामुळे प्रस्तुत आख्यानकांतील काव्यविषय जसा मनाला मोहित करतो तसाच त्यातील भावमाधुर्यही अंतर्मनाला भिडते. नाही म्हणायला क्वचित ठिकाणी विषयांतर करुन कवीनी आपल्या काव्यात पाल्हाळिकता तर आणलीच पण कथा विषयाला अतिरंजित करण्याचा मोहही त्यांना आवरता आला नाही.

एकंदरीत आख्यानकाचा अभ्यास केला असता असे लक्षात येते की, सर्वांचेच आख्याननिर्मितीमागील मुख्य सूत्र म्हणजे पूर्णपरब्रह्म परमेश्वर अवतार योगेश्वर श्रीकृष्णचक्रवर्तीच्या अलौकिक कार्याची महिमा गाऊन त्यांच्या वरील आपली निस्सीम श्रद्धा अभिव्यक्त करणे हेच होय आणि यासाठी जणू महानुभाव कवीत एक प्रकारची स्पर्धाच लागली की काय असे नकळत वाटून जाते. शृंगारविषयक वर्णनाच्या शिशुपालवधासारख्या आख्यानकातील काही भाग दृष्टीआड केला तर ही सर्वच आख्यानके भक्तिरसात न्हाऊन निघाली असून ती योगेश्वराच्या भक्तिमंदिरातील अनुरूप अशी अंत:करणाला, हृदयाला साद घालणारी एक अजोड, अनुपम, अप्रतिम भावकविताच ठरते. भक्ताला आपल्या आराध्य दैवताला श्रद्धेच्या गुंजारवातून साद घालण्यासाठी प्रस्तुत कवींच्या रचना निश्चित प्रेरक ठरतात.

यानंतर येणारे शिशुपालवध म्हणजे श्रीभास्करभट्टांच्या अद्वितीय प्रतिभेचे प्रतीकच होय. डॉ. वि. भि. कोलते यांनी, तर शिशुपालवध हे मराठीतील पहिले ललितकाव्य म्हणून घोषित केले आहे. ते पूर्णत: यथार्थ वाटते. केवळ शृंगारिक वर्णनामुळे महानुभाव आचार्यांनी अस्वीकृत केलेला ग्रंथ म्हणून शिशुपालवधाला एक वेगळा लौकिक प्राप्त झाला. त्यामुळे कवी भास्करभट्टांना उद्धवगीतेसारख्या ग्रंथाची निर्मिती करावी लागली, ही बाब वेगळी. पण शृंगारिक आहे म्हणून शिशुपालवध हा ग्रंथ आपणाला साहित्यकृतीच्या मापदंडापासून दूर ठेवता येणार नाही हेही तितकेच खरे. तत्त्वदृष्ट्या शृंगारिक वर्णन निवृत्तीमार्गाला हानिकारक असेल हे निश्चित. परंतु कवीची काव्यात्मक प्रतिभा म्हणून त्याचा आपल्याला विचार करावाच लागेल. अशा

या शृंगारिक शिशुपालवधाला महानुभाव पंडितांनी सातीग्रंथात स्थान दिलेच ना! हे या ग्रंथाचे महत्त्व प्रकट होण्यास पुरेसे आहे.

प्रस्तुत ग्रंथात काही ठिकाणी कवी श्रीभास्करभट्टांच्या वर्णनशैलीत अनावश्यकता, अनौचित्य असे दोष आढळून येतात, त्याचे उदाहरण म्हणून श्रीकृष्ण भीमार्जुनासोबत जरासंधाचा वध करण्यासाठी जात असताना रुक्मिणीची झालेली विकल अवस्था यावर कवी श्रीभास्करभट्टांनी केलेले वर्णन मुख्य विषयाला बाधा आणते. ते वर्णन अनावश्यक वाटते. याबरोबरच राजसूय यज्ञाच्या वर्णन प्रसंगात कवीने कथाविषयाला अनुसरून यज्ञाचे वर्णन करायचे सोडून रुक्मिणीच्या विरह प्रसंगाचे वर्णन रंजकतेने केले आहे, यातून कवीचा औचित्यभंग हा दोष दिसून येतो. हा महानुभावांच्या आख्यान कवितेचा दोष म्हणून सांगता येईल.

यानंतर श्रीकृष्णचरित्रात येणारे चंद्रावळी आख्यान एक वैशिष्ट्यपूर्ण आख्यानकाव्य आहे. चंद्रावळी आख्यानातून येणारा कथाविषय लोककथेच्या परंपरेशी साम्य सूचित करतो. कथाविषयातील चमत्कृती कवीने मोठ्या खुबीने मांडली आहे. यात येणारे संवादवर्णन लक्षवेधी ठरते. एक प्रकारची नाट्यमयताच कवीने कथानकात निर्माण केली आहे.

महानुभाव कवींच्या आख्यानकात विविध छंदांचा आढळ दिसून येतो. या छंदनिर्विष्ट रचनेमुळे आख्यानकात जी गेयता निर्माण झाली त्यामुळे रचनेला आपसूकच श्रवणमाधुर्य निर्माण झाले आहे. छंदाच्या विशिष्ट चालीतून रचना ऐकताना जो गोडवा निर्माण होतो. रचनेतील सरसता, वर्णनात्मकता आणि त्यात निवेदन केलेली कथात्मकता ही अंतराला भिडल्याशिवाय राहत नाही. केवळ कथा निवेदन हाच कवीचा रचना निर्मितीमागील हेतू नसून कथेच्या पडद्याआडून कवींनी परमेश्वराच्या अलौकिक कर्तृत्वाचे दर्शनही घडवले आहे. आपल्या कवित्वात रसाळता निर्माण व्हावी म्हणून त्यांनी अधिकाधिक छंदांचा वापर केला आहे. ही आख्यानके केवळ ओवीछंदात नसून इतर अनेक छंदांच्या माध्यमातून ती आविष्कृत झालेली दिसून येतात.

छंदरचनेचे उपयोजन हे महानुभाव आख्यानकांचे वैशिष्ट्य ठरावे इतके अनेक अपरिचित छंद महानुभावांनी सहजतेने हाताळलेले आहेत. महानुभाव साहित्याचे ज्येष्ठ अभ्यासक डॉ. वि. भि. कोलते यांनी 'महानुभाव संशोधन खंड १' या ग्रंथात महानुभाव कवींच्या रचनेत आढळून येणाऱ्या नवीन छंदावर एक स्वतंत्र लेख लिहून विस्तृत चर्चा केली आहे.[५] संशोधन विषयाच्या निमित्ताने अभ्यासण्यात आलेल्या आख्यानकाव्यांच्या आधाराने सोदाहरण सांगता येईल की, कवी गोपाळदासांच्या

'चंद्रावळी आख्यानात' विविध छंदांचा व वृत्तांचा वापर झालेला दिसून येतो. सर्रास वापरण्यात येणाऱ्या छंदांशिवाय ही काही नवीन छंद आपल्या दृष्टीस पडतात. वज्रनामा, चंदनवल्ली, वसंतनामा, शार्दूल अशी कितीतरी नावे सांगता येतील. छंद, वृत्तादीमुळे काव्यात सरसता, तर आलीच परंतु छंदविषयक अभ्यासासाठी या आख्यानकांची उपयुक्तताही सिद्ध झाली, ही आख्यानकातील उल्लेखनीय बाब म्हणावी लागेल. त्यातून महानुभावांची छंदविषयक जाणही प्रकट होते.

तिसऱ्या प्रकरणात विवाहविषयक आख्यानांचा विचार केला आहे. विविध छंदांचा वापर करण्यात महानुभाव कवींच्या चातुर्याचे दर्शन कृष्णमुनी डिंभाच्या 'नवखंड रुक्मिणी स्वयंवरा'तही होते. त्यांनी त्यात मनोहर रमण, विमला, वनमाला, सुंदर आणि चंपकललिता आदी ४९ छंदांचा वापर केला आहे. विविध छंदांचा वापर करण्यात महानुभाव कवींच्या चातुर्याचे दर्शन जसे घडते तसेच त्यांच्या कल्पकतेचेही दर्शन काही रचनांत होते. महाकवी नरिंद्रांचा प्रतिभाविलास त्यांच्या उपजत कवित्व शक्तीचा प्रत्यय आणून देण्यास 'रुक्मिणी स्वयंवरा'सारखी आख्यानकविता पुरेशी ठरते. एक विदग्ध काव्य म्हणून या आख्यानकाची समीक्षकांनी, विचारवंतांनी, विश्लेषकांनी चर्चा केली असली, तरीही आख्यानकाव्यातील एक दर्जेदार कविता म्हणून तिचा लौकिक सारस्वतात चिरस्मरणीय ठरला आहे, तो केवळ कवी नरिंद्राच्या स्वयंभू प्रतिभेमुळे, वर्णनशैलीमुळे, चपखल अलंकाराच्या उपाययोजनेमुळे व या बरोबरच त्यांच्या अचाट कल्पनाशक्तीमुळे. कवी नरिंद्राप्रमाणे इतर महानुभाव कवींनीही वेगवेगळ्या आख्यानकांत कल्पनाप्रचुरतेने काव्याला वेगळाच थाट आणलेला आहे. महाकवी नरिंद्राचा किन्नर ही पात्र चित्रणाची, त्यांच्या अचाट कल्पनाशक्तीचे द्योतक आहे. डॉ. वि. भि.कोलते यांच्या शब्दांत सांगायचे म्हटले, तर महाकवी नरिंद्राचा किन्नर हा त्यांचा उत्तम प्रतिभाविलास होय.

महाकवी नरिंद्राप्रमाणेच कवी संतोषमुनींच्या रुक्मिणी स्वयंवरात येणारे 'भावकळना' या रुक्मिणीच्या प्रिय सखीचे वर्णन महानुभावांच्या नवपात्र निर्मितीचे सूचक आहे. भागवत कथेत येणारा भावकळनेविषयीचा संदर्भ फारसा विस्तृत नाही, परंतु महाकवी नरिंद्रांनी आणि संतोषमुनींनी भावकळनेचे केलेले वर्णन, तिची अंतरीचा भाव जाणून घेण्याची कुशलता हे तिचे स्वभाववैशिष्ट्य म्हणून तिला दिलेले भावकळना हे संबोधन किती सार्थ आहे हे पटवून देण्याचा दोन्ही कवींचा प्रयत्न चित्तवेधक वाटतो. नवपात्र निर्मिती हे महानुभाव आख्यानकाव्याचे एक लक्षणीय वैशिष्ट्यच म्हणावे लागेल. इतर आख्यानांत भावकळनेच्या कामगिरीचा येणारा त्रोटक उल्लेख आणि कवी नरिंद्राच्या रुक्मिणी स्वयंवरातील भावकळनेचे, तिच्या स्वभावाविषयीचे येणारे

वर्णन, स्वयंवर कार्यातील तिची भूमिका, रुक्मिणीविषयीची तिची आस्था आणि प्रसंगोचित अवधान राखून रुक्मिणीवर उपचार करण्याचे तिचे कौशल्य हे सर्व बारकावे कवी नरिंद्रबासांनी अचूकपणे टिपले आहेत. यामुळे रुक्मिणी स्वयंवरातील भावकळना हे दुर्लक्षित न करता येणारे पात्र वाचकाच्या समोर येते.

या शिवाय सुदेव ब्राह्मणाची भूमिका रुक्मिणी स्वयंवराच्या मूळ कथेत संदेशवाहकाची म्हणजेच दुय्यम स्तरातील आहे. कवी नरिंद्रांनी मात्र आपल्या आख्यानकात सुदेवाला केवळ संदेशवहनाचे कार्य लावले नाही, तर स्वयंवरातील बारीकसारीक तजवीज करण्यापर्यंत सुदेवाचा कार्यभार वाढवला आहे. हे कवी नरिंद्राचे वेगळेपण आख्यानकाला एक वेगळी उंची प्राप्त करून देते. रुक्मिणी स्वयंवरात येणारे मधुरा भक्तीविषयीचे विवेचन डॉ. शं. गो. तुळपुळे, डॉ. द. भि. कुलकर्णी, डॉ. प्र. न. जोशी आदीं साहित्यिकांनी आपापल्या संदर्भीय ग्रंथात केलेले दिसून येते. डॉ.स.रा.गाडगीळ यांनी मधुराभक्तीविषयी केलेले विवेचन लक्षात घेता रुक्मिणी स्वयंवरातील महाकवी नरिंद्रांनी 'कांताभाव' स्वीकारून भक्तिमाहात्म्य वर्णन केल्याचे आपल्याला दिसत नाही. काव्यातील शृंगारिकता म्हणजेच मधुराभक्ती असा उपरोल्लेखित साहित्यिकांचा तर्क अप्रस्तुत वाटतो; कारण महानुभाव पंथ हा निवृत्तीमार्गाचे समर्थन करणारा असून विरक्तवादी आहे. अशा स्थितीत कांताभावाने अर्थात मधुराभक्तीने ईश्वरभक्ती आचरणे हे तत्त्वदृष्ट्या कसे संभवनीय असेल? म्हणून रुक्मिणी स्वयंवराच्या संदर्भात साहित्यिकातील मधुराभक्तीचा उल्लेख अनाठायी आहे असेच आपल्याला म्हणावे लागेल.

रुक्मिणीचे वर्णन करताना महाकवी नरिंद्रांच्या कल्पनाविलासाला अत्यंत बहर आलेला दिसतो. तिच्या नखशिखान्त सौंदर्याचे हुबेहूब वर्णन करण्यात कवीचे चातुर्य पणाला लागलेले आहे.

'कवणी अंगाची बरव: वरी तारुण्याची हावाव:
मनाते मुसिती ते भाव: अवेवाचे ॥१०॥
तिया मदनाचा गोसावी लाचाविला: सावेवु आणंगु जिवविला :
तया रुपाचा उठावा पहिला: कैसा सांगो ॥१०१॥

रुक्मिणीचे रूप म्हणजे सिद्धरसाचा लेप, चंद्राच्या गाभ्यातून कोरून काढलेला शुद्ध भाग, सुगंधाची गंभीर मूर्ती, शृंगाराचे तेज, यौवनमंदिरात विराजमान झालेली अंबिका, मदनाची जन्मपत्रिका, क्षीराब्धीच्या अमृताची कुलदेवता अशा प्रकारचे रसभरित वर्णन करून रुक्मिणीच्या लावण्याचे प्रत्ययकारी दर्शन महाकवी नरिंद्रानी

घडवून कथानायिका रुक्मिणीची भावमूर्ती उपमा, उत्प्रेक्षादी अलंकारांनी नटवलेली आहे. व्यक्तिरेखा रेखाटण्यात कवीचा हातखंडा आहे. रुक्मिणी स्वयंवरातील अधूनमधून अतिशयोक्त वर्णनामुळे हास्याची कारंजी उडविणारे प्रसंग येतात. मधूनच एखादी विनोदनिर्मिती होऊन कथानकातील गंभीरता बेमालूमपणे नष्ट होऊन जाते. ते वाचकाला कळतही नाही. मध्ययुगीन काव्यात क्वचित प्रसंगी दिसणारा विनोद महानुभावीय आख्यानकाव्यात ठिकठिकाणी दिसतो. विनोदनिर्मिती हे महानुभावीय आख्यानकाव्याचे एक वैशिष्ट्यच होय. एकूणच श्रीकृष्ण रुक्मिणी स्वयंवर कथेवरील आख्यानके कवींनी सरस, दर्जेदार, रसाळ वर्णनातून सादर केली असली; तरीही त्यात कवीच्या उपजत प्रतिभेचा वेगळेपणा राखूनच ती आविष्कृत झाली आहेत. उपलब्ध रुक्मिणी स्वयंवरांचे समग्र अंशाने या ठिकाणी सविस्तर समीक्षण करणे स्थलभयास्तव शक्य नाही, हे लक्षात घेऊनच त्यातील लक्षवेधी ठरणाऱ्या बाबींचाच विचार या ठिकाणी केला आहे.

श्रीकृष्ण रुक्मिणी स्वयंवराच्या कथेसारखेच महाभारतातील दौपदी स्वयंवर ही कथा सर्व सामान्यांना परिचित आहे. या कथेवर आधारित असणारे कवी अवचितसुत काशी यांनी रचलेले काव्य आपण बघितलेच आहे. प्रस्तुत कवी हा शिवकालीन असून यांच्या महानुभावत्वाविषयी शंका घेतली जाते. काव्याचा आरंभच गणपती नमनाने होत असल्याने ही शंका अधिकच प्रबळ ठरते. श्लोकबद्ध द्रौपदी स्वयंवर हे महानुभाव पंथात आजही प्रचलित असून त्याचे नित्य पठण केले जाते. पंथप्रवाहात हा ग्रंथ अधिक प्रिय असल्यामुळे अवचितसुत काशी हे महानुभाव कवीपैकीच एक असावेत, असा विश्वास दृढ होतो. कवी काशीदासाने या काव्यात वेगवेगळ्या चित्राकृती बंदकाव्याची रचना केली आहे, हे त्याचे विशेष. कवी विठ्ठल बीडकराप्रमाणे कवी अवचितसुत काशीने चित्राकृती बंद काव्यांतून कथानकाचे माहात्म्य वर्णिले आहे. पद्मबंद, रारायंत्रबंद, माळबंद, शेषबंद, चक्रबंद, धनुर्बंद असे विविध बंद यात आढळून येतात. विविध छंदवृत्तातील ही श्लोकरचना महानुभाव कवीच्या आवडीचा विषय ठरली आहे. छंदशास्त्राच्या अभ्यासासाठी प्रस्तुत ग्रंथाची उपयोगिता निश्चितच महत्त्वपूर्ण आहे. कवीने कथाविषय अतिशय सरसपणे मांडला असून प्रसंग हुबेहूब सादर करण्याचे कवीचे कौशल्य अफलातून आहे. काही ठिकाणी महाभारतातील मूळ कथेला संक्षेपाने वर्णन करण्यात आले आहे. काही ठिकाणी विस्तारपूर्वकताही आढळून येते. म्हणजेच कवीला आपल्या कवित्वशक्तीचा प्रत्यय आणून देण्याची हौस होती, असे नकळत वाटून जाते. असे असले तरी यामुळे कथानकात रसभंग झालेला दिसत नाही.

महानुभावीय आख्यानकाव्यातील श्रीचक्रधरस्वामींच्या जीवनचरित्राशी निगडित असलेले एकमेव काव्य म्हणजे 'हंसुबाई सैवर.' 'लीळा चरित्रातील' विव्हावोस्विका या लीळेचा पद्यमय आविष्कार म्हणजे हंसुबाई स्वयंवर होय. लोकवाङ्मयाची भाषाशैली हे या आख्यानकाव्याचे वैशिष्ट्य सामान्य वाचकांचे आकर्षण ठरले आहे.

'उषाहरणकथा' या स्वयंवर काव्यातील उषा आणि अनिरुद्ध यांच्या विवाहप्रसंगातील युद्धजन्य परिस्थिती कविनंदनाने उत्तम रीतीने वर्णिली आहे. या काव्याचे वेगळेपण असे की, कवीने यात उत्तानशृंगारातील अगदी बारीक-सारीक छटा सादर केल्या आहेत.

'इतर आख्याने' या प्रकरणात नवरसनारायणाचे 'शल्य पर्व', 'पद्मपुराण', 'डंगवै पुराण' या आख्यानकाव्यांचा समावेश केला आहे. या आख्यानग्रंथावर नजर टाकली, तर असे लक्षात येते की, यात तिन्ही काव्यांचे कथानक हे भागवतातील मूळ कथेला छेद देणारे आहे. शल्य पर्वातील कथा महाभारताच्या आधारेच सांगत असल्याचे कवी नवरसनारायण म्हणत असला, तरी त्या मूळ कथेत बरेच मोठे बदल कवीने केले आहेत. अनेक अभिनव व चमत्कृतिपूर्ण प्रसंगांचा मसाला त्याने आपल्या कथेत भरला आहे.

कवी पंडित दामोदरांच्या 'पद्मपुराणा'तील कथा, तर भागवतातील मूळ कथेपेक्षा एवढी भिन्न आहे की, या संदर्भात 'महानुभावांचे स्वतंत्र पद्मपुराण असावे' असे मत डॉ. कोलते त्यांनी मांडले. कवी संजीवन अनंतप्रसादेकृत 'डंगवै पुराण' एक विचित्र पुराण आहे. महानुभावत्वाच्या कोणत्याही खुणा त्यात दिसत नाहीत. श्रीकृष्ण-पांडवातील युद्धाचा एक गमतीदार प्रसंग कवीने वर्णिला आहे. फारसा परिचित नसणारा कथाप्रसंग वाचताना वाचकांनाही क्षणिक सुखाचा आनंद मिळतो. डंगवै राजाला प्राप्त झालेल्या घोडीच्या प्राप्तीसाठी श्रीकृष्ण त्याच्यावर चढाई करून जातात. परंतु पांडव डंगवै राजाच्या मदतीस धावून येतात. पर्यायाने श्रीकृष्ण आणि पांडव यांच्यात युद्ध होते. असा गमतीदार प्रसंग कवीने वर्णिला आहे.

मराठीतील पहिली आख्यानकविता म्हणून मिरवण्याचा मान महदंबेच्या 'धवळ्यां'ना जातो. मराठीतील अगदी पहिलेच आख्यानकाव्य म्हणून तिच्याकडून फार अपेक्षा ठेवणे गृहीत नाही. परंतु मराठीतील पहिली आख्यान कविता असूनही आणि महदंबेसारख्या एका स्त्रीकडून त्याची रचना झालेली असूनही वाङ्मय मंदिराच्या शिखरावर विराजमान होण्याचे भाग्य 'धवळ्यां'स लाभले, हेच त्याचे मोठेपण होय.

महानुभावांच्या आख्यान कवितेतील 'शिशुपालवध' हे काव्य 'मराठीतील पहिले ललित काव्य' असल्याचे घोषणा डॉ. वि. भि. कोलते यांनी केली आहे.

महानुभावांच्या आख्यान कवितेचे हे आणखी एक आद्यत्व आपणास मान्य करावेच लागेल.

एका विषयावर अनेक रचना करण्याचे महानुभावांचे एक आगळेवेगळे कौशल्य वाचकांच्या नजरेत भरते. उदाहरणार्थ, रुक्मिणी स्वयंवराच्या कथेवर अनेक महानुभाव कवींनी लिहिले. पण प्रत्येक आख्यानकातील वर्णनाची धाटणी, वेगळेपण, तीच कथा हाताळूनसुद्धा मांडणीतील नावीन्यता वाचकांच्या पसंतीस पडते.

नवीन पात्रनिर्मिती हे महानुभावीय आख्यान कवितेचे एक वेगळे वैशिष्ट्य आहे. भागवतातील, पुराणांतील मूळ कथेत कुठेच आधार नसलेली किंवा ज्यांचा अगदी अल्पश: उल्लेख आहे अशी पात्रे महानुभावांनी निर्माण केली आहेत. उदाहरणार्थ, रुक्मिणी स्वयंवर या ग्रंथात कवी नरिंद्रांनी निर्माण केलेला किन्नर. हे महानुभावांच्या नव पात्र निर्मितीचे उत्तम उदाहरण ठरत. तसेच रुक्मिणींच्या अनेक सख्यांपैकी एक असणाऱ्या 'भावकळने'ला मूळ कथेत फारच थोडा आधार आहे. पण कवी संतोषमुनींनी रंगवलेली भावकळना वाचकांच्या कायम लक्षात राहाते. रुक्मिणी स्वयंवरातील सुदेव भटाची भूमिका अगदीच नगण्य होती, परंतु महाकवी नरिंद्रांनी सुदेव पात्र एवढे रंगवले आहे की, त्याच्याशिवाय रुक्मिणीचे स्वयंवरच झाले नसते की काय असे वाचकास क्षणभर वाटून जाते. महानुभावांच्या प्रतिभासामर्थ्यांचा अंदाज या ठिकाणी येतो.

महानुभाव आख्यान कवितेचे एक अनोखे वैशिष्ट्य म्हणजे त्यांनी वापरलेले छंद. अनेक अपरिचित छंदांचा परिचय आपणास महानुभावीय आख्यानकाव्यातून होतो. कवी गोपाळदासांनी 'चंद्रावळी आख्याना'मध्ये वज्रनामा, चंदनवल्ली, वसंतनामा, शार्दूल अशी, तर कवी कृष्णमुनी डिंभांनी 'नवखंड रुक्मिणी स्वयंवरा'मध्ये मनोहर रमण, विमला, वनमाला, सुंदर, चंपकललिता असे जवळपास ४९ छंद वापरले आहेत. जे छंद मराठीत कुठेच वापरलेले दिसत नाहीत.

अशा अनेक गुणवैशिष्ट्यांनी नटलेली महानुभावांची आख्यान कविता आपले एक वेगळे अस्तित्व निर्माण करते.परंतु अभ्यास करताना या आख्यानकाव्यांच्या काही मर्यादाही नजरेसमोर आल्या, त्याचाही उल्लेख अभ्यासकांसाठी करणे या ठिकाणी आवश्यक आहे.

कथा विषयाची पुनरुक्ती किंवा कथेचा तोचतोपणा महानुभावांच्या आख्यान कवितेत दिसतो. एका रुक्मिणी स्वयंवर कथेवर महानुभावांची १० ते १५ काव्ये उपलब्ध आहेत. तसेच 'श्रीकृष्ण बाळक्रीडे'तून होणारी कथाविषयाची पुनरुक्तीही वाचकांच्या स्मरणातून जात नाही.

महानुभावांचे 'आख्यानकाव्य म्हणजे स्वयंवरकाव्य' असे घट्ट समीकरणच दिसते. महानुभाव पंथ निवृत्तीवादी असूनसुद्धा कवींनी विवाहकथेलाच इतके प्राधान्य का दिले याचे कोडे उलगडत नाही. श्रीकृष्णाच्या इतर कामगिरीकडे दुर्लक्ष करून आख्यानकर्त्यांनी श्रीकृष्ण विवाहकथेवर आख्याननिर्मिती केली.

साचेबंदपणा हा एकूणच मराठी आख्यान कवितेचा दोष महानुभावांच्या आख्यानकाव्यातही दिसतो. महानुभावीय काव्यप्रबंधामध्ये ग्रंथित असलेल्या आख्यानवस्तू ठराविक आहेत व त्यांचा एक ठराविक साचा आहे. आख्यानवस्तूची नव्याने मांडणी करण्याकडे कवींचा कल कमी दिसतो. जेव्हा आख्यानवस्तूचे भक्तिभावाने निवेदन करणे यालाच महत्त्व येते, तेव्हा सर्वसामान्य कवी प्रतिभावंतांनी निर्माण केलेल्या आख्यानवस्तूलाच शरण जातात. महाकवी नरिंद्र आख्यानाचा त्यात भर घालून विस्तार करतात, पण आख्यानाच्या मूळ स्वरूपात बदल करीत नाहीत.

महानुभावांच्या आख्यान कवितेत अनावश्यक व अनौचित्यपूर्ण वर्णन बऱ्याच ठिकाणी आलेले आहे. श्रीकृष्ण जेव्हा भीमार्जुनासोबत जरासंधाचा वध करण्यासाठी निघतात, तेव्हा रुक्मिणीची अवस्था अतिशय वाईट होते. त्याचे कवी भास्करभट्टांनी केलेले वर्णन अनावश्यक व औचित्याचा भंग करणारे वाटते. समोर असलेल्या राजसूय यज्ञाचे वर्णन करायचे सोडून श्रीभास्करभट्ट रुक्मिणीच्या विरहाचे वर्णन करण्यात मशगुल होतात. यामुळे औचित्याचा भंग होतो.

काही आख्यानकाव्यांच्या कथाविषयात विसंगीतीही आढळून येते. 'नवखंड रुक्मिणी स्वयंवरा'मध्ये कवी कृष्णमुनी डिंभाने रुक्मिणीच्या स्वयंवराचे आख्यान श्रीकृष्णाच्या व रुक्मिणीच्या जन्मापासून सांगितले आहे. श्रीकृष्णांची पत्नी असलेली जांबुवंती विवाहप्रसंगी तरुण आहे. परंतु 'अष्टनायिका विवाह' या ग्रंथात कवी एल्हण तिला पाळण्यात टाकून हलवतो.

महानुभावांच्या तत्त्वज्ञानाशी विसंगत असणारा 'परकेपणाचा भाव' एखाद-दुसऱ्या आख्यानात दिसून येतो. कवी नृसिंहाने 'रुक्मिणी स्वयंवरा'मध्ये मुसलमान, फिरंगी यांच्याबद्दल ईश्वरवादाशी विसंगत असा परकेपणाचा भाव व्यक्त केला आहे.

कथानिवेदनात काही वेळेस पाल्हाळिकता आलेली आपणास दिसते. रुक्मिणीचा निरोप घेऊन श्रीकृष्णाच्या भेटीसाठी निघालेल्या सुदेव ब्राह्मणास रस्त्यात लागलेली वने-उपवने याचे कवी श्रीभास्करभट्टांनी, श्रीसंतोषमुनींनी केलेले वर्णन काही ठिकाणी पाल्हाळीक वाटते.

काही आख्यान कवितेत कवींनी शृंगाररसाची निर्मिती करताना उत्तान शृंगारालाच प्राधान्य दिल्याचे दिसते. या उत्तानपूर्ण शृंगारवर्णनामुळेच, तर 'शिशुपालवधा'वर

'निवृत्ताजोगा नव्हेचि' असा ठपका बसला. गोपिकांची जलक्रीडा, कथानायिकेचे सौंदर्यवर्णन या प्रसंगात कवींनी केलेले वर्णन काही वेळेस उत्तान शृंगाराचे रूप धारण करते, जे महानुभावांच्या मूळ भूमिकेला बाधक आहे.

महानुभावांच्या आख्यान कवितेचा अभ्यास करताना त्यांच्या मर्यादा, काही दोष हाती आले आहेत. व्यापक अर्थाने विचार केला, तर आपल्या असे लक्षात येते की, उपर्युक्त उणिवा, मर्यादा या त्या त्या कवींच्या वैयक्तिक मर्यादा आहेत, दोष आहेत. हे दोष ग्रंथकर्त्यांना टाळताही आले असते. असे असले तरी या थोड्याथोडक्या उणिवांवर मात करून महानुभावांची आख्यानकाव्ये त्यांच्या गुणवैशिष्ट्यांच्या, वाङ्मयीन मूल्यांच्या बळावर सर्वश्रेष्ठ ठरली आहेत. अनेक बाबतीत त्यांनी स्वत:चे आद्यत्व सिद्ध केले आहे. ते आद्यत्व ओढून ताणून मिळवलेले नव्हे, तर वाजतगाजत, लौकिक मिरवत आद्यत्वाचा मुकुट महानुभावांच्या आख्यान कवितेने धारण केला आहे.

महानुभाव आख्यान कवितेतील काही ग्रंथ मूळातच अपूर्ण आहेत, तर काही कालौघात गहाळ झाले आणि सध्या ते अपूर्णच आहेत. महाकवी नरिंद्राचे १८०० ओव्यांचे रुक्मिणी स्वयंवर होते, पण पंथीय साहित्यात समाविष्ट होताना ९०० ओव्यांचेच म्हणजे अपूर्ण अवस्थेत दाखल झाले, असे स्मृतिस्थळ सांगते. कवी नरिंद्राच्या पूर्ण प्रतिभेत न्हाऊन निघण्याचा मराठी रसिकांचा हेत अपूर्णच राहिला. गोपाळकवीची 'भागवतीकथा' मुळात तीन हजार ओव्यांची असल्याचे समजते, पण केवळ सहाशे ओव्याच रसिकांच्या भेटीला आल्या आहेत.

काही आख्यानकाव्यांचा लेखनकाल निश्चितपणे सांगता येत नाही. जसे की, संतोषमुनीच्या रुक्मिणी स्वयंवराचा लेखनकाल १४१६ की १६७६ या बाबतीत संदिग्धता आहे. कवी डिंभकृत नवखंड रुक्मिणी स्वयंवराचा लेखनकाल वेगवेगळ्या अभ्यासकांनी वेगवेगळा नोंदवला आहे. (इ.स.१५२४, १५७४, १५८४) यातील नेमका लेखनकाल कोणता? तत्कालीन सामाजिक परिस्थितीचा कवीच्या लेखन सामर्थ्यावर प्रभाव पडत असतो. लेखनकालाच्या अनिश्चिततेमुळे निर्णायक मत मांडणे अडचणीचे ठरते.

महानुभावांच्या विस्तृत व व्यापक वाङ्मय सेवेत अनेक पंडितांनी ग्रंथनिर्मिती केली आहे. यात एकाच नावाचे अनेक कवी असल्याची नोंद अभ्यासकांनी ठेवली आहे. काव्यांच्या ग्रंथकर्त्याविषयी विवेचन करताना याबाबतीत मोठाच घोळ झाला. महानुभावांच्या आख्यानकाव्य परंपरेत कवी गोपाळ (११ गोपाळांचा उल्लेख), कवी कृष्णमुनी डिंभ, कृष्णदास, कवी एल्हण या नावाचे एकापेक्षा अनेक कवी असल्याचे

अभ्यासातून जाणवले. कवीच्या ग्रंथकर्तृत्वाविषयीची निश्चिती करताना काही बाबीं संदिग्धच राहातात.

उपरोक्त बाबी महानुभावांच्या आख्यानकाव्यांचे दोष म्हणून गृहीत धरल्या तरी त्यामुळे त्यांचे वाङ्मयीन महत्त्व कमी होत नाही. एकूणच मराठी आख्यान कवितेचा निम्म्याहून अधिक भाग ज्या महानुभावीय आख्यानकाव्यांनी व्यापला आहे त्या आख्यान कवितेला तिच्या स्वरूप वैशिष्ट्यांसह आपणापुढे सादर करण्याचा प्रयत्न प्रस्तुत ग्रंथात केला आहे.

- ० -

परिशिष्टे

अ) महानुभावांच्या आख्यानकाव्यांची यादी
१. चरित्रपर आख्याने

१	श्रीकृष्ण जन्माष्टमी व्रताख्यान	: कवी कृष्णमुनी डिंभ
२	श्रीकृष्ण बाळक्रीडा	: गोपाळदास वादिंद्र
३	श्रीकृष्ण बाळक्रीडा	: कवी मुरारीमल्ल
४	श्रीकृष्ण बाळक्रीडा	: कवी एल्हणसुत विद्वांस
५	चंद्रावळी आख्यान	: गोपाळदास
६	वच्छाहरण	: दामोदर पंडित
७	शुकदेवचरित्र	: गोपीनाथ
८	दानव्रतकथा	: कवी शिवमुनी
९	शिशुपालवध	: श्रीभास्करभट्ट बोरीकर

२. विवाहकथेवरील आख्याने

१	धवळे	: महदंबा
२	रुक्मिणी स्वयंवर	: नरेंद्र
३	रुक्मिणी स्वयंवर	: नृसिंह
४	रुक्मिणी स्वयंवर	: संतोषमुनी कृष्णदास
५	भागवतीकथा	: गोपाळकवी
६	नवखंड रुक्मिणी स्वयंवर	: कृष्णमुनी 'डिंभ'
७	रुक्मिणी स्वयंवर हरण काव्य	: पंडित लक्षधीर
८	रुक्मिणीस्वयंवर	: आयमुनी कारंजकर
९	आठै सैंवर किंवा अष्टनायिका विवाह	: कवी एल्हण
१०	लक्ष्मणा स्वयंवर	: कृष्णमुनी 'डिंभ'
११	लक्ष्मणास्वयंवर	: ओंकार मुनी चोरमागे
१२	द्रौपदी स्वयंवर	: अवचितसुत काशी
१३	हंसुबाई सैंवर	: धानाईसा
१४	उषाहरण कथा	: कविनंदन
१५	अभिमन्यू विव्हावो	: विप्र विश्वनाथ

३. इतर आख्याने

१	भारतीय शल्य पर्व	: नवरसनारायण
२	पद्मपुराण	: पंडित दामोदर
३	डंगवै पुराण	: संजीवन अनंतप्रसादे

ब) संदर्भ ग्रंथसूची

१	अवचितसुत काशीकृत द्रौपदी स्वयंवर	: संपा. गोखले वा. दा. महाराष्ट्र साहित्य परिषद, पुणे. १९६१
२	अष्टनायिका विवाह (आठै सैंवरे)	: संपा. प्रा. भुसारी र. म. मराठी साहित्य परिषद, आंध्र प्रदेश, हैदराबाद, १९६७, प्रथमावृत्ती
३	उद्धवगीता	: संपा. कोलते वि. भि. अरुण प्रकाशन, मलकापूर, मार्च १९६२, द्वितीयावृत्ती
४	कविनंदन विरचित उषाहरणकथा	: संपा. प्रभुदेसाई वि. बा. मुंबई मराठी ग्रंथसंग्रहालय प्रकाशन, १९६५
५	गोपाळदास वादिंद्रकृत श्रीकृष्ण बाळक्रीडा	: संपा. प्रा. कुरुंदकर अरविंद सविता प्रकाशन, औरंगाबाद, १९९३
६	जुने वाङ्मय: नवे संशोधन	: डॉ. आवळीकर पंडित कर्नाटक आर्ट्स कॉलेज, धारवाड, सप्टेंबर १९६४.
७	दमयंती स्वयंवर	: संपा. प्रा. सोलापुरे सुशीला तिरुपती प्रकाशन, औरंगाबाद, २००७, प्रथमावृत्ती
८	नरिंद्रविरचित रुक्मिणी स्वयंवर	: संपा. कोलते वि. भि. अरुण प्रकाशन, मलकापूर, १९६६.
९	नरिंद्रविरचित रुक्मिणी स्वयंवर	: संपा. ढेरे रा. चिं.

			जोशी ब्रदर्स, औरंगाबाद, १९६५, प्रथमावृत्ती.
१०	नरिंद्र, एकनाथ आणि सामराज यांची रुक्मिणी स्वयंवरे : एक चिकित्सा	:	आवलगावकर रमेश, चंद्रकला प्रकाशन, पुणे, मार्च १९९६, प्रथमावृत्ती
११	नरिंद्रविरचित रुक्मिणी स्वयंवर	:	संपा. डोळके सुरेश विदर्भ संशोधन मंडळ, नागपूर, १९७१.
१२	नवरसनारायण विरचित शल्य पर्व	:	संपा. पठाण यू. म. मराठवाडा साहित्य परिषद प्रकाशन, डिसेंबर १९६४.
१३	नाचू कीर्तनाचे रंगी	:	पाठक यशवंत, कॉन्टिनेटल प्रकाशन, पुणे. १९८०, प्रथमावृत्ती.
१४	प्राचीन मराठी वाङ्मयाचा इतिहास भाग-३	:	देशपांडे अ.ना. व्हीनस प्रकाशन, पुणे. १९७३.
१५	प्राचीन मराठी वाङ्मयाचा इतिहास	:	जोशी प्र. न. स्नेहवर्धन प्रकाशन, पुणे.
१६	प्राचीन मराठी आख्यानक कविता	:	बापट प्र. वा. केशव भिकाजी ढवळे प्रकाशन, मुंबई. १९४१
१७	प्राचीन मराठी साहित्य संशोधन	:	कोलते वि. भि. श्री लेखन वाचन भांडार, पुणे. जाने. १९६८. प्रथमावृत्ती
१८	प्राचीन मराठी कविता, खंड-१	:	संपा. देशपांडे ज. शा. मुंबई मराठी ग्रंथसंग्रहालय प्रकाशन, १९६२,प्रथमावृत्ती.
१९	प्राचीन मराठी कविता, खंड-६	:	देशपांडे ज.शा. व कृष्णदास महानुभाव, मुंबई मराठी ग्रंथ संग्रहालय प्रकाशन, १९६८,

प्रथमावृत्ती.

२० प्राचीन मराठी आख्यानक कविता उद्‌गम आणि विकास : डॉ. गऊळकर शिवाजी निर्मल प्रकाशन, नांदेड,जानेवारी २०००, प्रथमावृत्ती.

२१ प्राचीन मराठीतील प्रणयाख्याने व रूपकाख्याने : डॉ.गऊळकर शिवाजी मराठी साहित्य परिषद, आंध्र प्रदेश, हैदराबाद. १९८५, प्रथमावृत्ती

२२ प्राचीन मराठीतील स्फुट आख्यानकाव्यांचा अभ्यास : कुलकर्णी अनुराधा, मेहता पब्लिकेशन, पुणे, १९९२.

२३ प्राचीन आख्यानक कविता : माळी गजमल, व्हिनस प्रकाशन, पुणे, जुलै १९६६, प्रथमावृत्ती.

२४ भास्करभट्ट बोरीकर: चरित्र व काव्यविवेचन : कोलते वि. भि. विदर्भ प्रकाशन संस्था, अमरावती, १९३५.

२५ महदंबेचे धवळे : इर्लेकर सुहासिनी, आध्यात्मिक साहित्य प्रकाशन, हैदराबाद, १९७७.

२६ महदंबेचे धवळे : संपा. डॉ. सोलापुरे सुशीला कैलाश पब्लिकेशन, औरंगाबाद, २००३, प्रथमावृत्ती.

२७ महदंबा : आद्य मराठी कवयित्री : देशपांडे वा. ना. कॉन्टिनेटल प्रकाशन, पुणे, १९५६.

२८ महानुभाव पंथ आणि त्याचे वाङ्मय : तुळपुळे शं. गो. व्हिनस प्रकाशन, पुणे, ऑगस्ट १९७६, प्रथमावृत्ती.

२९	महानुभाव संशोधन : १	:	कोलते वि. भि. अरुण प्रकाशन, मलकापूर, १९६२.
३०	महानुभाव संशोधन खंड-१	:	डॉ.पठाण यू. म. मराठवाडा विद्यापीठ, औरंगाबाद, डिसेंबर १९७३
३१	महानुभाव कवी गोपाळदासकृत चंद्रावळी आख्यान	:	संपा. कुलकर्णी श्री. रं. मराठी साहित्य परिषद, आंध्र प्रदेश, हैदराबाद, १९६४.
३२	महानुभाव कवी कृष्णमुनी 'डिंभ' व्यक्ती आणि वाङ्मय	:	डॉ.चौधरी कुंदा : पीएच. डी. प्रबंध, मराठवाडा विद्यापीठ, औरंगाबाद, १९८०.
३३	महानुभावीय मराठी वाङ्मय	:	देशपांडे य. खु. व्हिनस प्रकाशन, पुणे, १९६०, द्वितीय आवृत्ती.
३४	महानुभावीय पद्मपुराण	:	संपा.मांडे प्रभाकर जोशी ब्रदर्स, औरंगाबाद, १९७०.
३५	महाराष्ट्र सारस्वत	:	भावे वि. ल. पॉप्युलर प्रकाशन, मुंबई, १९६३, पाचवी आवृत्ती.
३६	महाराष्ट्र सारस्वत खंड-२ पुरवणीसह	:	भावे वि. ल., तुळपुळे शं. गो. पॉप्युलर प्रकाशन, मुंबई, १९६३, सहावी आवृत्ती.
३७	मराठी वाङ्मयाचा इतिहास खंड-२ भाग-१	:	संपा. मालशे स. गं. महाराष्ट्र साहित्य परिषद, पुणे, ३१ डिसेंबर १९८२, प्रथमावृत्ती.
३८	मराठी वाङ्मयाचा इतिहास, खंड-१	:	पांगारकर ल. रा.

			विदर्भ मराठवाडा बुक कंपनी, पुणे १९७२.
३९	मराठी वाङ्मयाचा इतिहास, खंड-१	:	तुळपुळे शं. गो. महाराष्ट्र साहित्य परिषद, पुणे, २ डिसेंबर १९८४, प्रथमावृत्ती.
४०	मराठी साहित्याचे आदिबंध	:	डॉ. देशमुख उषा मा. लोकवाङ्मय प्रा.लि.मुंबई, २४ जून १९८२, प्रथमावृत्ती.
४१	मराठी आख्यानकविता: एक अभ्यास	:	डॉ. ग्रामोपाध्ये गं. ब. महाराष्ट्र राज्य साहित्य आणि संस्कृती मंडळ, जानेवारी १९७०.
४२	मुरारमल्लविरचित श्रीकृष्ण बाळक्रीडा	:	संपा. ढेरे रा. चिं. श्रीविद्या प्रकाशन, पुणे १९७७.
४३	यादवकालीन कवयित्रींचे आख्यानकाव्य	:	संपा. प्रा. मारवाडे नरिंद्र मैथिली प्रकाशन, औरंगाबाद, १९९७.
४४	लक्ष्मणा स्वयंवर	:	माढेकर रा. ब., जोशी द. पं. मराठी साहित्य परिषद, आंध्र प्रदेश, हैदराबाद, १९९०.
४५	लीळाचरित्र	:	संपा. कोलते वि. भि. विश्वशांती प्रकाशन, औरंगाबाद, १९९७.
४६	लीळाचरित्र	:	संपा. नरेंद्रमुनी अंकुळनेरकर महानुभाव मंडळ, नागपूर, १९९३.
४७	लीळाचरित्र	:	नागपुरे पुरुषोत्तम

ओंकार प्रकाशन अमरावती, सप्टेंबर २००४.

४८ लोकसाहित्याची रूपरेखा : भागवत दुर्गा, मुंबई मराठी ग्रंथसंग्रहालय प्रकाशन, १९५६.

४९ वच्छाहरण : संपा. कोलते वि. भि. अरुण प्रकाशन, मलकापूर, १९५३.

५० विप्र विश्वनाथविरचित अभिमन्यू विव्हावो : संपा. डॉ. प्रभुदेसाई वि. बा. नागपूर विद्यापीठ, नागपूर, १९७२, प्रथमावृत्ती.

५१ शिशुपालवध : संपा. कोलते वि. भि. अरुण प्रकाशन, मलकापूर, १९७२, द्वितीयावृत्ती.

५२ शुकदेव चरित्र : प्रकाशक : मराठे श्रीधरबुवा, मंगल प्रकाशन, खिर्डी, जि. जळगाव.

५३ श्रीकृष्ण जन्माष्टमी व्रताख्यान : संपा. प्रा. कुलकर्णी व. दा. आध्यात्मिक साहित्य प्रकाशन, हैदराबाद, १९८९, प्रथामावृत्ती.

५४ श्रीसंतोषमुनी कृष्णदासविरचित रुक्मिणी स्वयंवर : संपा. जोशी ना. ब. आध्यात्मिक साहित्य प्रकाशन, हैदराबाद, १९६४.

५५ श्रीकृष्ण बाळक्रीडा : प्रकाशक : आव्हाड ल. ना. मु. ढकांबे, नाशिक, १९५६.

५६ श्रीचक्रधर दर्शन : संपा. कोलते वि. भि. प्रकाशक : शिक्षण व समायोजन विभाग, महाराष्ट्र शासन, जुलै १९८२.

५७ समग्र संत विष्णुदास : डॉ. कुलकर्णी मार्तंड

स्नेहवर्धन प्रकाशन, पुणे, २००८.

५८ संजीवन अनंतप्रसादेकृत डंगवै पुराण : संपा. प्रा. कुलकर्णी व. दा. प्रकाशक. मराठी विभाग, उस्मानिया विद्यापीठ, हैदराबाद, १९७२.

५९ संत कवी आणि कवयित्री: एक अनुबंध : डॉ. इर्लेकर सुहासिनी स्नेहवर्धन प्रकाशन, पुणे, २००६, प्रथमावृत्ती.

६० स्मृतिस्थळ : संपा. देशपांडे वा. ना. व्हीनस प्रकाशन, पुणे, १९८८,पाचवी आवृत्ती.

६१ स्मृतिस्थळ : डॉ. पठाण यू. म. समर्थ प्रकाशन, औरंगाबाद, १९७४.

हिन्दी ग्रंथ

१ मराठी का भक्ती साहित्य : प्रो. देशपांडे भी. गो. चौखम्बा विद्याभवन, वाराणसी-९, १९५९.

२ हिन्दी और मराठी के रुक्मिणी-हरण सबंधी प्रबंधकाव्य : डॉ. नारखेडे भास्कर वैखरी प्रकाशन, भुसावल, १९९०, प्रथमावृत्ती.

नियतकालिके

१ महानुभाव : वर्ष २४, अंक १ सप्टेंबर १९७१.

: वर्ष २४, अंक ९ डिसेंबर १९७२, वर्ष २५, अंक ४ जुलै १९७३, वर्ष २८, अंक ४ जुलै

१९७६.

वर्ष ३३, अंक १० डिसेंबर
१९८०.

वर्ष ४४, अंक १२ मार्च
१९९२.

वर्ष ४५, अंक १/२ एप्रिल
१९९२.

वर्ष ४७, अंक ४-५ जुलै/
ऑगस्ट १९९४.

२	मराठी स्वाध्याय संशोधन पत्रिका	: अंक २,१९६७.
३	महाराष्ट्र साहित्य पत्रिका	: अंक ११७, एप्रिल मे जून १९५६.
४	नवभारत	: जुलै १९५८.

डॉ. हंसराज दामोदरराव जाधव

- एम. ए. (मराठी), बी. एड., नेट-सेट., पीएच.डी., एम. ए. (राज्यशास्त्र)
- पत्ता : मराठी विभाग, प्रतिष्ठान महाविद्यालय, पैठण - ४३११०७. मोबा. ७५८८४२९२२८.
- संतसाहित्य व शाहिरी वाङ्मयाची विशेष आवड.
- आठ वर्षांपासून श्री चक्रधरस्वामी साहित्य संमेलनाचे यशस्वी आयोजन करणाऱ्या महदंबा साहित्य संघाचे अध्यक्ष म्हणून कार्यरत.
- श्री चक्रधरांचे तत्त्वज्ञान आणि महानुभाव साहित्य यांच्या प्रचार-प्रचारासाठीच्या साहित्य चळवळीत सक्रिय सहभाग.
- आकाशवाणीच्या कार्यक्रमांसाठी संहितालेखन.
- अनेक साहित्य संमेलनांतून परिसंवाद, कविसंमेलन यात सहभाग.
- राष्ट्रीय, राज्यस्तरीय अनेक चर्चासत्रांत शोधनिबंधांचे वाचन.
- मराठीतील प्रसिद्ध वृत्तप्रत्रे, मासिके, दिवाळी अंक यासाठी विविध विषयांवरचे लेख, कथा-कविता लेखन.
- माटा फाउंडेशन, अमेरिकेचा 'हंसरत्न पुरस्कार - २०११'

www.ingramcontent.com/pod-product-compliance
Lightning Source LLC
Chambersburg PA
CBHW030324020726
47493CB00004B/1145
* 9 7 8 9 3 5 1 1 7 0 3 1 0 *